நான்கு மேடை நாடகங்கள்

பென்னேசன்

நான்கு மேடை நாடகங்கள்
பென்னேசன் ©

சுவாசம் பதிப்பகம்

Naangu Medai Naadakangal
by Pennesan ©

First edition: Dec 2024

ISBN: 978-81-983414-2-6
Title Number: Swasam 237

Published by:
Swasam Publications Private Limited,
52/2, Near B.S Mahal, Ponmar,
Chennai, Tamil Nadu – 600127
Email: swasam.publications@gmail.com

Printed by: Adyar Students Xerox, Chennai - 600002

To buy the book: Swasam Bookart – +91–8148066645
Website: https://www.swasambookart.com/

உள்ளே...

சந்திரசேகர கம்பார் (பிறப்பு: ஜனவரி 2, 1937)

கவிஞர், நாடக ஆசிரியர், நாட்டுப்புறவியலாளர், கன்னடத் திரைப்பட இயக்குநர். ஹம்பியில் உள்ள கன்னடப் பல்கலைக்கழகத்தின் நிறுவனர். துணைவேந்தர். 1993ல் சாகித்ய அகாதமியின் தலைவராக இருந்தவர். கன்னட மொழியில் தனது நாடகங்களிலும் கவிதைகளிலும் வடக்கு கர்நாடகப் பேச்சுவழக்கைத் திறம்படத் தழுவியதற்காக மிகவும் பிரபலமாக அறியப்படுகிறார்.

கம்பாரின் நாடகங்கள் முக்கியமாக நாட்டுப்புற அல்லது புராணங்களைச் சுற்றித் தற்காலப் பிரச்சினைகளுடன் ஒன்றிணைந்து மிக எளிய நடையில் எழுதப்பட்டுள்ளன. நாட்டுப்புற வடிவங்களை நவீன நாடகத்துடன் இணைத்த முன்னோடிகளில் ஒருவர்.

ஞானபீட விருது, சாகித்ய அகாதமி விருது, இந்திய அரசின் பத்மஸ்ரீ விருது, கபீர் சம்மான், காளிதாஸ் சம்மான், பம்பா விருது உள்ளிட்ட பல மதிப்பு மிக்க விருதுகள் இவரை அலங்கரித்துள்ளன. துணைவேந்தராகப் பணி ஓய்வுபெற்ற பிறகு கர்நாடகா பேரவையின் மாநிலங்களவை உறுப்பினராக நியமிக்கப்பட்டார். தற்போது பெங்களூருவில் வசிக்கிறார்.

கன்னட மொழியின் ஆகச் சிறந்த நாடகாசிரியர், படைப்பாளி டாக்டர் சந்திரசேகர கம்பார் எழுதிய அரசியல் அங்கத நாடகம் இது. இந்த நாடகத்தின் கன்னடத் தலைப்பு, ‘சாம்பசிவப்ரஹஸ்னா’. ப்ரஹஸ்னா என்பதற்கு அங்கதம் என்று பொருள். இந்த நாடகத்தை கர்நாடகத்தின் வீதி நாடக வடிவமான ‘பாய்லாட்டா’ என்னும் வடிவத்தில் எழுதியிருக்கிறார். நம்முடைய தெருக்கூத்தில் வரும் அத்தனை அங்கதங்களும் இந்த நாடகப் பிரதியில் காணக் கிடைத்தன.

தருமபுரி மற்றும் கிருஷ்ணகிரி மாவட்டங்களில் ‘காண்டவ வன தகனம்’ போன்ற கூத்துக்களில் கட்டியக்காரன், எங்கள் ஊர் பாஷையில் பபூன், அநியாயத்துக்குச் சுதந்திரம் எடுத்துக்கொள்வான். டெல்லியில் இந்த நாடகம் கன்னடத்தில் மேடையேறியபோது அந்த பபூன் எடுக்கும் அத்தனை சுதந்திரத்தையும் நாடகாசிரியர் இந்தப் பிரதியில் எடுத்திருப்பதைக் காண நேர்ந்தது. எனவே உடனே நாடகத்தைத் தமிழில் மொழிபெயர்த்து மேடையேற்றவேண்டும் என்ற ஆசை எனக்குள் பிறந்தது.

அதற்கான இன்னொரு காரணமும் இந்த நாடகப் பிரதியில் இருந்தது. இந்த அங்கத நாடகத்தில் அனைத்தும் பூடகமாகவே இருக்கிறது. மேடைத் தயாரிப்பிலும் யாரையும் நேரடியாகக் குறிப்பிடுவது போலக் காட்சிகளை அமைக்கத் தேவையில்லை. அந்த நேரத்தில் நடக்கும் அரசியல் கூத்துக்களை இந்த நாடகம் உள்வாங்கி பார்வையாளனை நிகழ்கால அவலத்துக்குத் தானாகவே கொண்டு நிறுத்திவிடும். இந்த நாடகத்தில் செய்திகளை உரக்கச் சொல்வதற்கு முயன்றால் அனைத்தும் வெளிறிப்போகும் ஆபத்தும் உண்டு. எனவே மிகவும் இயல்பாகக் கையாளவேண்டிய ஒரு பிரதி இது என்ற விஷயமே எனக்குள் மிகுந்த ஆர்வத்தை ஏற்படுத்தியது.

என் தாய்மொழி கன்னடம். ஆனால் கன்னடம் படிக்கத் தெரியாது. படித்ததும், திளைத்ததும் தமிழே. இது தவிர, தமிழ்நாடு-கர்நாடகா எல்லையில் உள்ள நாங்கள் பெங்களூரைத் தாண்டி யாரிடமாவது கன்னடம் பேசினால், அவர்கள், காவேரி மட்டுமல்ல, தென்பெண்ணையும் எங்களுடையதுதான் என்று அனைத்தையும் பிடுங்கிக்கொண்டு விரட்டிவிடுவார்கள். ஆனால் என்னுடைய மொழிகள் தொடர்பான ஆர்வத்தினால் நான் பெங்களூருவில் பேசும் கன்னடம் மற்றும் கன்னட சினிமாக்களில் பேசும் கன்னடத்தை நன்கு பேசவும் புரிந்துகொள்ளவும் செய்தேன். அந்தத் தைரியத்தில் இந்த நாடகத்தை மொழிபெயர்க்க முன்வந்தேன். டெல்லியில் கன்னட நாடகம், சினிமா, இலக்கியம் ஆகியவற்றில் பேரார்வம் கொண்ட என் நண்பர் அமரர் மஹாபலேஷ்பர் பட் இது விஷயமாக எனக்கு உதவ முன்வந்தார். நான் இந்த நாடகம் பற்றிச் சொன்ன ஒரு வாரத்துக்குள் நூலகத்திலிருந்து இந்த நாடகப் பிரதியை எடுத்துவந்தார்.

மஹாபலேஷ்பர் பட் பேருதவியுடன் தமிழில் நாடகப் பிரதி உருவானது. அவர் சரியான பாவத்துடன் ஒவ்வொரு வசனமாகப் படிக்க பக்கத்தில் அமர்ந்து என்னுடைய கணினியில் தமிழில் அதை நான் எழுதினேன். ஏறத்தாழ ஒன்றரை மாதங்களில் சாம்ப-சிவா முழுத் தமிழ் நாடகமாக உருவாகியது. இந்த நாடகம் தற்போது அச்சேறும் வேளையில் சென்ற ஆண்டு திடீர் மாரடைப்பில் காலமான என் நண்பர் மஹாபலேஷ்பர் பட் அவர்களை மிகவும் நெகிழ்ச்சியுடன் நினைத்துக்கொள்கிறேன். அவர் இல்லையென்றால் இந்த நாடகப் பிரதியும் தொடர்ந்து மேடையேற்றமும் நிகழ்ந்திருக்காது.

நாடகாசிரியர் டாக்டர் சந்திரசேகர கம்பார் அவர்களைத் தொலைபேசியில் தொடர்புகொண்டு இந்த நாடகம் தமிழில் மேடையேற்றுவதற்கான அனுமதியைப் பெற்றேன். என்னை அறிமுகப்படுத்திக்கொண்டு அனுமதி கோரியதும் அவரும் எவ்விதத் தயக்கமுமின்றி பெருமனதுடன் அனுமதியை வழங்கினார். அவருக்கு என்றும் நன்றிக் கடன்பட்டிருக்கிறேன்.

இந்த நாடகம் 9 ஏப்ரல் 2005 அன்று தில்லித் தமிழ்ச்சங்கத்தின் ஆதரவுடன் சங்க வளாகத்தில் உள்ள திருவள்ளுவர் கலையரங்கில் யதார்த்தா தயாரிப்பாக மேடையேறியது. கலையரங்கை இலவசமாகக் கொடுத்தது மட்டுமின்றி நாடகத் தயாரிப்பு செலவுக்கும் கணிசமான தொகை ஒன்றைத் தமிழ்ச் சங்கம் எங்களுக்குத் தந்தது. தில்லித் தமிழ்ச் சங்கம் இல்லையென்றால் இந்த நாடகம் மேடையேறியிருக்காது. என் வளர்ச்சியின் ஒவ்வொரு

படியிலும் சங்கம் என்னுடன் நின்றதை மிகவும் நன்றியுடன் நினைவுகூருகிறேன். அனைத்துக்கும் மேலாக இந்த நாடகத்தில் எவ்விதப் பொருளாதார லாபங்களும் இன்றித் தங்களின் பயனுள்ள நேரத்தை இந்த நாடகத்தின் தயாரிப்புக்கும் மேடையேற்றத்துக்கும் உழைத்த ஒவ்வொரு யதார்த்தா குடும்ப உறுப்பினர்களுக்கும் என்னுடைய நெகிழ்வான நன்றிகளைத் தெரிவித்துக்கொள்கிறேன்.

நாடகம் பற்றி நான் விரிவாகச் சொல்வதற்கு ஏதுமில்லை. நாடகத்திலேயே விரிவாக எல்லாம் இருக்கிறது. இந்த நாடகத்தை மேடையேற்றுவதற்கு என்னுடைய அனுமதி தேவையில்லை. நாடகத்தைத் தயாரிப்பவர்கள், மேடையேற்றம் குறித்த செய்தியை அனுப்பினால் மகிழ்ச்சியுறுவேன். இயன்றால் பார்வையாளனாகவும் பங்கேற்று மகிழ்வேன்.

பென்னேசன்

1. சாம்பசிவன்

கன்னட மூலம் – சந்திரசேகர கம்பார்
தமிழில் – பென்னேசன்

நாடகக் கதாபாத்திரங்கள்

பிள்ளையார்

சாம்பன்

சிவன்

மலர்விழி

காவேரி

செட்டியார்

ராஜா

தலைமைச் செயலாளர்

மந்திரி

போலீஸ்

வெள்ளை யானை

சில்லறை

வீரையன்

டிங்டாங் (கழுதை)

குடிமக்கள்

இயக்குநர் மேடைப் பிரவசனம்

எல்லோருக்கும் வணக்கம்.

இன்று நாங்க உங்க முன்னாலே ஒரு நகைச்சுவை நாடகத்தை நடத்திக் காட்ட இருக்கிறோம். ஒரு தையல்காரன் கிட்டே அளவு குடுத்துச் சட்டை தைப்பதுபோல ஒரு நாடக ஆசிரியர் கிட்டே எங்களோடது இல்லை, உங்க மனசோட அளவைக் குடுத்து ஸ்பெஷலாக எழுதி வாங்கிய நாடகம் இது.

ஜனங்களோட மனோ ரசனைக்கு, பொழுதுபோக்குக்கு, தமாஷுக்கு ஏத்த மாதிரி எல்லா மசாலாக்களும் இந்த நாடகத்தில் இருக்கு. காதல் இருக்கு, காமம் இருக்கு, அரசியல் இருக்கு, புரட்சி இருக்கு, வசனங்கள் இருக்கு, பாட்டு இருக்கு, சர்க்கஸ் இருக்கு, நாட்டியம், கேமரா எல்லாமே இருக்கு. ஆண்கள் இருக்காங்க, பெண்கள் இருக்காங்க, அவங்களும் இருக்காங்க.

நடுத்தர வர்க்கம் லபோ லபோன்னு பதறி அலறிக்கிட்டே உள்ளுக்குள்ளே குஜால் ஆகிற விஷயங்களும் இதிலே இருக்கு. அதிர்ச்சியாலே உங்களுக்கு ஜலதோஷமோ அல்லது எய்ட்ஸோ புடிச்சாலும் பரவாயில்லே, ஒரு ரகசியத்தை உங்களுக்கு இப்போவே சொல்லிடறேன். இந்த நாடகத்தின் முக்கியக் கதாபாத்திரம், அதாவது கதாநாயகன் ஒரு கழுதை. இந்த நாடகத்துலே கழுதை மந்திரி ஆகுது. ஒரு ராஜா கழுதை ஆகிறான். வீணாப் போனவங்க புரட்சி செய்றாங்க. புரட்சியாளர்கள்

ஒண்ணும் பண்ணாமல் தலையை புடிச்சிக்கிறாங்க. அறிவுஜீவிகள் வழக்கப்படி சும்மா இருக்காங்க. பையன் பொண்ணு ஆகிறான். பொண்ணுக்கு ஒரு கழுதையோட கல்யாணம் நடக்குது.

ஆனா ஒரு விஷயம் நான் சொல்லியே ஆகணும். இப்போ எல்லாம் நாம நேர்மையா மனசைத் திறந்து சிரிக்கிறதையே மறந்துட்டோம். ஒரு விஷயத்தைப் பார்த்துட்டு நாம நேர்மையா மனசு திறந்து களங்கமில்லாமல் சிரிச்சு ரொம்ப நாள்கள் ஆச்சு. அப்படி சிரிக்கிறதுன்ற விஷயம் நம்ம மாதிரி சாமானியர்களுக்கு ஏதோ அடுத்தவங்களுக்கு உபகாரம் பண்ற மாதிரியான விஷயம் ஆயிடுச்சு. நான் உங்களைக் கையெடுத்துக் கும்பிட்டு கேட்டுக்கிறேன். இதுக்கு முன்னாலே நம்ம முன்னோர்கள் எல்லாம் எப்படி மனசுவிட்டு களங்கம் இல்லாமல் வெள்ளந்தியா இயற்கையா சிரிச்சாங்களோ, தயவுசெய்து நீங்களும் அந்த மாதிரி சிரிக்கணும். இது பரஸ்பரம் எங்களைப் பார்த்து நீங்களும் உங்களைப் பார்த்து நாங்களும் சிரிக்க வேண்டிய நாடகம்.

காட்சி – 1

ஊருக்கு வெளியே உள்ள ஒரு பிள்ளையார் கோவில் அதன் கர்ப்பக்கிரகம். ஆனால் பீடத்தில் விக்கிரகம் இல்லை. அந்தப் பீடத்தில் சாம்பன் (தந்தை) சிவன் (அவனின் மகன்) ஒருவருக்கு ஒருவர் முகம் பார்க்காமல் திரும்பி உட்கார்ந்து இருக்கிறார்கள். ஏதோ சண்டை போட்டு ஓய்ந்ததைப் போன்ற தோற்றம். சாம்பன் மெதுவாகத் தன் சாராயக் குப்பியை எடுக்கிறான்.

சிவன்: யப்போவ், ஒனக்கு பொண்ணு, இல்லே சாராயம் கிடைச்சிட்டா யார் நினைப்பும் இருக்காதே. இது கோயில், இங்கேயாவது குடிச்சித் தொலைக்காமே இருக்கலாம் இல்லையா?

சாம்பன்: டேய் தேவாதி தேவர்களுக்கே குடிக்கிற அரிப்பு இருக்கிறப்போ என்னை மாதிரி ஒரு சாதாரண மனுஷனுக்கு ஏன் இருக்கக்கூடாது? இது அந்தக் கடவுளுக்கே நல்லாத் தெரியுமே. ஏதோ கடவுளுக்கு இவன் வக்கீல் மாதிரி பரிஞ்சு பேச வந்துட்டான். சரி எனக்கு குடிகாரன்னு நீயே பட்டம் குடுத்துட்டே, அதுக்கு தகுந்த மாதிரி நானும் நடந்துக்கவேண்டாமா மகனே?

சிவன்: (கோபத்துடன்) இன்னொரு தடவை நீ என்னை மறந்துகூட மகனேன்னு கூப்பிடாதே. அப்பான்னு வேணும்னா

உன்னை நீ கூப்பிட்டுக்கோ, நான் அப்படி சொல்லமாட்டேன். தன்னோட மகனுக்கு ஆகறதுக்கு முந்தி தனக்கே கல்யாணம் ஆகணும்னு எந்த அப்பனாவது நினைப்பானா? தூ.....

சாம்பன்: அதே மாதிரி நானும் உன்னை சொல்லலாம்டா மகனே. உங்கம்மா செத்த அப்புறம் பாவம் இந்த அப்பன் ஒண்டியா தனி மரமா ஆயிட்டானே, குளிருலே இப்படிப் பரிதாபமா நடுங்கிறானே. அவனுக்கு சூடா ஒரு துணை வேணுமேன்னு ஒரு முறையாவது உன் வாயிலே ஒரு வார்த்தை வந்திருக்கா? வாயைத் திறக்கிறப்போ எல்லாம் உனக்கே கல்யாணம் ஆகணும்னு புலம்புறே. எனக்கு என்னடா அப்படி வயசு ஆயிடிச்சு? ஓடற பாம்பை மிதிக்கிற வயசு. (குடிப்பதைத் தொடர்கிறான்.)

சிவன்: என்ன எழவோ. ஒரு விஷயம் சொல்றேன் கேட்டுக்கோ. நீ என் கல்யாணத்துக்கு இடைஞ்சலா இருக்கிறதை இனியும் என்னாலே தாங்கமுடியாது சொல்லிட்டேன்.

சாம்பன்: நான் எப்போடா உன் கல்யாணத்துக்கு இடைஞ்சல் பண்ணேன்?

சிவன்: கிருஷ்ணகிரியிலிருந்து பொண்ணு வீட்டுக்காரங்க எனக்கு பொண்ணு குடுக்கிறேன்னு வந்தப்போ அந்தச் சம்பந்தத்தை முறிச்சது யாரு? நீதானே?

சாம்பன்: நான் ஏண்டா முறிக்கணும்? உனக்குக் கல்யாணம் ஆனா எனக்குத்தானே வசதி? சீ... சந்தோஷம்? உனக்குப் பொண்டாட்டியா வர்றவ எனக்கு மருமகள் இல்லையாடா?

சிவன்: அப்படின்னா அந்த கிருஷ்ணகிரிகாரங்க இருந்த மாதிரியே இருந்து ஏன் எனக்கு பொண்ணு தரமாட்டேன்னு சொன்னாங்க?

சாம்பன்: ஒருவேளை உன் முகரக்கட்டையைப் பார்த்து வேணாம்னு சொல்லி இருக்கலாம்.

சிவன்: நீ உள்ளுக்குள்ளே ரகசியமா என்ன போட்டுக் குடுத்தேன்னு எனக்குத் தெரியும்.

சாம்பன்: *ரகசியமா? அது என்னய்யா ரகசியம்?*

சிவன்: இவ்வளவு சின்ன வயசுலே தனக்குக் கல்யாணம் வேணாம்னு என் பையன் சொல்றான், வேணும்னா உங்க பொண்ணை எனக்கு குடுங்களேன்னு நீ கேக்கலே?

சாம்பன்: மகனே... அப்படிக் கேட்டது என்னமோ வாஸ்தவம்தான். ஆனா அவங்க உனக்கு குடுக்க மாட்டேன்னு தீர்மானமா சொன்ன அப்புறம்தான் நான் அவங்களை அப்படிக் கேட்டேன் தெரியுமா? எனக்கும் நியாயம் நீதி தர்மம் எல்லாம் உண்டுடா. நான் எவ்வளவு யோக்கியமானவன்னு செத்துப்போன உங்கம்மாவுக்கும் நல்லா தெரிஞ்சு இருந்தது. இன்னிக்கு அவ இருந்திருந்தா என்ன சொல்லி இருப்பா தெரியுமா? மகனே உங்கப்பா நிஜம்தான் சொல்றாரு நீ நம்புன்னு சொல்லி இருப்பா.

சிவன்: இந்த உலகத்துலே நீ அதிகம் பொய் பேசினதே எங்கம்மாகிட்டேதான். அம்மா உயிரோட இருந்தப்போவே ஒன்னோட அஞ்சாறு லீலைகள் வெளியே வந்தது.

சாம்பன்: அந்த வயசிலே அஞ்சோ ஆறோ அதிகமாய்யா?

சிவன்: உன்னோட பொய்கள் தாங்காமதான் எங்கம்மா செத்துப்போயிட்டா..

சாம்பன்: நாளைக்கு நீயும் அப்படித்தாண்டா மகனே, உன் பொண்டாட்டிகிட்டே எப்பவும் உன்னாலே நிஜம் சொல்ல முடியுமா? பொம்பளைங்ககிட்டே பொய் பொய்யா நிஜம் சொல்லணும். ஆனா நிஜமான பொய்யா சொல்லணும் ஞாபகம் வெச்சிக்கோ.

சிவன்: நீயும் ஒண்ணு ஞாபகம் வெச்சிக்கோ. நீ என் முதுகிலே ஏறி வர்றது எனக்காக இல்லேன்னு எனக்கு நல்லா தெரியும். எனக்குன்னு பொண்ணு பார்க்கிறது அந்தப் பொண்ணை நீ தட்டிக்கிட்டு போகணும்னு பார்க்கிறது. (பார்வையாளர்களை நோக்கி) இவன்லாம் ஒரு அப்பன். தூ...

சாம்பன்: சரி ராஜா. நீயாவது ஒரு முறை எங்கப்பாவுக்கு கல்யாணம் ஆகட்டும். அதுக்கப்புறம் நான்

பண்ணிக்கிறேன்னு பெரிய மனசு பண்ணி ஏன் சொல்லக்கூடாது?

சிவன்: அட்லீஸ்ட் உனக்கு ஒரு கல்யாணமாவது ஆயிருக்கு இல்லையா?

சாம்பன்: அவதான் செத்துட்டாளே? இருந்திருந்தா நான் கேட்டு இருப்பேனா?

சிவன்: எனக்கு இன்னும் ஒரு கல்யாணம்கூட ஆகலையே?

சாம்பன்: அப்புறமா நாலு கல்யாணம் பண்ணிக்கலாம்டா. எனக்கு இப்போ அர்ஜெண்டா ஒரு கல்யாணம் செய்து வைடா. நேத்துகூட என் கனவுலே உங்க அம்மா வந்திருந்தா தெரியுமா?

சிவன்: மயிரு... பச்சைப் பொய்.

சாம்பன்: பொய் இல்லேடா நிஜமான நிஜம்தாண்டா. என் கனவுலே வந்து, 'இங்கே பாருங்க. நீங்க என்னைவிட இன்னொரு அழகான பொண்ணை கட்டாயம் கல்யாணம் பண்ணிக்கணும். என் மேல் ஆணைன்னு' சொன்னாப்பா.

சிவன்: *(உரக்க சிரித்து)* பலே சூப்பர்.

சாம்பன்: உனக்கு சிரிப்பா இருக்கு இல்லையா? திருட்டுத் தாயோளி. உங்க அம்மாவும் நானும் எவ்வளவு பிரியமா இருந்தோம் தெரியுமா?

சிவன்: ஆமாம், காலைலே எழுந்து ஒருத்தர் மூஞ்சி ஒருத்தர் பார்த்துக்கிறப்போவே சண்டையை ஆரம்பிச்சிடுவீங்களே?

சாம்பன்: இப்பவும் அவ இருந்திருந்தா சண்டை போட்டுக்கிட்டுத்தான் இருந்திருப்பா. ஆனா கனவுலே நாங்க ரெண்டு பேரும் கண்டிப்பா சண்டை போடலே ராஜா. கனவுலே நான் அவ கையிலே அடிச்சு சத்தியமா நான் இன்னொரு கல்யாணம் பண்ணிக்கிறேன்னு சொன்னப்புறம்தான் போனா. இல்லேன்னா என் கனவிலே இருந்து போகமாட்டேன்னு அடம்பிடிச்சா தெரியுமா?

சிவன்: நேத்து என் கனவுலேயும் அம்மா வந்திருந்தா. என்கிட்டே சொன்னா, உங்கப்பா ஒரு கடைஞ்சு

எடுத்த அயோக்கியன், பொறுக்கி அவனுக்கு எந்த காரணத்தைக் கொண்டும் கல்யாணம் பண்ணி வைக்காதேன்னு சொன்னா. அது மட்டுமில்ல, அந்தத் திருட்டுக் கம்மனாட்டி சொல்ற எந்த வார்த்தையையும் நம்பாதேன்னு சொன்னா.

சாம்பன்: பொய்க்குப் பிறந்த தேவடியா மகனே. ரெண்டு பேர் கனவிலேயும் ஒருத்தியே எப்படிடா வரமுடியும்?

சிவன்: அப்படின்னா உன் கனவிலேயும் அவ வரலேன்னு ஆகுது இல்லியா?

சாம்பன்: தேவடியா மகனே. நீ என் புள்ளையே கிடையாது.

சிவன்: அருதலிக் கம்மனாட்டி. நீ என் அப்பனே கிடையாது.

சாம்பன்: நான் அருதலிக் கம்மனாட்டின்னா உங்கம்மா என்னடா ஆனா?

சிவன்: நான் தேவடியா மகன்னா உன் பொண்டாட்டி என்னய்யா ஆனா?

சாம்பன்: சே...

சிவன்: சே...

(இருவரும் முறைத்துக்கொண்டு திரும்பி உட்கார்ந்து இருக்கின்றனர். சிறிது நேரம் கழித்து)

சிவன்: யப்பா...

சாம்பன்: பேசாதே, மூடிக்கிட்டு இரு.

சிவன்: வெளியே ரொம்ப குளிரா இருக்கு. கொஞ்சம் சாராயம் ஊத்திக்கோப்பா.

சாம்பன்: பார்த்தியா, இதுக்குப் பேருதான் புத்திரபாசம். அப்படியே ஒரு கல்யாணமும் பண்ணிக்கோன்னு சொன்னா எவ்வளவு நல்லா இருக்கும்?

சிவன்: ஒரு வேலை செய்யலாம். ரெண்டு பேரும் ஒரே நாள்லே கல்யாணம் பண்ணிக்கிட்டா?

சாம்பன்: (சந்தோஷத்துடன்) ஒரே பொண்ணையா?

சிவன்: சீ.. வேறே வேறே..

சாம்பன்: அப்படிப் போடு.

சிவன்: யப்பா நான் ஒரு பொண்ணைப் பார்த்து வச்சிருக்கேன். இப்போ நீ எனக்கு உதவி பண்ணணும். நீ எதாவது பொண்ணைப் பார்த்தா நான் உனக்கு செட் அப் பண்றேன். ஒர்த்தருக்கொத்தர் உபகாரமா இருக்கும் இல்லையா?

சாம்பன்: நான் என்ன பண்ணணும்னு சொல்லு.

சிவன்: நீ புடவை கட்டிக்கணும்.

சாம்பன்: அப்படின்னா?

சிவன்: பொண்ணு வேஷம் போடணும். அந்தப் பொண்ணோட வீட்டுலே ஒரு வேலைக்காரி தேவையா இருக்குதாம்.

சாம்பன்: அப்படியா?

சிவன்: அப்படித்தான். உன் புள்ளைக்கு ஒரு உபகாரம் பண்ணணும்னு நெனைச்சா நீ ஒரு புடவையை உடுத்திக்கிட்டு அவங்க வீட்டுலே வேலைக்காரியா சேர்ந்துக்கோ. அடிக்கடி ஒன்னைப் பார்க்க வர்ற மாதிரி ஐடியா பண்ணி அந்தப் பொண்ணை செட்டப் பண்ணிக்கிறேன். அதே மாதிரி உனக்கும் யாராவது பொண்ணு கிடைச்சா நானும் உனக்கு உதவி பண்ணுவேன்.

(சாம்பன் பாடுகிறான்.)

'எப்படித் தேடுவேன்
என் கிளியை
எப்படித் தேடுவேன்
மன்மத பாணம்
தாக்கும் தொல்லை
எனக்குத் தாளவில்லை
மனதெல்லாம் அதே சிந்தை
அட இது என்ன விந்தை
எப்படி சேருவேன்

நான் எப்படி தேடுவேன்
அவளை எப்படி தேடுவேன்.'

சாம்பன்: டேய் இந்தப் பாட்டை நாலு கட்டையிலே பாடணும். அப்பத்தான் நாடகம் சுவாரஸ்யமா இருக்கும்.

சிவன்: அப்படின்னா சரி. எனக்கு யாருமே கதி கிடையாதுன்னு ஆகிப்போச்சு. ரெண்டு நாளா சோறு தண்ணியே தொடலை, ஏன்னு கேக்க யாரும் நாதி இல்லே. ஏக்கப் பெருமூச்சா விட்டுக்கிட்டு இருக்கேன், தூக்கம் இல்லாமே தவிக்கிறேன். இன்னும் ஏன் நான் உசிரை வெச்சிக்கிட்டு இருக்கணும்? நான் உள்ளே போய் தூக்கு மாட்டிக்கிறேன். நீ சந்தோஷமா இரு, சௌகர்யமா இரு.

சாம்பன்: ரொம்ப சந்தோஷம்.

சிவன்: அப்புறம் நீ கூப்பிட்டாக்கூட கதவைத் திறக்கமாட்டேன்.

சாம்பன்: ஏண்டா நீ தூக்குப் போட்டுக்கிட்டு இருக்கிறப்ப எப்படிடா இறங்கி கதவைத் திறப்பே?

சிவன்: இந்தப் பாழாப்போன கோவில்லே நம்ம குறையைச் சொல்லி அழலாம்னா மயிரு இங்கே கடவுள்கூட இல்லே. (கர்ப்பக்கிரகத்துக்குள் நுழைந்து கதவைச் சாத்திக் கொள்கிறான்.)

சாம்பன்: திருட்டுப் பையன். எப்படி சாகிறான்னு நானும் பார்க்கிறேன். ஒரு பொண்ணைப் பார்க்கலாம்னு தேடிக்கிட்டு இங்கே வந்தா இது பெரிய ஊரு. ஒருத்தனையும் தெரியாது. சரி திரும்பப் போகலாம்னு பார்த்தா இந்த பையன் ஏதோ ஒரு பொண்ணை நோட்டம் விட்டுகிட்டு இருக்கானே. ஏதோ ஒரு சந்து, அந்தச் சந்துக்கு உள்ளே ஒரு வீடு, வீட்டுலே ஒரு மாடி, அந்த மாடி மேலே அந்தக் குட்டி தலை வாரிக்கிட்டு இருந்தா இவன் வாயை பொளந்துக்கிட்டு நிக்கிறான். அவளும் கில்லாடி, பார்த்து சிரிச்சா. யாரைப் பார்த்து சிரிச்சான்னு யோசனை பண்ண வேணாமா? இவனும் பேக்கு

மாதிரி இளிச்சான். நானும் இளிச்சேன். அது வேறே விஷயம். அப்ப இருந்து இந்த நாய்க்கு காதல் ஜுரம் தலைக்கு ஏறிக்கிச்சு. ஏக்கப் பெருமூச்சு விடறது என்னா, கனவு காண்றது என்னா, கழுதை மாதிரி புரண்டு புரண்டு படுக்கிறது என்னா, சினிமாப் பாட்டா பாடறது என்னா பெரிய கண்றாவி. என்னமோ மகன் சாக்குலே நானும் ஒரு பொண்ணைத் தள்ளிக்கிட்டு போகலாம்னு பார்த்தா பாழாப் போனது ஒரு பொண்ணும் கிடைக்க மாட்டேங்குது. அது போகட்டும், எனக்கு இருக்கிறது ஒரு மகன். எனக்கு அவனும் அவனுக்கு நானும்தான் துணைன்னு மனசைச் சமாதானப்படுத்திக்கிட்டா, இந்தக் கம்மனாட்டி மகன் தனக்கே கல்யாணம் ஆகணும்னு ஒத்தைக்கால்லே நிக்கிறான். காலம் ரொம்ப கெட்டுப்போச்சு. மகனே பீஷ்மா கல்யாணம் பண்ணிக்கோடான்னு அப்பன் கேட்டா எனக்கு வேணாம்பா, நீயே பண்ணிக்கோன்னு சொன்னானாம் பீஷ்மன். இப்போ அப்படிப்பட்ட புள்ளைங்க எங்கே இருக்காங்க?

(படுத்துக் கொள்கிறான். பிள்ளையார் பிரவேசிக்கிறார். அவரைப் பின்தொடர்ந்து ஒரு கழுதையும் வருகிறது.)

பிள்ளையார்: பக்தர்களும் இல்லே, பூஜையும் இல்லே. அம்மா அப்பா கிட்டப்போய் நிம்மதியா இருக்கலாம்னா இந்தப் பாழாப்போன கழுதையோட சகவாசம் விடமாட்டேங்குது. எப்பவும் எங்கே போனாலும் விடாம துரத்திக்கிட்டு வருது. ஒரு செகண்ட் நான் எங்கேயாவது காணாம போனா கத்தி ஊரைக் கூட்டுது. யாருக்காவது தரலாம்னா வாங்கிக்கிற தாராள குணம் இருக்கிறவங்க யாரு இருக்கா? எங்க அப்பன் சிவன்தான் காப்பாத்தனும். (கர்ப்பக்கிரகம் சாத்தி இருப்பதைப் பார்க்கிறார்) யாருப்பா உள்ளே கதவைத் திற. (படுத்து இருக்கும் சாம்பன் பிள்ளையாரைப் பார்த்ததும் எழுந்துகொள்கிறான்.)

சாம்பன்: வணக்கம் சாமி.

பிள்ளையார்: யாருய்யா அது உள்ளே இருக்கிறது?

சாம்பன்: சாமி மேக்கப் சூப்பரா இருக்கு..

பிள்ளையார்: மேக்கப்பா? யோவ் யாருய்யா நீ?

சாம்பன்: யாரு அய்யாவா? அவன் இவன் என்று ஏக வசனத்தில் பேசவேண்டாம் மரியாதையா பேசுங்க. ஏற்கெனவே நான் அயோக்கியன். எனக்குக் கோபம் வந்தா அவ்வளவுதான்.

பிள்ளையார்: (தனக்குள்) அது சரி. என்னைப் பார்த்தா ஜனங்க தோப்புக்கரணம் போட்டு அதைக் குடு இதைக்குடுன்னு வரமா கேட்டுத் தள்ளறாங்க. இவன் என்னடான்னா என்கிட்டேயே ரோப் அடிக்கிறான். இருக்கட்டும் (உரக்க) ஐயா தலைவரே...

சாம்பன்: சே.. சே அவ்வளவு பெரிய மரியாதையெல்லாம் வேண்டாம்.

பிள்ளையார்: அது ஏம்பா தலைவரேன்னு கூப்பிட்டா இவ்வளவு கூச்சப்படுறே?

சாம்பன்: ஏன்னா என் பேரு தலைவர் இல்லே. சாம்பன்.

பிள்ளையார்: அப்படியா? சாம்பன் சார் உள்ளே யாரு இருக்கா?

சாம்பன்: என் மகன் சிவன் இருக்கான். நல்லா சௌக்கியமாவே இருக்கான். ஆனால் உங்க நாடகங்கள்லே காதல், லவ்ஸுன்னு வருமே. அந்த வியாதி பிடிச்சி இருக்கு அவ்வளவுதான். பொண்ணு கிடைக்கலையாம் அதனாலே தூக்கு மாட்டிக்கிறேன்னு உள்ளே போயிருக்கான்.

பிள்ளையார்: என்ன எழவுய்யா இது. அவனுக்கு சாக இந்த இடம்தானா கிடைச்சது. கூப்பிடுய்யா அவனை வெளியே..

சாம்பன்: கூப்பிடறேன், ஆனால் நீங்க மேக்கப் கலைக்கனும் சாமி.

பிள்ளையார்: இதோ பாருப்பா நான் மேக்கப் போட்ட பிள்ளையார் இல்லே நிஜமான பிள்ளையார். இது என் கோவில். பீடத்துலே உட்கார்ந்து உட்கார்ந்து பேஜார் ஆயிடுச்சு. கொஞ்சம்

அப்படியே காலாற நடந்து வரலாம்னு போயிருந்தேன். அவ்வளவுதான். இப்போ கதவைத் திறக்க சொல்லேன்.

சாம்பன்: (தனக்குள்) இவன் கம்பெனி நாடகப் பார்ட்டி கிடையாது. பைத்தியக்கார ஆஸ்பத்திரி பார்ட்டி. (உரக்க) சாமி, நீங்க பார்வதி புத்திரன் பிள்ளையார் இல்லையா? பிரார்த்தனை பண்றேன் ஒரு வரம் குடுக்கிறீங்களா?

பிள்ளையார்: பிரார்த்தனையெல்லாம் எதுக்கு?

சாம்பன்: சே..சே. அதுக்காக சம்பிரதாயத்தை எதுக்கு விட்டுக்குடுக்கனும்? போனா போகுது ஒரு பாட்டுத்தானே? வாங்கிக்குங்க.

'வினாயகனே வினை தீர்ப்பவனே

வேழ முகத்தோனே ஞால முதல்வனே

வினாயகனே வினை தீர்ப்பவனே.'

ஆச்சா போதுமா? இப்ப வரம் குடுங்க சாமி.

பிள்ளையார்: குடுக்க என்கிட்டே என்ன இருக்கு? நானே பாப்பர் ஆயிருக்கேன். பாழடைஞ்ச கோயில்லே இருக்கிற வீணாப்போன கடவுள் உனக்கு என்ன வரம் குடுக்கமுடியும்?

சாம்பன்: நான் பாடற வரைக்கும் மூடிக்கிட்டு இருந்திட்டு அப்புறம் ஒன்னும் இல்லேன்னா என்ன அர்த்தம். வரம் குடுக்கலேன்னா பரவாயில்லே ஒரு டிரிக் ஆவது பண்ணிக் காமிங்க.

பிள்ளையார்: என்ன டிரிக்கா? என்ன செய்யனும்?

சாம்பன்: (தனக்குள்) நான் பெண்ணா மாறணும் இல்லையா? (உரக்க) சாமி என்னை ஒரு பெண்ணா மாத்திக் காட்டு.

பிள்ளையார்: என்ன? பெண்ணாகவா?

சாம்பன்: ஆமாம். நீ சாமிதானே? எங்கே மாத்திக் காட்டு பார்க்கலாம்.

பிள்ளையார்: பெர்மனெண்டா பெண்ணா மாத்தணுமா இல்லே டெம்பரவரியாகவா?

சாம்பன்: எப்படியோ செய் சாமி பார்க்கலாம்னா..

பிள்ளையார்: சரி கவனமா கேளு, இந்த முத்தை நீ வாயிலே வச்சிக்கோ. (ஒரு முத்தை எடுத்துக்கொடுக்கிறார். சாம்பன் அதை வாயில் வைக்க முயலும்போது தடுத்து) இரு இங்கே இல்லே அங்கே போய் மறைவான இடத்துலே வச்சிக்கோ.

(சாம்பன் மறைவிடம் போய் பெண்ணாக மாறி வருகிறான்.)

சாம்பன்: சாமி என்னை மன்னிக்கனும். நீங்க ஒரிஜனல் சாமிதான்னு தெரியலே. (காலில் விழுகிறான்) என்னைத் திரும்ப ஆணா மாத்துங்க சாமி. வேனும்னா திரும்ப பிரார்த்தனை பண்றேன். (பாடுகிறான்)

பிள்ளையார்: அப்படின்னா வாயிலே வெச்சே இல்லே அந்த முத்து அதை வெளியே எடு. (சாம்பன் வாயில் இருந்த முத்தை வெளியே எடுக்கிறான். ஆணாக மாறிவிடுகிறான்.)

சாம்பன்: ரொம்ப தாங்க்ஸ் சாமி.

பிள்ளையார்: இப்போ கதவை திறக்க சொல்றியாப்பா..

சாம்பன்: அட மறந்தே போச்சு. (ஓடிப்போய் கதவைத் தட்டுகிறான்.) டேய் சிவா, கதவைத் திறடா, பிள்ளையார் வந்து இருக்காரு கதவைத் திறடா..

சிவன்: யாரு கடவுளா? அவனை எனக்கு யாருன்னே தெரியாது.

சாம்பன்: டேய் நிஜமாகவே நிஜமான கடவுள்டா..

சிவன்: கடவுளா இருந்தா எதாவது வரத்தைக் குடுக்க சொல்லு.

சாம்பன்: அதுவும் சரிதான். கதவைத் திறந்து வெளியே வந்து நீயே வரம் கேட்டுக்கோ.

சிவன்: அதெல்லாம் முடியாது. வரம் குடுத்தாத்தான் கதவைத் திறப்பேன்.

பிள்ளையார்: சரியான சாவு கிராக்கி. யோவ் யாருய்யா அது உள்ளே? மரியாதையா வெளியே வர்றியா இல்லே போலீஸை கூப்பிடவா?

சாம்பன்: ஒரு ஏழை பக்தன் மேலே இவ்வளவு கோபமா சாமி? ஏதாவது ஒரு வரத்த அவன் முஞ்சி மேலே வீசி எறிய வேண்டியதுதானே?

பிள்ளையார்: என்கிட்டே நிஜமாகவே ஒன்னும் கிடையாதுப்பா. வேணும்னா ஆசிர்வாதம் பண்றேன்.

சாம்பன்: டேய் சிவன் ஆசிர்வாதம் பண்றாராம். கதவைத் திறடா..

சிவன்: வெறும் கையாலே ஆசிர்வாதம் வேணும்னா நானே பண்றேன். வரம் குடுக்கச் சொல்லு அப்பத்தான் கதவைத் திறப்பேன்.

பிள்ளையார்: என்ன எழவுடா இது. இதோ பாருப்பா என்கிட்டே ஒரு கழுதை இருக்கு வேணும்னா தரவா?

சிவன் : அதை வாங்கிட்டு நான் என்ன கழுதை மேய்க்கவா?

பிள்ளையார்: இதை சாமானிய கழுதைன்னு நினைச்சுக்க வேண்டாம். டிங்டாங்னு இதுக்குப் பேரு. அது எப்படி பிறந்தது தெரியுமா? ஒரு ஓவியன் இருந்தான். அவன் இந்தக் கோயில்லேயே பழியா கிடந்தான். எனக்கு ஒண்டியா அந்த பீடத்து மேலே ஒக்காந்து ரொம்ப பேஜார் ஆயிடுச்சு. எதுக்கும் இருக்கட்டுமேன்னு அவன் கிட்டே நான் பிரண்ட்ஷிப் வெச்சிக்கிட்டேன். அவன் எப்படிப்பட்ட கலைஞன்னா யார் முடியையாவது என்கிட்டே குடு. அந்த ஆளோட முழு ஓவியத்தை வறையறேன்னு பீத்திக்கிட்டு இருந்தான். அவன் திறமையை சோதிச்சுப் பார்க்கலாமேன்னு ஒரு முறை நான் இந்த ஊர் ராஜாவோட தலை முடியைக் குடுத்து இந்த தலைமுடிக்கான ஆளைச் சித்திரமா வரைடான்னு சொன்னேன். அவனும் வரைஞ்சான், பார்த்தா அது ஒரு கழுதையோட படமா வந்திருந்தது. ரெண்டு பேருக்கும் பயங்கரமா சிரிப்பு வந்தது. நான் சிரிக்க சிரிக்க அந்தக் கழுதை ஓவியத்துக்கு உயிர் வந்தது. இங்கே நிக்குது பார் அதே கழுதை அது.

சாம்பன்: பரவாயில்லையே..

பிள்ளையார்: இந்தக் கழுதை சொன்ன மாதிரியெல்லாம் ஆடும். வேணும்னா இதை வெச்சிக்கிட்டு ஒரு சர்க்கஸ் கம்பெனி ஆரம்பிக்கலாம். அது மட்டும் இல்லே, இந்தக் கழுதைக்கு ராஜயோகம் இருக்கு.

சாம்பன்: டேய் சிவா, அவரு என்னமோ ராஜயோகம் இருக்கிற கழுதையைக் குடுக்கிறாராம். கதவைத்திறடா..

(சிவன் கதவைத் திறந்து பயபக்தியுடன் பிள்ளையாரின் காலைப்பிடிக்க ஓடி வருகிறான். பிள்ளையார் அந்த நேரத்தில் தப்பித்துக்கொள்வது போல் ஓடிப்போய் கதவைச் சாத்திக்கொள்கிறார்.)

பிள்ளையார் : *(கொஞ்சமாய் கதவைத் திறந்து)* இதோ பாருப்பா. என்கிட்டே இருக்கிறது ஒரு கழுதை. அதை இப்போ உனக்கு வரமா கொடுத்துட்டேன். வாங்கிக்கோ.

சிவன் : நீ நல்ல கடவுள்யா. என்னை ஆசிர்வாதம் பண்றேன்னீங்க

பிள்ளையார்: *(கதவைத் திறந்து)* அதையும் பண்றேன். ஒழிஞ்சி போங்கடா.

சிவன்: சாமி என்ன ஆசிர்வாதம் பண்ணீங்க?

பிள்ளையார்: என்ன ஆகணும்?

சிவன்: நான் காதலிக்கிற பொண்ணு எனக்கே.... அப்படின்னா எங்கப்பனுக்கு இல்லே. எனக்கே கிடைக்கணும்.

பிள்ளையார்: இந்தக் கழுதையினாலே அந்தப் பொண்ணும் கிடைப்பா போடா.

சாம்பன்: சாமி அந்த முத்தை எனக்குக் குடுத்தீங்களே. பிரம்மச்சாரியான உங்க கிட்டே அது எதுக்கு?

பிள்ளையார்: அதெல்லாம் சொல்ல முடியாது. நான் சொல்லலே? அது என்னுது இல்லேன்னு.

சாம்பன்: ஒரு ரெண்டு நாள் போதும் சாமி. அப்புறம் திருப்பிக் கொடுத்துடுவேன்.

பிள்ளையார்: சொன்ன வாக்கு தவறக்கூடாது..

சாம்பன்: அது சரி. சாமியை ஏமாத்த முடியுமா?

பிள்ளையார்: நீங்க எல்லாம் சாமியைத்தாண்டா அதிகம் ஏமாத்தறது. இருக்கட்டும். நீயே வச்சுக்கோ. நான் கேக்கறப்போ திருப்பிக் குடுக்கணும் *(மீண்டும் முத்தைக் கொடுத்து கதவைச் சாத்திக்கொள்கிறார்.)*

சாம்பன்: சாமி இருங்க. இந்தக் கழுதை நாடகம் ஜோரா நடக்கணும்னு ஆசிர்வாதம் பண்ணுங்க.

பிள்ளையார்: ததாஸ்து.

(காட்சி முடிவு)

காட்சி – 2

(ராஜா மற்றும் காவல் துறை அதிகாரி)

ராஜா: போலீஸ் பந்தோபஸ்து எல்லாம் சரியா இருக்கா?

போலீஸ்: எல்லாம் சரியா இருக்கு மகாராஜா.

ராஜா: அந்தப் புரட்சி கிரட்சி எதாவது?

போலீஸ்: அதெல்லாம் ஒண்ணுமில்லே மகாராஜா. அப்படி வாயை தெறக்கறவனை எல்லாம் உள்ளே தள்ளியாச்சு மகாராஜா.

ராஜா: சரி அந்தத் தலைமைச் செயலாளரை உடனே அனுப்பு. நாங்க ரெண்டு பேரும் கொஞ்சம் அந்தரங்கமா பேசணும். நீ வெளியே போய் நில்லு.

போலீஸ்: உத்தரவு மகாராஜா *(வெளியே செல்கிறான். தலைமைச் செயலாளர் உள்ளே வருகிறார்.)*

ராஜா: டேய் செகரட்டரி, அவள் இன்னும் கிடைக்கலையாடா?

த.செ: நான் தீவிரமா முயற்சி பண்ணிக்கிட்டே இருக்கேன் மகாராஜா.

ராஜா: எவ்வளவு நாளா முயற்சி பண்ணிக்கிட்டே இருப்பே? இந்த தேசத்தைக் கட்டி ஆளுகிற மகாராஜாவுக்கு அவர் பார்த்து இஷ்டப்பட்ட ஒரு பொண்ணு

கிடைக்கலேன்னா ஜனங்க பார்த்து உள்ளுக்குள்ளே நக்கலா சிரிக்க மாட்டாங்களா? ஜனங்க அப்படி சிரிச்சா நான் எதுக்கு உயிரோட இருக்கணும்? இந்தப் பட்டணத்துலே ஒவ்வொரு வீடா தேடிப் பார்த்தியா?

த.செ: தேடினேன் பிரபு.

ராஜா: அப்படியும் கிடைக்கலையா?

த.செ: பொண்ணுங்க நிறைய இருக்காங்க மகாராஜா. ஆனா நீங்க சொன்ன அந்தப் பச்சைப் புடவை நீல ரவிக்கை போட்ட பொண்ணு கிடைக்கலை. ஆனா சீக்கிரம் தேடிக் கண்டுபிடிச்சிடுவேன். இன்னிக்கு கொஞ்சம் சமாச்சாரம் தெரிஞ்சது. அவ ஒரு செட்டியாரோட பொண்ணாம்.

ராஜா: பச்சைப் புடவை நீல ரவிக்கை. மகனே நல்லா ஞாபகம் வெச்சுக்கோ மறக்கக் கூடாது. ஆஹா, ஃபிகர்னா அவதான்யா. மலர் வனம் டூ பூந்தோட்டம் டூ பார்க் டேய் தலைமை கொஞ்சம் கற்பனை செய்து பாருடா..

போலீஸ்: (உள்ளே வந்து வணங்கி) மகாராஜா உங்களை தரிசனம் பண்ண குடிமக்கள் உயர்மட்டக் குழு வந்து இருக்காங்க.

ராஜா: மயிரு. ரொம்ப அர்ஜெண்டான அந்தரங்கமான விஷயம் பேசறோம்னு சொன்னேன் இல்லே?

போலீஸ்: சொன்னீங்க மகாராஜா, ஆனா அவங்களும் உங்களை ரொம்ப அர்ஜெண்டா பார்த்தே ஆகணும்னு சொல்றாங்க மகாராஜா.

ராஜா: என்ன மயிருக்காம்?

போலீஸ்: அவங்க இந்த மனுவை உங்ககிட்டே குடுக்குணுமாம் மகாராஜா.

ராஜா: சரி, ஒரே வார்த்தையிலே சுருக்கமா படி.

போலீஸ்: 'ஒழிக... ஒழிக...

எங்கள் வாழ்வில் நெருக்கடி
நின்றால் வரி உட்கார்ந்தால் வரி

பல் தேய்த்தால் வரி
வெளிக்குப் போனால் வரி
குளித்தால் வரி உடை உடுத்தினால் வரி
அந்த வரி. இந்த வரி. வரி... வரி... வரி...'

சுருக்கமா சொல்லணும்னா ஜனங்க எல்லாம் வரிச்சுமையாலே நசுங்கிப் போயிருக்காங்களாம் மகாராஜா.

ராஜா: சொல்லி ஆச்சு இல்லே. அப்புறம் ஏன் இங்கே நின்னுக்கிட்டு இருக்கே. போய்த்தொலை. நான் அந்தரங்கமான விஷயம் பேசணும்னு சொன்னேன் இல்லை? இன்னொரு முறை நாங்க பேசறப்போ உள்ளே வந்தா தோலை உரிச்சி தலைகீழா தொங்க விட்டுடுவேன். போ.

(போலீஸ் திகைத்து வெளியேறுகிறான்.)

சே என்ன ஜனங்கய்யா இவனுங்க. மூட் ஸ்பாயில் பண்றாங்க. சரி, நான் என்ன சொல்லிக்கிட்டு இருந்தேன்?

த.செ: மலர் வனம்... நந்தவனம்.... பூந்தோட்டம் மகாராஜா.

ராஜா: ஆங்.. மலர்வனம், பூந்தோட்டம். பறவை மரம் செடி கொடி எல்லாம் கூச்சல் போடுது. குயில் தரையைக் கீறி தூசியை வீசி எறியுது. வெண்ணிலவு அரிசி மாவு மாதிரி பொழியுது. அப்போ.... அந்தக் குட்டி.. அதுதான் அந்தப் பச்சைப் புடவை நீல ரவிக்கை பொண்ணு ஒய்யாரமா ஆடிப் பாடி தை தைன்னு நாட்டியம் பண்ணி தன் கால் சலங்கையை ஒலி எழுப்பி பீ பீ டும் டும்னு சங்கீதம் எழுப்பி வர்றா. வந்தாளாய்யா?

த.செ: ஆம். வந்தா மகாராஜா. அது சரி பூந்தோட்டத்துலே எனக்கும் அனுமதி உண்டா மகாராஜா?

ராஜா: ஆமாய்யா. உன் உதவி இல்லாமே நான் ஒருத்தனே எவ்வளவு காதல் பண்ண முடியும்? ஆனால் புல்லை மேயற குயில் குஞ்சுகூட கலைந்து போகாத அளவுக்கு மெதுவா அடி எடுத்து வச்சி வா அவ்வளவுதான்.

த.செ: குயில் குஞ்சு புல் மேயுமா? குயில் குஞ்சு ஒரு பறவை இல்லையா மகாராஜா.

ராஜா: மகனே அது ஒரு பிராணி. பறவை இல்லை. நான் சொல்றதை மறுத்துப் பேசினா நான் உன் பல்லை உடைப்பேன்.

த.செ: ஆஹா... அது ஒரு மிருகம் இல்லையா? ஆமாம் ஆமாம்.. அப்படித்தான் இருக்கணும். குயில் குஞ்சுக்கு நாலு கால் இருக்கும். சரிதான்.

ராஜா: நீளமான வால், குதிரை மாதிரி மூஞ்சி. ஆனா காது கொஞ்சம் சின்னது. ஆகாயத்தைப் பார்த்து முகத்தை நிமிர்த்திக் கத்தும். நம்ம பூங்காவனத்துலே வேண்டிய அளவுக்கு இருக்கு. அது நம்ம தேசிய மிருகம் இல்லையா?

த.செ: ஆமாம், ஆமாம்... வாஸ்தவம்தான். முதல்லே நீங்க வர்ணிச்சதைப் பார்த்து ஒருவேளை கழுதையோன்னு நினைச்சேன்.

ராஜா: அது ஒரு தனிக்கதை. கழுதை மனுஷன் மாதிரி இருக்கும். பேஜார் ஆகறப்போ கத்தும். ஆனா அந்தப் பிராணிகிட்டே எனக்கு ஏன் வெறுப்புன்னா அது ஒதைக்கும்யா. ஒருத்தரை ஒதைக்கிற உரிமை ராஜாக்களுக்கு மட்டுமே இருக்கணும். என்ன சொல்றே?

த.செ: இல்லையா பின்னே?

ராஜா: அந்தப் புரட்சிக்கார நாயிங்க தனக்கும் அந்த ஒதைக்கிற உரிமை வேணும்னு சொல்றாங்களே..

த.செ: இது ரொம்ப அநியாயம் இல்லையா?

ராஜா: அந்தப் பூந்தோட்டத்தை அங்கேயே விட்டோமேய்யா.. அவ வந்து சும்மா நிக்கிறாளே. இப்போ என்ன பண்றது சொல்லு..

த.செ: அப்படின்னா... இப்படி வெச்சிக்குவோம். அந்தக் குட்டி அங்கே இருக்கான்னு வெச்சிக்குங்க. நீங்க இங்கே இருக்கீங்க. நான் அவ பக்கத்துலே இருக்கேன்.

ராஜா: அது ஏண்டா நீ அவ பக்கத்துலே இருக்கணும்? நான் அவ பக்கத்துலே இருக்கேன் நீ இங்கே இரு.

த.செ: இல்லே இல்லே, நீங்க அப்படி வெச்சிக்கோங்க. அவ்வளவுதான்.

ராஜா: அதுதான் சரி. நான் சொன்னபடியே வச்சிக்குவோம்.

த.செ: இல்லை பிரபு, இப்போ நான் அவளை அழைச்சிக்கிட்டு வந்திருக்கேன். அதனாலேதான் அவ என் பக்கத்துலே இருக்கா. இப்ப என் பக்கத்துலே இருந்து உங்க பக்கத்துக்கு வர்றா..

ராஜா: அப்படின்னா சரி.

த.செ: நீங்க இங்கே இருக்கீங்க.. அவ வர்றா.. நீங்க எப்படி நின்னுக்கிட்டு இருப்பீங்க?

ராஜா: (ஒரு பாவனையில் நின்று) இது எப்படி இருக்கு?

த.செ: நிக்கிறதுக்கு ஒரு தனி ஸ்டைல் இருந்தா நல்லா இருக்குமே?

ராஜா: (இன்னொரு பாவனையில்) இது?

த.செ: ஆங் இது பரவாயில்லை. பாருங்க நானே அந்தப் பொண்ணுன்னு வச்சிக்குங்க. நான் இப்போ வர்றேன். நீங்க என்ன பண்ணுவீங்க?

ராஜா: என்ன பண்ணணும்?

த.செ: ஆங்... புட்டத்தைத் தூக்கிக் குசு விட வேண்டியதுதான்.

(ராஜா அப்படியே செய்கிறான்.)

த.செ: அப்படி இல்லை மகாராஜா. அவ அங்கிருந்து வர்றப்பவே ஒரு சின்ன புன்னகை. ஒரு ஃப்ளையிங் கிஸ். இப்படி எறியணும். எப்படி.. பண்ணிக் காமிங்க..

ராஜா: அன்பே ஆருயிரே..

த.செ: சீச்சீ அப்படி இல்லை. கொஞ்சம் கம்பீரமா இப்படி... நீங்க உங்க முத்தத்தை அவள் பக்கம் எறியறப்போ அவ தன் இதயத்தை உங்க பக்கம் எறியணும். அப்படி இருக்கணும் உங்க முத்தம்.

ராஜா: ஆனா நீ செய்து காட்டுறப்போ உன் மூஞ்சி எச்சை இலை மாதிரி இருந்தது. நானும் அப்படியே பண்ணணுமா?

த.செ: நீங்க நேச்சுரலாவே பண்ணுங்க.

ராஜா: அன்பே ஆருயிரே..

த.செ: நீங்க மண்டி போட்டு ரெண்டு கையாலேயும் உங்க மார்பைத் தொட்டு உங்க டயலாக்கை விடணும். இப்போ நான் அந்தப் பொண்ணு மாதிரி வரவா? (பெண் போல் ஒய்யாரமாய் வருகிறான்.)

ராஜா: சீ எனக்கு வெக்கமா இருக்கு. (முகத்தை மூடிக்கொள்கிறான்.)

த.செ: வெக்கப்பட வேண்டியது அவ இல்லையா பிரபு.

ராஜா: அப்படின்னா நான் என்ன சொல்லணும்? எப்படிச் சொல்லணும். எல்லாம் நீயே செய்து காமி.

த.செ: நீங்க அவன்னு வச்சிக்கோங்க. நான் — நீங்க. இப்படி மண்டிபோட்டு உட்கார்ந்துக்கிறேன். இப்படி (இரண்டு கைகளையும் மார்பில் வைத்து) கண்ணே... கனியே... நான் இப்போ உனக்கு ஒரு விஷயம் சொல்லியே ஆகணும். என் ஆத்மா ரணமா இருக்கு, ஆத்மா சரீரத்துலே இருக்கு, சரீரத்தாலேதான் நாம வாழறோம். நாம் வாழ்வது வாழ்க்கையில். ஆனா வாழ்க்கை உலகத்தை விடப் பெரிசு அல்லது சிறிசுன்னு மகாத்மாக்கள் சொல்லி இருக்கலாம். அதனால் நான் சொல்வது என்னவென்றால் வாழ்க்கை நம்மை விடப் பெரியது. ஏனென்றால் அதற்குள் காதல் அன்பு எல்லாம் அடங்கியுள்ளது. அந்த அன்பு வலையில் நான் சிக்கி அவதிப் படுகிறேன். இது எப்படி இருக்கு?

ராஜா: ஒப்பாரி வைக்கலாமான்னு இருக்கு. இதுலே ஒரு எதுகை மோனை எந்த எழவாவது இருக்காடா? சேச்சே நீ இந்த மாதிரி ஒரு மொகணையா இருப்பேன்னு நான் எதிர்பார்க்கலை. எதுகை மோனை, அடி, சீர், தளை, விருத்தம் எதாவது இருக்கா? டயலாக்னா எப்படி இருக்கணும்

தெரியுமா? நான் சொல்றேன் கேளு. நான் சொல்வேன் அன்பே... அவ சொல்வா ஆருயிரே... நான் சொல்வேன் ஐயோ என் அன்பே.. நீ என் இதயத்தில் சிம்மாசனம் போட்டு அமர்ந்து இருப்பாய். என் உயிரே போனாலும் அந்த ஆசனத்திலிருந்து உன்னை கீழிறக்க மாட்டேன். அவ சொல்லுவா. ஐயோ ஆருயிரே... நீ என் அருகில் இல்லையென்றால் மன்மதன் தன் கணைகளால் என்னைத் தாக்கி என்னை லொள்ளு பண்ணுகிறான். நீ விரைவாய் வந்து என்னைச் சேரமாட்டாயா? அப்போ நான் சொல்வேன். ஆம் அன்பே, இவ்வாழ்வு சரசம்.. பின் ஏன் விரசம். அடைவோம் நாம் ஆனந்தம். மலர் மஞ்சத்தில் வீழ்ந்து என்னை முத்தாடி மகிழ்விக்க மாட்டாயா? கமநிஸ... தமதஸ... பகபகபக.... பகரிஸ... கரிகஸ... இது எப்படி இருக்கு?

த.செ: (கையைத் தட்டி) சூப்பர் பிரபு. ஆனா இந்த அற்புதமான விஷயம் பூந்தோட்டத்துக்கு சரி வராது பிரபு.

ராஜா: ஏன்?

த.செ: பூந்தோட்டத்துலே ராத்திரி எக்கச்சக்கமா கொசுத்தொல்லை. குளிர் வேறே. இவ்வளவு நீளமான டயலாக் சொல்றப்போ வாயிலே கொசு நுழைஞ்சா பிரச்சினை இல்லையா? இந்த டயலாக்கை அந்தப்புரத்திலே வச்சிக்கிட்டா இன்னும் சூப்பரா இருக்கும் மகாராஜா.

ராஜா: அப்படியா சொல்றே? அப்படின்னா ஒண்ணு செய். அந்தப் பொண்ணு அதுதான் அந்தப் பச்சைப் புடவை நீல ரவிக்கை கிடைச்சா உடனே என் அந்தப்புரத்தில் செட்டப் பண்ணு.

த.செ: அப்படியே ஆகட்டும் மகாராஜா.

(காட்சி முடிவு)

காட்சி – 3

(அதே பிள்ளையார் கோவில். சாம்பனும் சிவனும் இருக்கிறார்கள். கழுதையும் அவர்களுடன் இருக்கிறது.)

சிவன்: எவ்வளவோ புராணக் கதையெல்லாம் படிச்சு இருக்கேன். ஆனா கடவுள் கழுதை வரம் குடுத்ததை எங்கேயும் கேள்விப்பட்டது இல்லை. கிடைச்ச ஒரே லாபம் என்னன்னா இந்தக் கழுதையை மேய்க்கிற ஒரு வேலை கிடைச்சது.

சாம்பன்: தடித்தாயோளி. இதுகூட உனக்குத் தெரியாதா? உனக்கு மூளை இருக்கு, கடவுள் குடுத்த கழுதை இருக்கு. இன்னும் என்ன வேணும் உனக்கு? என்னைக் கேட்டா இந்தக் கழுதையை குறைஞ்சபட்சம் ஒரு கோடி ருபாய்க்கு விக்கலாம். காமிக்கட்டுமா? ஐயா டிங்டாங்.. (கழுதை கனைக்கிறது) வா இங்கே (வருகிறது) உட்கார் (உட்காருகிறது) எழுந்திரு (எழுந்திருக்கிறது) எங்கே கொஞ்சம் டான்ஸ் ஆடு. (ஆடுகிறது. இருவரும் மிகவும் சந்தோஷம் அடைகிறார்கள். நடனமாடிக்கொண்டே பாடுகிறார்கள்)

'சலாம் அலைக்கும்
டிங்டாங் சாஹிப்

பலே குஷியான ஆளு
யாருமில்லை உனக்கு ஈடு
இந்த நாட்டை ஆளும் ராஜா
ஒரு புலி அல்ல
சிறுத்தை இல்லே
வெறும் ஓம்போது
அவனை விட நீங்களே
உத்தமர் டிங்டாங்

முன் காலில் நடந்தும்
பின் காலில் உதைத்தும்
இரண்டிரண்டும் நாலாய்
உதைத்து ஒரு நடை
இந்த நாட்டை ஆளும் ராஜா
ரெண்டே கால் உள்ள கழுதை
அவனை விட நீங்களே உத்தமர்

வேதம் மந்திரம் வித்யா புத்தி
உங்களுக்கு எதிரே நானோ தத்தி
எல்லாம் தின்று
ஏப்பம் விட்டு
மூட்டை மூட்டையாய்
போடுகிறீர்கள் லத்தி.'

சாம்பன்: சரி ஒரு புடவை ரவிக்கை குடுடா. (சிவன் ஒரு புடவையையும் ரவிக்கையையும் கொண்டுவந்து தருகிறான்.) இது என்னடா பச்சைப் புடவை. நீல ரவிக்கை?

சிவன்: நான் பார்த்த அன்னைக்கு அவ இதே மாதிரி புடவையையும் ரவிக்கையையும் போட்டுக்கிட்டு இருந்தாப்பா.

சாம்பன்: நான் இப்போ உனக்கு அவளை மாதிரி தெரியணுமா?

சிவன்: நீ எனக்கு அப்பா இல்லையா?

சாம்பன்: நல்லா கேட்டுக்கோ. நான் அந்த வீட்டுக்குப் போய் வேலை கிடைக்க கொஞ்சம் அவகாசம் வேணும். எங்கப்பன் போய் இவ்வளவு நேரமாச்சேன்னு நீ பதட்டப்படக்கூடாது.

சிவன்: ஆகட்டும்.

சாம்பன்: இன்னும் கொஞ்சம் லேட் ஆனா விசில் அடிச்சி எல்லாம் கூப்பிடக்கூடாது.

சிவன்: இல்லை.

சாம்பன்: நான் எப்படியாவது அட்ஜெஸ்ட் பண்ணி அவளைப் புறக்கடைப் பக்கம் அனுப்புவேன். அதுவரைக்கும் நீ டீஸெண்டா நடந்துக்கணும். தெரியுதா?

சிவன்: என்னாலே ரொம்ப நேரம் சும்மா நிக்க முடியாது. நான் என்ன பண்றது?

சாம்பன்: அப்படியா? கை கால்லே இருக்கிற விரல்களை எல்லாம் எண்ணிக்கிட்டு இரு.

சிவன்: சரி.

சாம்பன்: இதுக்கு நடுவிலே தப்பித் தவறி அவ அப்பன் வந்துட்டான்னா?

சிவன்: எனக்கு அவ அப்பன் வேணாம். அந்தப் பொண்ணுதான் வேணும்.

சாம்பன்: யோவ். உங்க கல்யாணம் ஆகற வரைக்கும் உங்க நடுவிலே அவன் கண்டிப்பா இருப்பான்யா.

சிவன்: அப்படின்னா இப்போ எனக்கு வேண்டியது உன் அனுபவம். உன் உதவி எல்லாம்.

சாம்பன்: அப்படி வா வழிக்கு. உனக்கு இப்போதான் ஒரு சோதனை. அவங்க அப்பன் என்னா சொன்னாலும் பேசாம தலையை ஆட்டிக்கிட்டு ஆமா போட்டுக்கிட்டு இரு.

சிவன்: ஆமா..

சாம்பன்: அவ என்ன பேசினாலும் சிரிச்சிக்கிட்டு இருக்கணும். ஆமான்னு சொல்லிக்கிட்டே இருக்கணும்.

சிவன்: ஆமா..

சாம்பன்: என்ன நான் சொன்னது எல்லாம் விளங்கிச்சா?

சிவன்: ஆமா..

சாம்பன்: என் முன்னாலே ஆமா.. இல்லேடா மயிரு. உங்க மாமனார் முன்னாலே

சிவன்: நான் வெறுமனே ஆமான்னு சொல்லிக்கிட்டே போய் அவ என்னை ஊமைன்னு நினைச்சிக்கிட்டா?

சாம்பன்: நெனைச்சிக்கட்டும். நீ வாயை மூடிக்கிட்டு இருந்தா உன் சும்பைத் தனமாவது மூடி மறையுமே?

சிவன் : ஆமா..

சாம்பன்: திருட்டுத் தாயோளி. எனக்கு உன் வயசு இருந்திருந்தா எப்படின்னு காமிச்சு இருப்பேன்.

சிவன்: இப்போதைக்கு இல்லை இல்லையா?

சாம்பன்: என்ன சொன்னே?

சிவன்: ஆமா.. எனக்கு உடம்பு முறுக்கேறுது. சீக்கிரம் செட்டப் பண்ணுப்பா.

சாம்பன்: அப்படின்னா நான் இப்போவே கிளம்பணும்.

சிவன்: ஆமாம் கிளம்பணும்.

சாம்பன்: லேட் பண்ணக் கூடாது.

சிவன்: ஆமாம். கூடாது.

சாம்பன்: லேட் பண்ணா ஆபத்து.

சிவன்: ஆமாம் ஆபத்து.

சாம்பன்: நான் சொல்றதை திருப்பி சொல்றதை விட்டுட்டு வேறே ஏதாவது சொல்லித்தொலை.

சிவன்: தொலை.

சாம்பன்: திருட்டுப் பயலே (செல்லமாகக் கன்னத்தில் தட்டி) ஞாபகம் வச்சுக்கோ. அவங்க வீட்டுலே என் பேரு தங்கம்மா.

சிவன்: ஆமா.

(காட்சி முடிவு)

காட்சி – 4

(செட்டியார் வீடு. மலர்விழி ஜன்னல் அருகில் நிற்கிறாள். சாம்பன் பெண் வேடம் அணிந்து மலர்விழியின் அருகில் நிற்கிறான். மலர்விழி பாடுகிறாள்)

‘கண்கள் இரண்டும் இங்கு
உன்னைக் கண்டு தேடுதே
காலம் இனிமேல் நம்மை
ஒன்றாய்க் கொண்டு பேசுமோ
கண்கள் இரண்டும் இங்கு
உன்னைக் கண்டு தேடுதே.’

மலர்விழி: ஐயோ, அந்தக் கட்டழகன் என் மனதை வசியப்படுத்திச் சென்றதில் இருந்து என் ஆத்மா விரகத்தில் தகிக்கிறது. என்னைப் போன்ற இளம் கட்டழகியின் மார்பினில் மலர்க்கணை செலுத்திவிட்டுப் பின் நட்டாற்றில் விட்டுச்செல்வது நியாயம் இல்லை என்று யார் அவனுக்கு எடுத்துச்சொல்வது? என் காதலனைக் காணாததால் மனம் படபடக்கிறது. இரவு தூக்கம் இன்றி கழுதை போல் புரண்டு புரண்டு படுத்துச் சாகிறேன் என்று அவனிடம் யார் எடுத்துச்சொல்வது? இந்தப் பெண்மணி நம் வீட்டில் வேலைவேண்டும் என்று கேட்டுக் கொண்டிருக்கிறாள். அம்மாவிடம் சொல்லி இவளுக்கு ஒரு வேலை வாங்கித் தந்து என் ஆத்ம சகியாக ஆக்கிக்கொள்வேன். பிறகு இவள் உதவியோடு அந்தக் கள்வனின் கரம்

பிடிப்பேன். (உரக்க சாம்பனிடம்) உனக்கு இந்த வீட்டுலே வேலை வேணும்னா எங்க அம்மா வர்ற வரைக்கும் காத்துக்கிட்டு இருக்கணும். உன் பேர் என்ன சொன்னே?

சாம்பன்: தங்கம்மா.

மலர்விழி: இதே ஊரா?

சாம்பன்: ஆமாம்மா.

மலர்விழி: தங்கம்மா எங்க வீட்டுப் புறக்கடைப் பக்கம் ஒரு பையன் ரொம்ப நேரமா நின்னுக்கிட்டு இருக்கான் போல இருக்கு. அவன் உனக்குத் தெரிஞ்சவனான்னு பாரு.

சாம்பன்: (எட்டிப்பார்த்து தனக்குள்) பலே என் மகன் அப்பவே ஆஜர் ஆயிட்டானா? (உரக்க) ஓ... தெரியுமே அம்மா அந்தப் பையன் எங்க தெருதான்.

மலர்விழி: (மகிழ்ச்சியுடன்) உங்க தெருவா? அவன் பெயர் என்ன?

சாம்பன்: (சுவாரஸ்யமின்றி) அவன் பேரா? எதோ சிவன்னு சொல்லிக்குவான்.

மலர்விழி: மூணு நாளா அந்தப் பையன் அங்கேயேதான் நின்னுக்கிட்டு இருந்தான். அவன்கூடவே ஒரு கிழவனும் இருந்தான். இன்னிக்கு என்னமோ தெரியலே அந்தக் கிழவனைக்கூடக் காணோம்.

சாம்பன்: ஏம்மா அந்தக் கிழவர்னு சொல்லுறியே. அவர் பார்க்க எப்படி இருந்தாரு? அழகா இருந்தாரா?

மலர்விழி: தூ, கிழட்டுக் குரங்காட்டம் இருந்தான். ஏறக்குறைய உன் ஜாடைதான்னு வச்சிக்கோ. ஆனா அந்தப் பையன் மாத்திரம் ரொம்ப அழகு இல்லையா?

சாம்பன்: என்ன அழகோ விடுங்கம்மா. அந்தப் பையனை வித்து ரெண்டு பீடிகூட வாங்க முடியாது. அவன் முக ராசி அப்படி. அவனுக்கு ஒழுங்கா சிரிக்கக்கூட வராது. அந்த இன்னொருத்தர் அதுதான் கொஞ்சம் வயசான ஆளுன்னு சொன்னீங்களே அவரைப் பாருங்க அவரு பலே கில்லாடி. வயசும் ஒண்ணும் அவ்வளவு அதிகம் ஆகலே. எவ்வளவு நல்லா பாடறாரு ஆடறாரு.

ஜனங்க அவரை என்ன கேக்கிறாங்க தெரியுமா? ஸ்வாமி உங்க இளமையின் ரகசியம் என்னன்னு தொரத்தித் தொரத்திக் கேக்கிறாங்க.

மலர்விழி: தூ, அந்தக் கிழக்கோட்டான் முகரையைப் பார்த்தா அவன் மூஞ்சி மேலேயே வாந்தி எடுக்கலாம்னு வருது. அவன் முன்னாலே நீயே எவ்வளவோ பரவாயில்லே. ஆனா அந்தப் பையன் இருக்கானே. அவன் மன்மதன்... மன்மதனேதான்.

சாம்பன்: திருட்டுப் பையம்மா அவன். அவன்கூட இருக்காரு பாருங்க அந்த கொஞ்சம் வயசான ஆளு. அவரு ரொம்ப நல்லவர். மகாத்மா மாதிரி. இந்த தரித்திரம் புடிச்ச பையனுக்கு அவரை மாதிரி ஸ்டைலா எச்சில் துப்பக்கூட வராது பார்த்துக்குங்க.

மலர்விழி: இதோ பாருடா. அந்தக் கிழவன் மேலே உனக்கு அவ்வளவு ஆசை இருந்தா அவன் முதுகிலே ஏறி சவாரி போய்க்கோ. இங்கே எதுக்கு வந்தே? இன்னொரு வாட்டி அந்தக் கிழவன் பேச்சை எடுத்தா நீயும் வேணாம். நீ இங்கே வேலை செய்யவும் வேணாம். நல்லவேளை இன்னிக்கு அந்தக் கிழட்டு ஆந்தை இன்னும் வரல்லே.

சாம்பன்: (தனக்குள்) சாம்பா... இது உன் கேஸ் இல்லேடா. இவ்வளவு நாளா என் மகனை ஒரு முட்டாக் கம்மனாட்டின்னு நெனைச்சேன். இப்போ பார்த்தா இந்தப் பொண்ணு மனசுலே என்னமா சலனம் ஏற்படுத்தி இருக்கான். திருடன் பலே... பலே... சிவன் எனக்கு வயசாச்சுன்னு ஒத்துக்கறேண்டா.

மலர்விழி: வயசு எவ்வளவு?

சாம்பன்: யாரு? அந்தக் கொஞ்சம் வயசுக் கிழவரோட வயசா?

மலர்விழி: தூ. அந்தப் பையனோட வயசுடா.

சாம்பன்: என்ன ஒரு நாற்பதோ அம்பதோ இருக்கலாம்.

மலர்விழி: என்ன ஆச்சு உனக்கு? ஒழுங்கா பேசறியா இல்லை வெளியே துரத்தி விடட்டுமா?

சாம்பன்: இல்லேம்மா, பையனுக்குக் கொஞ்சம் இள வயசு.

மலர்விழி: அவன் ரொம்ப நல்ல பையன்னு சொன்னியே?

சாம்பன்: நல்லவன்தான். ஆனா அவன் நடக்கிற ஸ்டைல் சரி இல்லை.

மலர்விழி: நடைக்கு என்ன? கம்பீரமாதான் நடக்கிறான். அவன் பார்க்க ரொம்ப அழகா இருப்பான்னு சொன்னியே?

சாம்பன்: கொஞ்சம் அழகாத்தான் இருக்கான். ஆனா அவன் நிக்கிற ஸ்டைலு சரி இல்லைம்மா..

மலர்விழி: அது ஏன்? அங்கே பாரு எவ்வளவு ஸ்டைலா நிக்கிறான்.

சாம்பன்: ஆனா சரியான பன்னாடை. அவன் மூஞ்சி பாருங்க எவ்வளவு அழுக்கா இருக்கு.

மலர்விழி: போடீ. அந்த முகம் எவ்வளவு களையா இருக்கு பாரு.

சாம்பன்: (தனக்குள்) சாம்பா மகனே... இனியும் உன் பருப்பு வேகாதுடா. சிவன் அவ மனசுலே ஆழமா பதிஞ்சி இருக்கான். (உரக்க) அது என்னமோ சரிதான் தாயி. அந்தப் பையன் நிக்கிற ஸ்டைலு, நடக்கிற ஸ்டைலு, அவன் மூஞ்சி, அவன் பராரித்தனம் எல்லாம் நல்லாத்தான் இருக்கு. ஆனா இப்போ மூணு நாளா ஏதோ வியாதி.

மலர்விழி: வியாதியா? மூணு நாளாவா?

சாம்பன்: ஆமாம்மா. யாரோ ஒரு வீணாப்போன பொண்ணைப் பார்த்து இருக்கான். அப்போ பிடிச்சி தனக்குத்தானே பேசிக்கிறான். ஆகாசத்தையே வெறிச்சிப் பார்க்கிறான். ராத்திரி எழுந்து எழுந்து கீழே விழறான். பகல்லே கீழே விழுந்து விழுந்து மேலே எந்திரிக்கிறான். வேர்த்துப் போறான். நடுங்குறான்.

மலர்விழி: அது சரி. யாராம் அந்தப் பொண்ணு?

சாம்பன்: இதே ஊராம்.

மலர்விழி: அப்படியா? யார் அவ?

சாம்பன்: இதே தெருவாம்.

மலர்விழி: அப்படியா? யார் அவ?

சாம்பன்: இதே வீடாம்.

மலர்விழி: அப்படியா? இந்த வீட்டைச் சேர்ந்தவளா? யார் அவ? அவ பேர் என்ன?

சாம்பன்: இதே கண்ணாம், இதே மூக்காம், இதே வாயாம், இதே கழுத்தாம், இதே அதுவாம். இதே எல்லாருக்கும் அல்வா குடுக்கிற விழியாம். பேருகூட மலர்விழியாம்.

மலர்விழி: (வெட்கத்துடன் சிரித்து) போடீ.. எல்லாம் டூப்பு.

சாம்பன்: நான் எதுக்கு டூப்பு விடணும் தாயி. அந்தப் பையன்தான் உன்கிட்டே என்னை அனுப்பினான். நீ அவன் காதலை ஏத்துக்கலைன்னா அவன் செத்துப் போவானாம். நான்தான் பாவம் இப்படி சாகிறானே உதவி பண்ணுவோமேன்னு இங்கே வந்தேன். உனக்கு அந்தப் பையன் வேணும்னா உங்க வீட்டுலே எனக்கு ஒரு வேலை போட்டுக் குடுக்கணும்.

மலர்விழி: அம்மா வரட்டும். அவனைப் பாரேன் பாவி. அந்தப் பாழாப்போன கழுதையைத் தடவிக் கொடுத்துக்கிட்டு இருக்கான். அது முதுகிலே பாரு எவ்வளவு ஆசையா தடவறான். தூ அங்கே பாரு, அது மூஞ்சி கிட்டே தன் மூஞ்சியை வச்சிக்கிட்டு என்னென்னமோ சொல்லிக்கிட்டு இருக்கான். இப்போ நானே அந்தக் கழுதையா பிறந்து இருக்கக்கூடாதான்னு தோணுது. தங்கம் அந்த அயோக்கியன் ஒரு கழுதை கிட்டே இப்படி எல்லாம் நடந்துக்கலாமா? நான் இவனுக்காக மூணு நாளா தூங்காம அல்லாடிகிட்டு இருக்கேன்.

சாம்பன்: ஐயோ பாவம்.

மலர்விழி: தங்கம் அவனை வாய்க்கு வந்தபடி திட்டுடீ...

சாம்பன்: ஐயோ. அது ஏம்மா?

மலர்விழி: நீ திட்டு. அப்பத்தான் அவன் மேலே எனக்கு ஒரு வெறுப்பு வரும். நானும் அவன் நினைப்பு இல்லாமே நிம்மதியா தூங்கலாம். இல்லையா?

சாம்பன்: நல்லா திட்டணுமா?

மலர்விழி: திட்டுடீன்னா.

சாம்பன்: தூ, மனுஷனா அவன் திருட்டுப் பய, கொரங்கு, திருட்டுக் கொரங்கு, இந்த உலகத்துலே எவ்வளவு

கொரங்குகள் இருக்கு? இவன் என்ன ஸ்பெஷல்? வயசானாலும் பரவாயில்லேன்னு நீ இன்னொரு கொரங்கை தேர்ந்து எடுத்துக்கோம்மா.

மலர்விழி: அந்த இன்னொரு கொரங்கு இவனைப் போல அழகா இருக்காதேடீ..

சாம்பன்: சே. அவன் முகரையைப் பாரு. எவ்வளவு கலீஜா இருக்கு?

மலர்விழி: ஆனா அந்த முகம் ரொம்ப களையாவும் இருக்கு இல்லையா?

சாம்பன்: சும்மா சும்மா கொரங்கு மாதிரி பல்லைக் காமிச்சிக்கிட்டு இருக்கான். காலைலே பல்லுகூட தேய்க்கலை போலிருக்கு. இதுவரைக்கும் நாறுது.

மலர்விழி: ஆமாம். அந்தத் துஷ்டக் கிருஷ்ணன் மாதிரி.

சாம்பன்: தூ அந்தக் கண்ணைப் பாரும்மா. டோங்கிரிக் கண்ணு.

மலர்விழி: ஆனா பளபளன்னு மின்னுது.

சாம்பன்: அவன் உதடு, தூ பார்க்க சகிக்கலை.

மலர்விழி: ஆமாம் இப்போவே அழுத்தமா ஒரு முத்தம் கொடுன்னு கேக்குது.

சாம்பன்: இதோ பாரு நான் சொல்றதுக்கெல்லாம் நீ ரிவர்ஸ் கியர் போட்டேன்னா நான் இவ்வளவு திட்டி என்ன பிரயோசனம்?

(மலர்விழியின் தாய் காவேரி பிரவேசிக்கிறாள்.)

காவேரி: மலர்விழி ஏண்டி மலர்விழி. திருட்டு முண்டை. உனக்கு ஆயிரம் முறை சொல்லியாச்சு. அந்த ஜன்னல்கிட்டே நிக்க வேணாம்னு. இன்னொரு தடவை அந்த ஜன்னல்கிட்டே நின்னு எந்த தெருப்பொறுக்கி நாயையாவது பார்த்தேன்னா அந்த நாயோட காலை முறிச்சிப்போடுவேன்.

சாம்பன்: ஏம்மா ஏடாகூடமா திட்டறீங்க. இவளும் பெரிய பொண்ணா இருக்கா. பார்க்கவேண்டியது, பார்க்கக்கூடாதது எல்லாம் தெரியற வயசுதானே?

காவேரி: இன்னும் அறிவே வளரலை. பெரிய பொண்ணாம். அது சரி இவ யாருடீ?

மலர்விழி: வீட்டு வேலைக்கு ஒரு வேலைக்காரி வேணும்னு சொன்னியாமே? வந்து இருக்கா..

காவேரி: வேலைக்காரியும் வேணாம். வெங்காயமும் வேணாம். தடிமாடாட்டம் ரெண்டு பொம்பளைங்க இருக்கிற வீட்டுலே வேலைக்காரி வேறே எதுக்கு தண்டமா?

மலர்விழி: அன்னிக்கு நீதானே சொன்னே. வீட்டுக்கு ஒரு வேலைக்காரி வேணும்னு..

காவேரி: அப்போ சொன்னேன், இப்போ சொல்றேன் வேலைக்காரி வேணாம்னு.

மலர்விழி: அம்மா இவ வேலையெல்லாம் நல்லா செய்யறா. எடுத்துக்கோம்மா.

காவேரி: ஏண்டீ உன் சிபாரிசு வேறேயா? சரி எவ்வளவு சம்பளம் வேணும்?

சாம்பன்: ஐம்பது ருபாய்.

காவேரி: என்ன ஐம்பது ருபாயா? எவ்வளவு வருஷத்துக்கு?

சாம்பன்: ஒரு மாசத்துக்கு.

காவேரி: ராஜாவாலேகூட இவ்வளவு சம்பளம் குடுத்து கட்டுப்படி ஆகாதே. ஐம்பது ருபாய் கேக்குறே. என்னென்ன வேலை செய்வே?

சாம்பன்: பெருக்குவேன், கூட்டுவேன், விளக்குவேன், மொழுகுவேன், கழுவி விடுவேன், துடைப்பேன், காய வைப்பேன், மடிப்பேன், கிழிப்பேன், படுக்கை விரிப்பேன், போர்வை போர்த்துவேன், சாப்பிடுவேன், குடிப்பேன், தூங்குவேன்.

காவேரி: ஐயையோ... இவ்வளவு பேசறியே? எங்க வீட்டுலே வேலை செய்தா எல்லாத்தையும் மூடிக்கிட்டு இருக்கணும் அவ்வளவுதான். வா... என்னென்ன வேலை செய்யணும்னு சொல்றேன். (உள்ளே கிளம்புகிறார்கள். செட்டியார் வருகிறார்.)

செட்டியார்: ஏண்டீ காவேரி, வெளியே ஒரு கழுதை நின்னுக்கிட்டு இருக்கு பாரு. நல்லா குதிரை மாதிரி இருக்கு.

காவேரி: உங்களைப் பார்த்த அப்புறம் அந்தக் கழுதையை எதுக்கு பார்க்கணும்?

செட்டியார்: என்னைவிட நல்லா இருக்குடீ. வா.. வந்து பாரு. (எல்லோரும் வெளியே எட்டிப் பார்க்கின்றனர்.)

காவேரி: அட ஆமாங்க. பளபளன்னு பிரகாசிக்குது. அம்மம்மா அதோட காது என்ன? கால் என்ன? உடம்பு என்ன?

செட்டியார்: எவ்வளவு நீளம்? எவ்வளவு அகலம்? எவ்வளவு உயரம்? அடடா...

காவேரி: இது வரைக்கும் நான் இப்படி ஒரு கழுதையைப் பார்த்ததே இல்லை. இது எங்கே கிடைச்சது உங்களுக்கு?

செட்டியார்: நீ வேறே, நம்ம வீட்டு புறக்கடைலே நின்னுக்கிட்டு இருந்தது. பார்த்தேன். அவ்வளவுதான்.

காவேரி: அங்கே ஒரு பையன் நின்னுக்கிட்டு இருக்கானே. யார் அவன்?

(கழுதை கத்துகிறது. சாம்பன் மலர்விழிக்கு வெளியே போகுமாறு ஜாடை காட்டுகிறான்.)

காவேரி: அடடா... என்னமா கத்துது பாருங்க.

செட்டியார்: நீ காலைலே சொல்ற ஸ்லோகங்களைவிட நல்லா இருக்கு இல்லையா?

காவேரி: மலர்விழி நீயும் பார்த்துக்கோடீ..

சாம்பன்: அது ஏன் புறக்கடையிலே நின்னு நல்லாவே கேக்கட்டுமே. காசா துட்டா? ஃப்ரீதானே. (இதையே சாக்காககொண்டு மலர்விழி நழுவுகிறாள்.)

செட்டியார்: (சாம்பனைப் பார்த்து) அடடே பரவாயில்லையே... இவ யாரு?

காவேரி: வேலைக்காரி.

செட்டியார்: பார்க்க நல்லாத்தான் இருக்கா. ஆனா மூக்கு மாத்திரம் கொஞ்சம்...

சாம்பன்: நான் மூக்காலே வேலை பார்க்கிறது இல்லை. கையாலே வேலை பண்ணுவேன்.

காவேரி: ஏங்க நேத்து உங்க கணக்குலே ஒரு பன்னெண்டு பைசா ஒதைச்சதே? சரி ஆச்சா அது?

செட்டியார்: இன்னும் இல்லே.

காவேரி: போயி அந்த வேலையைப் பாருங்க. வந்துட்டாரு நாக்கைத் தொங்கப் போட்டுக்கிட்டு (சாம்பனிடம்) வாடீ (உள்ளே அழைத்துச் செல்கிறாள். பிறகு இருவரும் திகைத்தவாறு பின்வாங்கி உள்ளே வருகிறார்கள். தலைமைச் செயலாளர் பிரவேசிக்கிறார். பெண் வேடத்தில் இருக்கும் சாம்பனைப் பார்த்து உற்சாகம் அடைகிறார்.)

காவேரி: ஏங்க யாரோ வந்து இருக்காங்க பாருங்க.

த.செ: (சாம்பனைப் பார்த்து உற்சாகத்துடனும் ஒரு தாள லயத்துடனும்) பச்சைப் புடவை... நீல ரவிக்கை... பச்சைப் புடவை... நீல ரவிக்கை... (தன் முதுகைத் தானே தட்டியவாறு) பலே செயலரே... ஜெயிச்சுட்டேடா... பச்சைப் புடவை... நீல ரவிக்கை... நீல ரவிக்கை..... பச்சைப் புடவை...

செட்டியார்: (தலைமைச் செயலாளரைப் பார்த்துப் பதறி ஓடி வருகிறார்.) அடடே செகரட்டரி ஸார்.. வாங்கோ... வாங்கோ... ஏய் காவேரி.. பலகாரம், காபி, சாப்பாடு, உப்பு, புளி, மிளகாய் எல்லாம் கொண்டு வாடீ. வாங்க வாங்க உட்காருங்க.

த.செ: பச்சைப் புடவை... நீல ரவிக்கை... நீல ரவிக்கை... பச்சைப் புடவை...

செட்டியார்: ஸார்... இவள் எங்க வீட்டு....

த.செ: (சந்தோஷத்துடன்) தெரியும்... தெரியும்...

செட்டியார்: ஸார் இவள் இன்னிக்குத்தான் எங்க வீட்டுக்கு வந்திருக்கா.

த.செ: தெரியும்.

செட்டியார்: சாமி.. என் பொண்டாட்டி தலை மேலே அடிச்சி சத்தியம் பண்ணி சொல்றேன் நான் என்னிக்கும் நம்ம ராஜாவுக்கோ அரசாங்கத்துக்கோ எந்த துரோகத்தையும் கனவுலேகூட நினைச்சது இல்லை.

காவேரி: ஐயையோ... நேத்து ராத்திரிகூட என் கனவுலே நான் நம்ம ராஜாவோட பாதத்துலே முத்தம் குடுத்தேனே. ஆனா ஸார் நினைக்கிறார் போலிருக்கு எங்க வீட்டுக்காரரு புரட்சிக்காரங்களுக்கு ஏதோ உதவி பண்ணி இருக்காருன்னு.

செட்டியார்: ஆமாம் சாமி, கனவுலே இவ ராஜாவோட பாதத்துலே முத்தம் குடுக்கறப்போ நானும் அவ பக்கத்துலே இருந்தேன். இதுக்கு நானே சாட்சி சாமி. ஏண்டீ நான் ராஜாவோட பூட்ஸை நக்கி பாலீஷ் போடலே?

காவேரி: ஆமாம், அவர் பூட்ஸ்லேகூட என் முகம் தெரிஞ்சது.

செட்டியார்: சாமி, இதுவரைக்கும் நான் எந்த புரட்சிக்கார நாய்க்கும் எந்த நன்கொடையும் குடுத்தது கிடையாது. பச்சை, மஞ்சள், வெள்ளை, கருப்பு, சிகப்பு எந்த புரட்சிக்காரனுக்கும் நான் கால் தம்படி நன்கொடை குடுத்தது கிடையாது சாமி.

த.செ: ஆச்சா?

செட்டியார்: அது மட்டும் இல்லை சாமி. என் சினேகிதர்கள் மூலமாகவும் குடுக்கலை. அந்தப் புரட்சிக்காரங்களும் நீங்க எங்களுக்கு ஒரு பத்துப் பைசாவாவது குடுங்கன்னு தொந்தரவு பண்ணாங்க. நான் என்ன சொன்னேன் தெரியுமா சாமி? திருட்டுப் பசங்களா... என் உயிரே போனாலும் ஒரு கால் தம்படிகூட குடுக்கமாட்டேன்னு சொன்னேன்...

த.செ: (செட்டியாரைக் கவனிக்காது சாம்பனையே உற்று நோக்குகிறான்.)

'கண்டு கொண்டேன்...

கண்டு கொண்டேன்...'

செட்டியாரே... உங்களைப் பத்தி நானும் மகாராஜாவும் என்ன பேசிக்கிட்டோம் தெரியுமா?

காவேரி: (பதற்றத்துடன்) ஐயோ... எங்களைப் பத்தியா?

த.செ: (சிரித்து) இவளைப் பத்தின்னு வெச்சிக்கோங்க.

செட்டியார்: ஐயோ என்ன சாமி இது?

த.செ: பயப்படாதீங்க செட்டியாரே, உங்களை நாங்க எதுவும் திட்டலே. இப்போ பாருங்க உங்க வீட்டுக் கதவைத் தட்டி எவ்வளவு பெரிய அதிசயம் வந்து இருக்கு பாருங்க. (சாம்பனிடம் மிகவும் அன்புடன்) உன் பெயர் என்னம்மா?

சாம்பன்: தங்கம்... தங்கம்மா.

த.செ: ஐயோ.. உன் அழகுக்கு ஏத்த பேரு. பெயருக்கு ஏத்த அழகு. பின்னே என்ன? இந்த நாட்டை ஆளுகிற ராஜாவே லபோதிபோன்னு அடிச்சிக்கிறாருன்னா சாதாரண விஷயமா என்ன?

செட்டியார்: சாமி.. அது என்ன விஷயம்னு எங்களுக்கும் கொஞ்சம் தெளிவா சொன்னா பயம் இல்லாம இருக்கும்.

த.செ: சொல்ல என்ன இருக்கு செட்டியாரே. மகாராஜாவோட அனுக்கிரகம் உங்க மேலே சம்பூர்ணமா கிடைச்சாச்சுன்னு வச்சிக்குங்க. ஆனா அப்புறம் நீங்க என்னை மறக்கக்கூடாது. ஆமாம் இப்பவே சொல்லிட்டேன்.

செட்டியார்: அப்படின்னா?

த.செ: அப்படின்னா, அப்படித்தான் விடுங்க. உங்க பொண்ணைப் பத்தி ராஜாகிட்டே முதல் முதலா சொன்னதே நான்தான் செட்டியாரே. என்னையும் நீங்க அப்புறமா கவனிச்சிக்கணும். தங்கம்... தங்கம்மா... பார்த்துக்கிட்டே இரு இந்த வீடே தங்க மயமா மாறப் போகுது.

செட்டியார்: சாமி ஒரு நிமிஷம்... நான் பைத்தியமா மாறி உங்க சட்டை வேஷ்டியை கிழிக்கிறதுக்குள்ளே என்ன விஷயம்னு கொஞ்சம் தெளிவா சொல்ல முடியுமா?

த.செ: *(செல்லமாக)* சொல்லலேன்னா என்ன பண்ணுவீங்க?

செட்டியார்: ஐயோ ராமா....

காவேரி: கருமம். ராமனாவது. ராவணனாவது? நீங்களாவது அவருக்கு விளக்கமா சொல்லக்கூடாது? சாமி... சீப் செகரட்டரி சார்.. இவ எங்க பொண்ணு கிடையாது.

த.செ: *(தொனி மாறி)* என்ன? இவ உங்க மக இல்லையா?

காவேரி: இல்லை, எங்க வீட்டு வேலைக்காரி.

த.செ: *(ஒரு நிமிடம் ஆர்வம் பளிச்சிட..பின் செட்டியாரிடம் பாவனை மாற்றி)* அப்போ நீங்க ரெண்டு பேரும்

அந்த ஜன்னல்கிட்டே கண்ணையும் காதையும் பொத்திக்கிட்டு நில்லுங்க. (சாம்பனிடம்) ஏம்மா தங்கம்மா... மகாராஜா நடத்துற வசந்த விழாவுக்கு எப்போதாவது போயிருந்தியா?

சாம்பன்: (அவகாசம் கிடைத்ததும் பொய் சொல்லத் தொடங்குகிறான்.) ம்... ஆமாம் சாமி. போயிருந்தேன்.

த.செ: அன்னிக்கும் இதே பச்சைப் புடவை நீல ரவிக்கை உடுத்தி இருந்தியா?

சாம்பன்: ஆமாம் சாமி இதே பச்சைப் புடவை நீல ரவிக்கைதான் உடுத்தி இருந்தேன்.

த.செ: நல்லா ஞாபகப்படுத்திச் சொல்லு. அன்னிக்கு யாராவது உன்னைப் பார்த்து குஜால் ஆனாங்களா?

சாம்பன்: ஒருத்தரா ரெண்டு பேரா சாமி ஞாபகப்படுத்திச் சொல்ல? அன்னிக்கு என்னைப் பார்த்து என் அழகைப் பார்த்து ஃப்ளாட் ஆனவங்க எத்தனையோ.. ஜாயிண்ட் செகரட்டரி, டெபுடி செகரட்டரி, அண்டர் செகரட்டரி, செக்ஷன் ஆபீஸர், அஸிஸ்டெண்ட, யு.டி.ஸி, எல்.டி.ஸி இப்படி அரண்மனைத் தோட்டமே ஈரம் ஆயிடிச்சி சாமி. நான் யாரைன்னு ஞாபகம் வச்சிக்கிறது?

த.செ: ஒரே ஒருத்தர். கொஞ்சம் வயசான ஆளு. உன்னைப் பார்த்து உன் அழகைப் பார்த்து உன் மேலேயே காதலா உன்னையே பார்த்த ஒருத்தரை ஞாபகம் இருக்கா?

சாம்பன்: (கொஞ்சம் யோசித்து) கொஞ்சம் வயதான ஆளா? ஆமாம், கொஞ்சம் பைத்தியம் மாதிரி இருந்தாலும் அவர் முகத்துலே ராஜகளை வீசிக்கிட்டு இருந்தது.

த.செ: (மிகுந்த சந்தோஷத்துடன்) ஆமாம். அப்புறம்?

சாம்பன்: என்னைப் பார்த்து வாய் பிளக்க ஆரம்பித்த அவரு வாயை மூடவே இல்லை. இப்போவாவது வாயை மூடி இருக்காரா சாமி?

த.செ: அட முட்டாள் பெண்ணே. உன்னோட இளமை வலையிலே எவ்வளவு பெரிய இரை விழுந்து இருக்குன்னு புரிஞ்சிக்கிற அறிவு உனக்கு இல்லை. அன்னிக்கு வந்த விழாவிலே, அரண்மனைத்

தோட்டத்துலே உன்னைப் பார்த்துப் பைத்தியம் மாதிரி வாயைப் பிளந்தது வேறே யாரும் இல்லே, எங்க மகாராஜா.

சாம்பன்: (திடுக்கிட்டு) அம்மாடி... இது என்னடா வம்பா போச்சு?

காவேரி: (சன்னல் வெளியே எட்டிப் பார்த்து) ஐயையோ... அங்கே பாருங்க. அந்தப் பையன் அடிக்கடி நம்ம பொண்ணுகிட்டே வந்து என்னமோ பேசிக்கிட்டு இருக்கான். ஐயோ அவளை தொடறான். அடியே பொண்ணே... ஜாக்கிரதையா இருடீ..

த.செ: சீ... ஏம்மா கூப்பாடு போடறே? சத்தம் இல்லாமே நிக்கணும். இல்லே உள்ளே தள்ளிடுவேன். ஜாக்கிரதை. (சாம்பனிடம் திரும்பி அவன் மட்டும் கேட்குமாறு) தங்கம்மா என் பேச்சை மட்டும் கேட்டேன்னா அதிர்ஷ்டம் உன் வீட்டுக் கூரையைப் பிய்ச்சிக்கிட்டு கொட்டும்.

சாம்பன்: இப்ப நான் என்ன உங்க பேச்சைக் கேட்க மாட்டேன்னு சொன்னேனா?

த.செ: எனக்கு உன்னைப் பத்தி முழு விபரம் தெரியணும்.

சாம்பன்: கேளுங்க சொல்றேன். எனக்குக் கல்யாணம் ஆயிடுச்சான்னு கேளுங்க.

த.செ: உனக்குக் கல்யாணம் ஆயிடுச்சா?

சாம்பன்: ஆச்சு சாமி. ஆனா என் படுபாவி புருஷன் மட்டும் இருந்திருந்தான்னா இந்த மாதிரி தெருத்தெருவா அலைவேனா? எந்த நேரம் அந்தப் பாவி இந்த உலகத்தை விட்டுப்போனானோ கண்ட தெரு நாயெல்லாம் என்னைப் பார்த்து காலைத் தூக்குது. அது சரி. என் புருஷன் ஏன் செத்துப் போனான்னு கேளுங்க?

த.செ: உன் புருஷன் ஏன் செத்தான்?

சாம்பன்: ஐயோ இது என்ன சும்பைத்தனமான கேள்வி? அவன் ஏன் சாகிறான்? நான்தான் அவனைக் கொன்னேன். நான் ஏன் கொன்னேன்னு கேளுங்க.

த.செ: ஏன்?

சாம்பன்: அட விடுய்யா, நீ சரியான சாவு கிராக்கி. எனக்குப் பக்கத்து வீட்டு பையனோட கொஞ்சம் ரகசியமா எடுப்பு தொடுப்பு இருந்தது. என் புருஷனுக்கு அந்த விஷயம் தெரிஞ்சது. அதை வச்சு சும்மா ராவடி பண்றானேன்னு நானே ஒரு பெரிய கல்லா பார்த்து அவன் தலைமேலே போட்டுக் கொன்னுட்டேன். நான் என்ன வேலை செய்றேன்னு என்னைக் கேட்க மாட்டியா?

த.செ: என்ன வேலை செய்வே?

சாம்பன்: அதைத்தான் சொல்ல வந்தேன். உன்னை மாதிரி ஒரு கூமுட்டை வீட்டுலே வேலைக்காரியா இருந்தேன். அவன் உன்னை மாதிரியே கறுப்பா உயரமா இருந்தான். அவனும் உன்னை மாதிரியே கூமுட்டைத்தனமா என்ன வேலை செய்றேன்னு கேட்டான். நான் சிரிச்சிக்கிட்டே நீ என்ன வேலை சொன்னாலும் செய்றேன்னு சொன்னேன். (த.செ. கன்னத்தைக் கிள்ளி) ஆனா நீ இளிச்சிக்கிட்டே இருக்கணும்னு சொன்னேன். இப்படி சொல்லிட்டு என் பாட்டுக்கு நான் சும்மா இருந்தா அந்த கூமுட்டை என் ரெண்டு கைகளையும் பிடிச்சி உனக்குப் படுக்கை விரிக்கத் தெரியுமான்னு கேட்டான்.

த.செ: (சாம்பனின் கைகளைப் பிடித்து) நானும் அதைத்தான் கேக்கணும்னு இருந்தேன். தங்கம்மா படுக்கை விரிக்க சம்மதமா உனக்கு?

சாம்பன்: ஐயோ..

த.செ: நம்ம மகாராஜாவுக்கு..

செட்டியார்: சாமி கூப்பிட்டீங்களா?

காவேரி: ஐயையோ அந்தப் பையன் நம்ம பொண்ணு காதிலே ஏதோ சொல்றாங்க. அங்கே பாருங்க அவ காதை எப்படி கடிக்கிறான்னு.

செட்டியார்: ஏ பொண்ணே, தோடு பத்திரம்டீ.

த.செ: தரித்திரங்களா.. வாயை மூடுங்க (சாம்பனிடம்) தங்கம்மா நீ நம்ம மகாராஜா கிட்டே நீ இந்தச் செட்டியாரோட பொண்ணுன்னு பொய் சொல்லணும்.

சாம்பன்: கண்டிப்பா.

த.செ: மகாராஜா உனக்கு என்ன சன்மானம் குடுத்தாலும் அதுலே முக்கால் பங்கு கமிஷனா எனக்குத் தரணும்.

சாம்பன்: அது சரி. எனக்கு எதுக்கு? முழுசும் நீயே வச்சுக்கோ.

த.செ: மத்த அதிகாரிகளைப் பற்றி அப்பப்போ நான் போட்டுக் குடுக்கிற விஷயங்களை ராஜாகிட்டே நீ கரெக்டா போட்டுக் குடுக்கணும்.

சாம்பன்: ஓ..

காவேரி: ஐயையோ அங்க பாருங்க அவ கன்னத்தை அவன் கிள்ளறான். அடியே மலர்விழி..

த.செ: என்ன இது தரித்திரம். (சாம்பனிடம்) குடுத்த வாக்கு தவற மாட்டியே?

சாம்பன்: கண்டிப்பா. ஆனா அடுத்து நாம சந்திக்கப் போறது இங்கே இல்லே. ஊருக்கு வெளியே பிள்ளையார் கோவில் இருக்கு இல்லையா? அங்கே என்ன சரியா?

த.செ: சரி கண்டிப்பா. நான் சொன்னதெல்லாம் ஞாபகம் இருக்கட்டும். (பாடிக்கொண்டே போகிறான் டூ பச்சைப்புடவை டூ நீல ரவிக்கை பச்சைப்புடவை டூ நீல ரவிக்கை. பச்சைப்புடவை டூ நீல ரவிக்கை)

(காட்சி முடிவு)

காட்சி – 5

(அரண்மனை)

ராஜா: யோவ் மந்திரி...

மந்திரி: மகாராஜா என்ன விஷயமா கூப்பிட்டீங்க?

ராஜா: என் குரல் உனக்குக் கேட்டதா இல்லையான்னு பரீட்சை பண்ணிப் பார்க்கக் கூப்பிட்டேன்.

மந்திரி: உங்க குரல் கேக்குது. அதுக்கு மேலே ஜனங்களுடைய பரிதாபமான குரல் இன்னும் அதிகமா எனக்கு கேக்குது மகாராஜா.

ராஜா: யோவ் மந்திரி, அந்தக் காலத்துலே ராஜாக்கள்லாம் தன் தர்பாரை எப்படி துவக்குவாங்க...?

மந்திரி: மந்திரிகளையும் அதிகாரிகளையும் அழைச்சு தேசத்தின் யோக ஷேமங்களை விசாரிச்சிக்கிட்டு இருந்தாங்க மகாராஜா.

ராஜா: அது சரி. முந்தா நாள் அந்தத் தெருக்கூத்துலே தர்மராஜா தன்னோட தர்பாரை அப்படித்தான் ஆரம்பிச்சான் இல்லையா? சரி டேய் மந்திரி... நம்ம தேசத்துலே மாசம் மும்மாரி பெய்து பயிர்கள் செழித்து தேசமும் குடிபடையும் சுபிட்சமா இருந்து எல்லோரும் சந்தோஷமா கண்ணை மூடி தியானம்

பிராணாயாமம் தண்டால் பஸ்கி எல்லாம் எடுத்துகிட்டு இருக்காங்களா?

மந்திரி: மன்னிக்கணும் மகாராஜா. அப்படியெல்லாம் ஒண்ணும் இல்லே. ஜனங்க மத்தியிலே ஒரு பயங்கரமான கொதிப்பு கிளம்பி இருக்கு.

ராஜா: அந்தக் கூத்துலே வர்ற மந்திரி இப்படியெல்லாம் உளறலியே?

மந்திரி: நீங்கக் கூத்து ராஜாவும் இல்லை. இது கூத்தும் இல்லே. நீங்க நிஜமான ராஜா. இந்த நிஜமான ராஜா நிஜமான பிரஜைகளின் நிஜமான வேதனைகளை கவனிச்சே ஆகணும்.

ராஜா: கவனிச்சிக்கிட்டுத்தான்யா இருக்கேன். இன்னும் என்ன உளறணுமோ உளறித் தொலை.

மந்திரி: மகாராஜா வயசுலே நான் உங்களை விட ரொம்ப சின்னவன்.

ராஜா: புத்தியிலே கூடன்னு சொல்லு..

மந்திரி: என்னை நீங்க மன்னிக்கணும். இந்த நாட்டு மக்கள் மேலே இருக்கிற அக்கறையினாலே உங்களுக்குப் பிடிக்காத சில தவிர்க்க முடியாத உண்மைகளை உங்களுக்குச் சொல்லியே ஆகணும்.

ராஜா: சரி மன்னிச்சேன். அது என்னதான் சொல்லித் தொலையேன். நீ பேசறதை விட என் மேலே எச்சில் தெரிக்கிறதே அதிகம். என் ராஜ்ஜியத்துலே வேளாவேளைக்கு சூரிய உதயம். அஸ்தமனம் எல்லாம் ஒழுங்கா ஆகுதுன்னு வெள்ளை யானை சொன்னானே? அது சரியா? இல்லையா? அதைச் சொல்லு.

மந்திரி: மகாராஜா, மக்களுக்கு வரிச்சுமை கழுத்தை அழுத்துது. திருடர்கள் தொல்லை அதிகம் ஆயிடுச்சு. மழை இல்லாமே பஞ்சம் ஊழல் பெருகிப்போச்சு.

ராஜா: டேய் மந்திரி, இந்த நாட்டுலே இவ்வளவு எல்லாம் நடந்து இருக்குன்னா அதுக்கு யார் பொறுப்பு?

ஒரு நல்ல மந்திரியா இருந்து நீ உன் கடமையைச் சரியா செய்யலேன்னு ஆகுது.

மந்திரி: இது எப்படிச் சாத்தியம் மகாராஜா. உங்களுக்கோ அல்லது உங்க வெள்ளை யானைக்கோ மக்களுடைய சுக துக்கங்கள் என்னன்னு தெரியமாட்டேங்குது. சரியான நேரத்துலே எச்சரிக்கையா இல்லைன்னா அபாயம் தவிர்க்க முடியாது. ஜனங்க எல்லாம் ஒண்ணா திரளப் போறாங்க. புரட்சியைத் தவிர்க்க முடியாது.

ராஜா: புரட்சி? என்னய்யா மயிரு புரட்சி. நாம நம்ம அரசாங்கம் மூலமா ஏற்கெனவே மூணோ நாலோ புரட்சி நடத்தி இருக்கோமே?

மந்திரி: அரசாங்கம் மூலமாகவா?

ராஜா: ஆமாம். பின்னே என்ன? பசுமைப் புரட்சி, வெண்மைப் புரட்சி, மஞ்சள் புரட்சி எல்லாம் பண்ணியது யாரு?

மந்திரி: உங்க கோமாளித்தனமான சேஷ்டைகளைப் பார்த்துச் சிரிக்கிற அளவுக்கு நகைச்சுவை உணர்வு எனக்கு இல்லை மகாராஜா. ஜனங்களோட வேதனைகளையும் சுயநலம் பிடிச்ச அதிகாரிகளோட அக்கிரமங்களையும் குழந்தைங்க படிக்கிற பள்ளிக்கூடங்களைக்கூட தன்னோட அரசியல் களமா மாத்தி அழும்பு பண்ற அவலத்தையும் பார்த்து இனியும் குருடனா இருக்கிறது என்னாலே முடியாது. தயவுசெய்து இப்போவாவது என் பேச்சைக் கேளுங்க.

ராஜா: எனக்கே உபதேசம் பண்ற அளவுக்குப் பெரிய ஆளா நீ?

மந்திரி: உபதேசம் இல்லை மகாராஜா. இது ரொம்ப நெருக்கடியான நிலைமை. இதை உங்களுக்கு உணர வைக்கவேண்டியது என் கடமை. புரட்சிக்கான எல்லா ஆயத்தங்களும் தெரியவருது. இது உங்களோட இறுதிக் காலம். நான் செய்யறது எச்சரிக்கை.

ராஜா: அடப்பாவி, என் கால் செருப்பே எனக்கு உபதேசமோ எச்சரிக்கையோ பண்ண வந்தால் நான் என்னடா செய்வேன்?

மந்திரி: கழட்டி அந்தப் பக்கமா எறிவீங்க இல்லையா? இதோ என் ராஜினாமா.

ராஜா: அடப்பாவி... துரோகி...

(சேவகன் உள்ளே வந்து வணங்குகிறான்.)

சேவகன்: மகாராஜா, வெள்ளை யானை வந்து இருக்கிறார்.

ராஜா: உள்ளே அனுப்பு.

வெ.யானை (வணங்கி) மகாராஜா வாழ்க.

ராஜா: என்ன எழவுக்கு வாழறது? ஜனங்க எல்லாம் கொதிப்பா இருக்காங்களாம். புரட்சிக்கான ஆயத்தம் நடக்குதாம். உன்னைக் கேட்டா எல்லாம் சரியா இருக்குன்னு சொன்னியே?

வெ.யானை: மகாராஜா, இந்த மாதிரி தவறான செய்திகளைக் கேள்விப்பட்டு நீங்க பேஜார் ஆகக்கூடாது. நம்ம ஒற்றர் படை சொன்ன சங்கதிகளை உங்க காதுலே போடறேன். தயவு பண்ணி ஒரு நிமிஷம் உங்க காது வேணும்.

ராஜா: சரி எடுத்துக்கோ. இப்போ சொல்லு.

வெ.யானை: பிரபு எனக்குக் கிடைச்ச தகவல்படி அந்தப் புரட்சிக் கும்பலுக்கு நம்ம தலைமை மந்திரிதான் தலைமை தாங்குகிறாராம்.

ராஜா: என்ன?

வெ.யானை: ஆமாம் பிரபு. இந்தச் சிம்மாசனத்து மேலே அவருக்கும் ஒரு கண்ணுன்னா பார்த்துக்குங்களேன்.

ராஜா: யோவ் வெள்ளை யானை, எதாவது பிளான் பண்ணி அந்த மந்திரியை ஜெயிலுக்கு அனுப்ப முடியாதா?

வெ.யானை: பிளான் எல்லாம் எதுக்கு மகாராஜா? அப்படி எதுவுமே இல்லாமே உங்க ஆசையை நிறைவேத்த நான் இல்லையா? அது போகட்டும் விடுங்க.

இன்னிக்கு அந்த மந்திரி ஜெயில்லே. முந்தா நாள் கிருஷ்ணகிரியிலே நடந்த கூட்டத்திலே அந்த மந்திரியோட அள்ளக்கை மேடையிலே என்ன சொன்னான் தெரியுமா? வெள்ளை யானைக்கு எவ்வளவு பங்களா இருக்கு சொல்லட்டுமான்னு கேட்டானாம். இப்படியெல்லாம் அதிகப் பிரசங்கித்தனமா கேட்கலாமா?

ராஜா: கேட்கலாமே..

வெ.யானை: மகாராஜா இந்த மாதிரி பிரஜைகள் இருக்கிறதனாலேதான் உங்களை மாதிரி ராஜாக்கள் இருக்காங்க. உங்களை மாதிரி ராஜாக்கள் இருக்கிறதினாலேதான் எங்களை மாதிரி அதிகாரிகள் இருக்கோம். எங்களை மாதிரி அதிகாரிகள் இருக்கறதுனாலேதான் இந்த தேசம் இப்படி இருக்கு. நாம இல்லேன்னா இந்த தேசம் எப்படி இருக்கும் மகாராஜா. மகாராஜாவான உங்களுக்கு அரண்மனை இருக்கு. உங்க சேவகர்களான எங்களுக்கு ஒண்ணு ரெண்டு சின்ன பங்களாவாவது வேணாமா?

ராஜா: ஆனா நீ கட்டின பங்களாக்கள் இருந்த இடத்துலே குடிசைகள் இருந்ததாமே?

வெ.யானை: பின்னே? முன்னேற்றம்னா என்ன மகாராஜா? இதுதான். குடிசை இருந்த இடத்துலே பங்களா வந்ததா இல்லையா சொல்லுங்க. நாங்க லண்டன் மகாராணியோட நேர் அடிமைகளோட வாரிசு. அதுக்கே எங்களுக்கு Hக்கு அடுத்து **B**க்கு முன்னாலே Rக்கு பின்னாலே இப்படி மூணு எழுத்துகள் குடுத்து இருக்காங்க மகாராஜா.

ராஜா: வாஸ்தவம்தான். இப்போ நீ என்ன விஷயமா வந்தே?

வெ.யானை: மஹாபிரபு, இந்த தேசத்துலே திருடர்களோட தொல்லை அதிகம் ஆயிடுச்சு. 4 கோடி மக்கள்தொகையிலே 3 கோடியே 99 லட்சத்து 99 ஆயிரத்து தொள்ளாயிரத்து 99 ஜனங்க திருடனுங்களா மாறிட்டாங்கன்னு ஐ.பி. ரிபோர்ட் அனுப்பி இருக்கு.

ராஜா: அப்படின்னா பாக்கி இருக்கிற அந்த ஒருத்தன் நான்தானே?

வெ.யானை: ஆமாம் மகாராஜா.

ராஜா: அப்படின்னா நீயும் திருடன்னு ஆச்சு.

வெ.யானை: எண்ணிக்கையிலே கொஞ்சம் பேர் திருந்தி இருக்காங்க பிரபு. இப்போ லேட்டஸ்ட் ஃபிகர் வந்து 3 கோடியே 99 லட்சத்து 99 ஆயிரத்து தொள்ளாயிரத்து 98 ன்னு வந்து இருக்கு. வேணும்னா நீங்களே செக் பண்ணிக்குங்க.

ராஜா: அப்போ என்னோட சேர்த்து நீயும் திருடன் இல்லைன்னு ஆகிப்போச்சு. அப்புறம்?

வெ.யானை: இதோ பாருங்க மகாராஜா திருடறது சட்ட விரோதம்தான் அதுக்குன்னு இந்த தேசத்துலே யாரும் அந்தப் பழக்கத்தை விடற மாதிரி இல்லை. விடமுடியாத பழக்கத்தை வலுக்கட்டாயமா விடுவிக்க நாம் ஏன் முயற்சி செய்யணும்?

ராஜா: யோவ் நீ என்னய்யா சொல்ல வர்றே?

வெ.யானை: மகாராஜா நல்லா யோசிங்க, திருட்டுத் தொழிலுக்குச் சட்டப்படி லைசன்ஸ் குடுத்துட்டா?

ராஜா: பலே, நல்ல யோசனையா இருக்கே?

வெ.யானை: திருட்டுத் தொழிலுக்கான லைசன்ஸுக்கு இவ்வளவுன்னு அரசாங்கக் கட்டணம்னு விதிச்சா நம்ம கஜானாவும் ரொம்பி வழியும் இல்லையா?

ராஜா: அது சரி. ஆமாம் வெளியே ஒரே கூச்சலா இருக்கே? என்ன விஷயம்?

வெ.யானை: இந்த தேசத்து ஜனங்க எல்லாம் திருட்டுத் தொழிலுக்கான லைஸன்ஸ் வாங்க பெருங்கூட்டமா காத்துக்கிட்டு இருக்காங்க மகாராஜா. நீங்க சீக்கிரமா இந்த ஃபைல்லே கையெழுத்து போடுங்க.

சேவகன்: *(பிரவேசித்து)* மகாபிரபு. சில்லறை ஐயா உங்களை பார்க்கிறதுக்காக காத்துக்கிட்டு இருக்கார்

ராஜா (வெ.யானையைப் பார்த்து) இதுலே நான் அப்புறம் கையெழுத்து போடறேன். (சேவகனிடம்) சில்லறையை உள்ளே அனுப்புய்யா.

(சேவகன் வெளியேறுகிறான்.)

வெ.யானை: மகாராஜா இந்த சில்லறை கிட்டே கொஞ்சம் உஷாரா இருங்க. என்ன இருந்தாலும் அவன் அவ்வளவு நம்பிக்கையான ஆள் கிடையாது. ஏதாவது பேசி அவனை அனுப்புங்க. இன்னொரு விஷயம் மகாராஜா. அந்தத் தலைமை அமைச்சர் ஏதோ ராஜினாமா கடிதம் குடுத்தாராமே? அப்படியா மகாராஜா? அப்படிக் குடுத்தா மறுக்காம வாங்கிக்குங்க. மத்ததை எல்லாம் பார்த்துக்க நான் இல்லையா? நான் வெளியே காத்துக்கிட்டு இருக்கேன் மகாராஜா.

(வெள்ளை யானை வெளியேறுகிறான். எதிரே சில்லறை வருகிறான். வெள்ளை யானை சில்லறையின் காதில் ஏதோ குசு குசுக்கிறான்)

வெ.யானை: வாழ்க. உங்களைப் பத்தி ராஜாகிட்டே ரொம்ப நல்லா சொல்லி இருக்கேன்.

சில்லறை: ரொம்ப நன்றி. (ராஜாவை வணங்குகிறான்.)

ராஜா: உனக்கும் என் காதுதானே வேணும்?

சில்லறை: ஆமாம் மகாராஜா.

ராஜா: சே, என் காது ஒரு முழ நீளம் இருந்திருந்தா கேக்கறவங்களுக்கெல்லாம் குடுக்க எவ்வளவு வசதியா இருந்திருக்கும்? அப்படி இருந்தா உங்க வாயிலே எல்லாம் என் காதை துருத்திவிட்டு நான் நிம்மதியா தூங்கி இருக்கலாம்

சில்லறை: மகாராஜா நாங்க கேட்டப்ப எல்லாம் தாராளமா காது குடுத்ததாலே உங்க காது ஏற்கெனவே ஒரு சாண் நீளம் இருக்கும் பிரபு.

ராஜா: சரி. இன்னும் கொஞ்சம் நீளமாகட்டும். நீ சொல்லு

சில்லறை: மகாராஜா இந்த வெள்ளை யானைகிட்டே கொஞ்சம் உஷாரா இருங்க. என்ன இருந்தாலும் அவன் அவ்வளவு நம்பிக்கையான ஆள் கிடையாது.

சரியான கோள்மூட்டி. இன்னொரு விஷயம் மகாராஜா. அந்தத் தலைமை அமைச்சர் ஏதோ ராஜினாமா கடிதம் குடுத்தாராமே? அப்படியா மகாராஜா? அப்படிக் குடுத்தா மறுக்காம வாங்கிக்குங்க. மத்ததை எல்லாம் பார்த்துக்க நான் இல்லையா?

ராஜா: வெளியே ஏதோ ஏகப்பட்ட கூச்சலா இருக்கே? என்ன விஷயம்?

சில்லறை: மகாராஜா இந்த தேசத்துக் கலைஞர்கள் எல்லாம் ஒண்ணு கூடி உங்களை கோஷம் போட்டு வாழ்த்தறாங்க.

ராஜா: எதுக்கு?

சில்லறை: நான் இப்போ உங்களுக்குக் காண்பிக்கப் போற ஆர்டர்லே நீங்க கையெழுத்துப் போடப்போறீங்க. அதுக்கு.

ராஜா: அது என்ன?

சில்லறை: மகாராஜா இந்த தேசத்து ஏழைகள் மேலே நீங்கக் காட்டுகிற அக்கறை ரொம்ப பிரசித்தமா இருக்கு. ஏழைகள் சிரிக்கணும். அவங்க சிரிப்பிலே நீங்க இறைவனைக் காண்கிறதுதான் ஒங்க குறிக்கோள் லட்சியம் இல்லையா?

ராஜா: இல்லையா பின்னே?

சில்லறை: இப்போ நான் ஏழைகளைச் சிரிக்க வைக்கப்போகிற ஒரு திட்டத்தைத் தயார் பண்ணி இருக்கேன். பார்த்து சந்தோஷமா சிரிச்சிக்கிட்டே கையெழுத்து போடுங்க மகாராஜா.

ராஜா: அது எப்படி சொல்லுய்யான்னா?

சில்லறை: இப்படி மகாராஜா, இந்த தேசத்து ஏழைகளை எல்லாம் ஒண்ணா ஒரு மைதானத்துலே சேர்க்கிறது.

ராஜா: அங்கே நான் ஒரு பெரிய சொற்பொழிவு குடுக்கணும். அதுதானே?

சில்லறை: இல்லே மகாராஜா, அங்கே இந்த தேசத்து பெரிய கலைஞர்கள் எல்லாம் ஒரு கூடை எடுத்துக்கிட்டு

போவாங்க. பார்த்தா அந்தக் கூடை நிறைய ரொட்டி. அப்புறம் அந்தக் கலைஞர்கள் ஏழைகள் முன்னாலே கலை அழகோட ரொட்டியை சாப்பிடுவாங்க. ஆஹா, என்ன பிரமாதமான ருசின்னு சொல்றாங்க. கலைஞர்கள் சாப்பிடறாங்க. ஏழைகள் பார்க்கிறாங்க. அவங்க பார்க்கிறாங்க. இவங்க சாப்பிடுறாங்க. கடைசியிலே அந்தக் கூடையிலே பார்த்தா எல்லாம் அட்டையாலே செய்த ரொட்டிகள். அந்த அட்டையாலே செய்த ரொட்டியை இந்த ஏழைகள் முன்னாலே அந்தக் கலைஞர்கள் நிஜமான ரொட்டி மாதிரியே ருசித்து சாப்பிடுவாங்க. அந்த ஏழை ஜனங்க இந்தக் கலைஞர்களைப் பார்த்து கைகொட்டி சிரிக்கிறாங்க.

ராஜா: ஜனங்க நிஜமா சிரிப்பாங்கன்னு சொல்றியா?

சில்லறை: நான் இதை ஒருமுறை நிஜமா ரிகர்சல் பண்ணிப் பார்த்துட்டுத்தான் சொல்றேன் மகாராஜா.

ராஜா: அப்போ ஜனங்க எல்லாம் நிஜமாவே சிரிச்சாங்களா?

சில்லறை: நிஜமாகவே சிரிக்கிறதா? ஜனங்க எல்லாம் நிஜமாகவே விழுந்து விழுந்து சிரிச்சாங்க மகாராஜா. கீழே விழுந்த சில பேர் எழுந்திருக்கவே இல்லை. ஒருமுறை எல்லா ஏழைகளும் ஏதோ ஒரு பைத்தியக்கார ஆஸ்பத்திரியிலிருந்து தப்பி ஓடி வந்த மாதிரி சிரிச்சாங்க. ஏண்டா இப்படின்னு பார்த்தா சில கில்லாடியான கலைஞர்கள் அட்டை ரொட்டியைச் சாப்பிட்ட மாதிரியே மண்ணையும் அதுலே தொட்டுக்கிட்டு சாப்பிட்டாங்க மகாராஜா. அங்கே யாராலேயும் சிரிப்பை அடக்க முடியலே.

ராஜா: பலே, அருமையான யோசனை. உன்னை மாதிரி திறமையான அதிகாரிகளை அடைய இந்த தேசம் குடுத்து வச்சிருக்கணும். என்ன மண்டைய்யா உங்களுக்கெல்லாம்? உங்க அதை பிடுங்கற யோக்கியதைகூட இங்கே யாருக்கும் இல்லையே?

(வெளியே கூச்சல் அதிகரிக்கிறது. சேவகன் ஓடி வருகிறான்.)

சேவகன்: மகாபிரபு, வெளியே மக்கள் கூட்டமா கூடி உங்களை அர்ஜெண்டா பார்த்தே ஆகணும்னு சொல்றாங்க. *(வெள்ளை யானை ஓடி வருகிறான். சேவகன் வெளியேறுகிறான்.)*

வெ.யானை: அவங்க எல்லாம் பொதுமக்கள் மகாராஜா. திருட்டுத் தொழிலுக்கு நீங்க லைசன்ஸ் வழங்கின உங்களை வாழ்த்த கூடியிருக்காங்க மகாராஜா. சீக்கிரம் கையெழுத்து போடுங்க.

சில்லறை: ஐயோ அவங்க எல்லாம் பொதுமக்கள் இல்லை மகாராஜா. எல்லோரும் கலைஞர்கள். என்னோட இந்த ஆர்டர்லே நீங்க கையெழுத்து போட்டா உங்களை வாழ்த்திப் பாட அவங்க ஒண்ணா திரண்டு இருக்காங்க.

வெ.யானை: டேய் சண்டாளா. வெளியே கூடியிருக்கிறது பொதுமக்கள்டா..

சில்லறை: இல்லை கலைஞர்கள்..

வெ.யானை: இந்த ஆர்டர் பாஸ் பண்ண நீ எவ்வளவு கமிஷன் வாங்கி இருக்கேன்னு எனக்குத் தெரியும். *(சேவகன் மீண்டும் ஓடி வருகிறான்.)*

சேவகன்: பிரபு எல்லோரும் புரட்சி வாழ்கன்னு கோஷம் போடறாங்க.

வெ.யானை: இந்தக் கலைஞர்கள் பில் பாஸ் செய்யக்கூடாதுன்னு கோஷம் போடறாங்க மகாராஜா.

சில்லறை: திருட்டுத் தொழிலுக்கு எந்த நாட்டுலேயாவது லைசன்ஸ் உண்டா மகாராஜா.

வெ.யானை: *(சில்லறையைத் தனியாக அழைத்து)* ஏன் சார் நம்மை நாமே இந்த மாதிரி விட்டுக்கொடுக்கலாமா? என்னதான் இருந்தாலும் நாம அதிகாரிகள் எல்லாம் ஒண்ணு இல்லையா? இந்த ராஜாக்கள் எல்லாம் ஒரு கோஷ்டின்னா நாம அதிகாரிகளும் ஒரு தனி கோஷ்டி இல்லையா? என்ன நீங்க? *(கண் அடிக்கிறான்.)*

ராஜா: என்னடா உங்களுக்குள்ளே பேசிக்கிறீங்க?

சில்லறை: இந்த ஜனங்க புரட்சின்னு சொல்றதிலேயும் ஒரு அர்த்தம் இருக்கு மகாராஜா. திருட்டுத் தொழிலுக்கு லைசன்ஸ குடுக்கிறது, கலைஞர்களை வைத்து ஏழைகளுக்குச் சிரிப்பு சேவை பண்றது இதெல்லாம் பயங்கரமான புரட்சிகரமான திட்டங்கள் பாருங்க. அதை வாழ்த்தித்தான் ஜனங்க எல்லாம் புரட்சிகள் வாழ்கன்னு அடிச்சிக்கிறாங்க.

ராஜா: நம்ம மாஜி மந்திரி அங்கே இருக்கானா?

சேவகன்: அவரு மக்களைச் சமாதானப்படுத்த முயற்சி பண்ணிக்கிட்டு இருக்காரு. ஆனா அவர் பேச்சை யாரும் கேக்கலை. (கூச்சல் இன்னும் அதிகம் ஆகிறது. புரட்சி ஓங்குக என்னும் கோஷம் வலுக்கிறது.)

சில்லறை: ஐயையோ... நிஜமான புரட்சியா? அந்த மந்திரிதான் எல்லோரையும் தூண்டி விட்டுக்கிட்டு இருக்கான். ஏய் யாரங்கே?

சேவகன்: உத்தரவு.

சில்லறை: மகாராஜா கடுமையா உத்தரவு இட்டிருக்கார். மக்கள் மேலே போலீஸ் படையை ஏவி விடச்சொல்லு.

சேவகன்: உத்தரவு (அவன் செல்கிறான். கூச்சல். தடியடி. கண்ணீர் புகை குண்டு வீச்சின் ஆரவாரம் கேட்கிறது.)

வெ.யானை: ஏய் யாரங்கே..

சேவகன்: உத்தரவு.

வெ.யானை: மகாராஜா கடுமையா உத்தரவு இட்டு இருக்கார். மக்கள் மேலே ராணுவத்தைவிட்டு துப்பாக்கிச் சூடு நடத்தச்சொல்லு.

சேவகன்: உத்தரவு (செல்கிறான். துப்பாக்கிச் சூடு நடக்கும் ஓசை கேட்கிறது.)

வெ.யானை: இந்தக் கலாட்டாவை நம்மாலே சமாளிக்க முடியாது. இங்கிருந்து இப்போதைக்கு ஓடிப்போறதுதான் உத்தமம்.

சேவகன்: தயவுசெய்து வெளியே போகாதீங்க. எல்லாப் பக்கமும் ஜனங்க கூடி இருக்காங்க. அவங்க

எல்லாம் மகாராஜா முகத்தைப் பார்க்காம இங்கிருந்து ஓரடிகூட நகர மாட்டோம்னு சபதம் பண்ணி இருக்காங்க.

ராஜா: என் முகமா? நான் காலையிலேர்ந்து முகமே கழுவலையேப்பா. இந்தக் கலீஜான மூஞ்சியை அவங்களுக்கு எப்படி காண்பிக்கிறது?

சேவகன்: அவங்க கண்டிப்பா உங்க முகத்தை பார்க்காம இங்கிருந்து போக மாட்டாங்க மகாராஜா.

ராஜா: சரி, இந்த ஜனங்க என் இந்த முகத்தை பார்த்தே ஆகணும்னா நான் என்ன செய்யமுடியும்? போகட்டும். காலைலே கக்கூஸ் போனப்புறம் என் காலை சுத்தமா கழுவி இருக்கேன். முகத்துக்குப் பதிலா என் காலை காண்பிச்சா போதாதா?

வெ.யானை: போதும் மகாராஜா.

சில்லறை: பத்தாது மகாராஜா.

வெ.யானை: போதும்யா.

சில்லறை: பத்தாது சார்.

வெ.யானை: யோவ் உனக்கு அனுபவம் பத்தாது. முதல்லே மேல் அதிகாரிகளை மதிக்கக் கத்துக்கோ.

சில்லறை: அனுபவம்தான் கழுதைக்குக்கூட இருக்கே.

வெ.யானை: யாருடா கழுதை? உங்கப்பன் கழுதை உங்க ஆத்தா கழுதை.

சில்லறை: உங்க ஆயா கழுதை உங்க தாத்தன் கழுதை.

ராஜா: *(கோபத்துடன்)* டேய் கழுதைக்குப் பிறந்த பசங்களா..

(இருவரும் அமைதி ஆகின்றனர்.)

வெ.யானை: மகாராஜா லேட்டஸ்ட் ஜி.ஓ படி நீங்க ஒரு கால் காண்பிச்சா போதும்

சில்லறை: போதாது பிரபு. மக்கள் ஒரு பக்தியாலே உங்க காலை கேக்கிறாங்க. இப்படித்தான் 1857லே ஒரு

கோர்ட்டு உத்தரவு. நீங்கக் குறைந்தபட்சம் ரெண்டு காலையாவது ருல்ஸ் படி காட்டணும்.

ராஜா: எனக்கு இன்னும் ரெண்டு கால்கள் முளைக்காததாலே இப்போதைக்கு ரெண்டு கால்களை காமிக்கிறேன். போதுமா? (இரண்டு அதிகாரிகளின் மீதும் தன் கைகளை ஊன்றி தன் கால்களை மேடையின் இடது உள்ளில் காண்பிக்கிறான். கூச்சல் இன்னும் குறையவில்லை. (சேவகனிடம்) நீ போய் மகாராஜா முகம் கழுவலை. ரொம்ப அழுக்கா இருக்கு. இப்போதைக்கு ராஜாவோட காலை பார்த்து திருப்தி பட்டுக்கணும்னு சொல்லு. (சேவகன் விரைகிறான்) என் கால் என்ன ஈரமா இருக்கே? (காலை தூக்கிக் காண்பிக்கிறான்.)

சில்லறை: மக்கள் உங்க கால்களைக் கழுவி பாதபுஜை செய்து இருக்கலாம் மகாராஜா.

ராஜா: ஆனா ஒரு மாதிரி நாத்தமா இருக்கே? யாராவது மூத்திரம் அடிச்சிருப்பாங்களோ? (வெளியே கூச்சல் அதிகரிக்கிறது. ராஜாவின் கால்கள் மேல் அடிகள் விழுகின்றன.) ஐயையோ யாரோ போட்டு அடிக்கிறாங்க. சீக்கிரம் காலை இழுங்கப்பா சீக்கிரம் சீக்கிரம்.... ஐயோ...

சில்லறை: ரெலிவெண்ட் ஜி.ஓ இல்லாம வெளியே தள்ளினதை உள்ளே இழுக்கறது ருல்ஸ் படி குற்றமாச்சே.

வெ.யானை: ஜி.ஓ என்ன மயிரு? நானே சொல்றேன் இழுங்கடா.

சில்லறை: இவரு சீனியர்னு எல்லாத்துக்கும் கோளாறு பண்ணிக்கிட்டுத் திரியறாரு. இவரை முதல்லே சரி பண்ணணும் மகாராஜா.

ராஜா: ஐயோ அவங்க அங்கே இருந்து இழுக்கிறாங்க. என் காலை பிச்சி எடுக்கப்போறாங்க. சீக்கிரம் உள்ளே இழுங்கடா. ஐயோ என் கால் உயிர் போகுதே...

வெ.யானை: இந்த ஜி.ஓ எல்லாம் நான் பார்த்துக்கிறேன். உங்க காலே பிய்ஞ்சி போனாலும் அதிகாரிகளான நாங்க விடமாட்டோம். இழுய்யா ஐலேசா... (சில்லறையும் வெள்ளை யானையும் ராஜாவை உள்ளே இழுக்க

மக்கள் ராஜாவை வெளியே இழுக்கின்றனர். ராஜா வலியால் துடிக்கிறான். சிவன் ஐயோ மகாராஜா என்று கத்திக்கொண்டே பிரவேசிக்கிறான்.)

சிவன்: மகாராஜா வாழ்க.

ராஜா: ஐயோ..

சிவன்: மகாராஜா நீங்க எனக்கு ஒரே ஒரு வாய்ப்பு குடுங்க. இந்த ஜனங்களை நான் ஒரே நொடியிலே துரத்தி விட்டுடுவேன்.

ராஜா: குடுத்தேன். நீ என்ன செய்யணுமோ சீக்கிரம் செய்து தொலைய்யா. ஐயோ என் காலு...

சிவன்: டிங்டாங் (வெளியே கழுதையின் கனைப்பு கேட்கிறது.) டிங்டாங் நம்ம அருமையான மகாராஜாவை காப்பாத்தறது நம்ம முக்கியமான கடமை இல்லையா? (கழுதை மீண்டும் கத்துகிறது) அப்படின்னா வெளியே நிக்கிற ஜனங்களை எல்லாம் உதைச்சுத் தொரத்து. (கழுதை உதைக்கும் சத்தம் டூ மக்கள் ஓடும் ஒலி. ராஜாவின் கால்கள் விடுபடுகின்றன. ராஜா. வெ.யானை மற்றும் சில்லறை ஆச்சரியத்துடன் வெளியே பார்க்கின்றனர்.)

ராஜா: ஏம்பா இது குதிரையா? கழுதையா அல்லது ராட்சசனா?

சில்லறை: எப்படி துரத்தித் துரத்தி உதைச்சது பாருங்க. இது ஒரு தெய்வீகச் சக்தியுள்ள பிராணி மகாராஜா.

வெ.யானை: நம்ம புரட்சி அம்மா கிட்டேகூட இந்த மாதிரி ரெண்டோ மூணோ இருக்கு மகாராஜா.

சில்லறை: ஜனங்க எப்படி அலறி அடிச்சிக்கிட்டு ஓடறாங்க பாருங்க மகாராஜா.

வெ.யானை: ப்யூட்டிஃபுல். பேர் பாருங்க டிங்டாங்னு..

வெ.யானை: ஓங்களைக் காப்பாத்த வேண்டி இந்தக் கழுதைப் பையனுக்கு நான்தான் சொல்லி அனுப்பிச்சேன் மகாராஜா.

ராஜா: டிங்டாங்..

சில்லறை: இந்தக் கழுதைப் பையன் எங்க வீட்டுலேதான் வேலை பார்க்கிறான் மகாராஜா.

ராஜா: டிங்டாங் (சிவனிடம்) என்ன கண்ணு உன் பேரு?

சிவன்: என் பேர் சிவன் மகாராஜா. ரொம்ப ஏழை மகாராஜா. தயவு பண்ணி உங்க அரண்மனையிலே ஒரு வேலை போட்டுக் குடுத்தீங்கன்னா பிழைச்சிக்குவேன்.

வெ.யானை: ஆமாம். இவனை காடு மற்றும் வன விலங்கு வாரியத்துக்குத் தலைவரா போடணும்னு நான் சிபாரிசு பண்றேன் மகாராஜா.

சில்லறை: சே. அது என்ன? இவனை பின் தங்கிய வகுப்பினருக்கான கமிட்டியிலே தலைவரா போடுங்க மகாராஜா.

ராஜா: கண்ணு சிவா போய் உன் டிங்டாங் ஐ அழைச்சிக்கிட்டு வா..

(சிவா போய் கழுதையை அழைத்து வருகிறான். எல்லோரும் ஆச்சரியத்துடன் பார்க்கின்றனர்.)

ராஜா: அற்புதம். அதி அற்புதம். என்ன உடல் கட்டு? என்ன கால்கள், காதுகள் என்ன. அடடா... இந்த மாதிரி கால்கள் எனக்கும் இருக்கக்கூடாதான்னு ஏக்கமா இருக்கு.

வெ.யானை: ஐயோ டிங்டாங் மாதிரி எனக்கும் நாலு கால் இருக்கக்கூடாதான்னு தோணுது மகாராஜா.

சில்லறை: சே, சனிக்கிழமைக்குப் பதிலா ஒரு ஞாயிற்றுக்கிழமை பிறந்து இருந்தேன்னா நானே டிங்டாங்கா பிறந்து இருப்பேனோ என்னவோ.

வெ.யானை:(சிவனிடம்) ராஜாகிட்டே உன்னைப் பத்தி நெறைய சொல்லி இருக்கேன். அப்புறமா தனியா வந்து என்னைப் பாரு.

ராஜா: எல்லாம் கவனமா கேளுங்க. இன்றிலிருந்து இந்த ராஜ்ஜியத்தோட முதல் மந்திரி...

வெ.யானை:மாண்புமிகு முதல்வர் சிவன் அவர்கள்.

ராஜா: சரியா கேளுங்கடா கிறுக்குப் பசங்களா. இன்னையிலிருந்து இந்த ராஜ்ஜியத்தோட முதல் மந்திரி சிவன் கிடையாது... டிங்டாங்.

வெ.யானை: மகாராஜா..

ராஜா: முதல்வர் டிங்டாங் வாழ்கனு கோஷம் போடுங்கடா.

(எல்லோரும் டிங்டாங் வாழ்க என்று கோஷம் போடுகிறார்கள்.)

ராஜா: டிங்டாங் இந்த தேசத்தின் முதல் அமைச்சர். சிவன் அதுக்கு பி.ஏ. முதல் நிலை உதவியாளர். இதோ பாருப்பா சிவா. நீ முதல் அமைச்சரோட எல்லா வேலைகளையும் பார்த்துக்கிட்டு அவருடைய ஆசைகளை அவரோட பாஷையிலேருந்து எனக்கு மொழி பெயர்த்து சொல்லணும். தோட்டத்துலே இருக்கிற அரண்மனை உங்க ரெண்டு பேருக்கும். புரிஞ்சதா? யாரங்கே, இவங்க ரெண்டு பேரையும் தோட்டத்து அரண்மனையிலே சகல மரியாதைகளோடு கொண்டுபோய் விட்டு எல்லா ஏற்பாடுகளும் செய்யுங்க. (ராஜா உள்ளே செல்கிறான். பின்மேடையில் தலைமைச் செயலரின் குரல் கேட்கிறது. சில்லறையும் வெள்ளை யானையும் அவசர அவசரமாக எழுதிக் கொள்கிறார்கள்.)

G.O.No.0009/2021-Kirukistan/22

அ. இனிமேல் மாண்புமிகு டிங்டாங் அவர்களை யாரும் கழுதை என்று மறந்தும் சொல்லக்கூடாது. மேலும் மாண்புமிகு டிங்டாங் அவர்களை யாரும் எதுவும் எப்படியும் நேரடியாகவோ மறைமுகமாகவோ சொந்தப் பேரிலோ புனை பெயரிலோ மறந்தும்கூட விமர்சிக்கக்கூடாது. வாய் விட்டோ அல்லது மனதுக்குள்ளேயோ மறந்தும் கழுதை என்று சொல்லியோ விமர்சனம் செய்தோ கடுங்குற்றம் இழைத்தவர்களுக்கு இத்தேசத்தின் கேபிஸி (அதாவது கிறுக்கிஸ்தான் பீனல் கோட்) அல்லது கே.சி.ஆர்.பி.ஸி அதாவது கிறுக்கிஸ்தான் கிரிமினல் பீனல் கோட் சட்டப்படி ஆறு மாதம்

கடுங்காவல் தண்டனை மற்றும் பத்தாயிரம் அபராதம் விதிக்கப்படும். இனிமேல் எல்லோரும் வணக்கம் என்பதற்குப் பதிலாக டிங்டாங் என்றுதான் ஒருவரை ஒருவர் கண்டிப்பாக வணங்கவேண்டும்.

ஆ. மாண்புமிகு டிங்டாங் அவர்கள் புரட்சியாளர்களை உதைத்துத் துரத்தி மகாராஜா அவர்களின் மேன்மையான உயிரைக் காப்பாற்றிய வீர தீரச் செயலை விசேஷமாக மக்கள் மனதில் பதிக்கவேண்டும். மேலும் இந்தத் தருணத்தில் அந்த வீரமான கணங்களை நினைவு கூரும் வண்ணம் அரசு மிக விலை உயர்ந்த தபால்தலைகளை வெளியிடும். மக்கள் அத்தபால்தலைகளை மிகுந்த பக்தியுடன் வாங்கி ஆதரிக்கவேண்டும்.

இ. மாண்புமிகு டிங்டாங் அவர்களின் உணவுக்காக ஆஸ்திரேலியாவில் இருந்து மிக விலை உயர்ந்த புல்லும் லத்தீன் அமெரிக்காவில் இருந்து இலக்கியச் சுவை மிகுந்த புண்ணாக்கும் சைனாவில் இருந்து புண்ணாக்கும் இங்கிலாந்தில் இருந்து குப்பைக் காகிதங்களும் வரவழைக்கவேண்டி தவிட்டு வரி என்னும் புது வரியைப் பொதுமக்கள் தானாகவே நமது கருவூலத்தில் செலுத்தவேண்டும்.

சில்லறை: ஐயா சிவன். இந்த சர்க்கார் வெளியிட்டு இருக்கிற ஜீ.ஓலே மாண்புமிகு டிங்டாங் அவர்களோட ராத்திரிக்கான ஏற்பாடுகள் ஒண்ணும் சொல்லல்லியா? ஆமாம். அவருக்குக் கல்யாணம் ஆயிடுச்சா?

சிவன்: இல்லை.

சில்லறை: ஐயாவுக்கு கல்யாணம் ஆகலைன்னா ராத்திரி பலான மேட்டருக்கு ஏற்பாடு செய்யவேண்டாமா?

சிவன்: பலான மேட்டர்னா?

சில்லறை: என்கிட்டே ஒரு பார்ட்டி இருக்கு. அந்த பார்ட்டி கிட்டே ரெண்டு பொட்டைக் கழுதை இருக்கு. ரெண்டும் செம பில்டு. சிபிலிஸ். எய்ட்ஸ் எல்லாம் ஒண்ணும் இல்லை. டாக்டர் சர்டிபிகேட் இருக்கு.

உங்களுக்கு இவ்வளவு பர்செண்ட்னு சொன்னா பில் பாஸ் பண்ண வச்சிடறேன். இல்லேன்னா சின்ன வயசுலே குதிரை ஒண்ணு இருக்கு. நல்ல ப்ரௌன் கலர். அசல் வர்ஜின். வேணும்னா டெஸ்ட் செய்து பார்க்கலாம். இதுக்கு நீங்க ஒத்துக்கிட்டா நான் பார்ட்டியை அழைச்சிக்கிட்டு வர்றேன். சாயந்திரம் சாயிபாபா பாருக்கு வாங்க காத்துக்கிட்டு இருப்பேன். வரட்டா? டிங்டாங். (செல்கிறான்.)

வெ.யானை: டிங்டாங் சிவன் அவர்களே..

சிவன்: டிங்டாங் சாமி.

வெ.யானை: அது ஒண்ணும் இல்லே. மாண்புமிகு டிங்டாங் அவர்களுக்குக் கழுதை குதிரை மாதிரி பிராணிகளை செட்டப் பண்றது அவ்வளவு உத்தமம் இல்லேன்னு எனக்கு தோணுது. அவர் என்னமோ உங்க மேலே வச்சிருக்கிற மரியாதையை மீறக் கூடாதுன்னு நீங்க என்ன கொடுத்தாலும் ஒத்துக்கலாம். ஆனா நல்லா யோசிச்சுப் பாருங்க. ராஜாவோட முதல் அமைச்சருக்கு ஜோடி ஒரு கழுதை குதிரைன்னா ராஜாவோட மரியாதை என்ன ஆகிறது? இந்த தேசத்தோட மரியாதை என்ன ஆகிறது? நீங்க மனசு வச்சா அந்த மேட்டருக்காக சின்ன வயசு பெண்களும் தயாரா இருக்காங்க. எதுக்கும் நீங்க சாயங்காலம் ராகவேந்திரா வைன் ஷாப்புக்கு வாங்க. விலாவரியா பேசுவோம். வரட்டா.

(காட்சி முடிவு)

காட்சி – 6

பிள்ளையார் கோவில். சாம்பன் செய்தித்தாளைக் கையில் ஏந்திக்கொண்டும் பாடிக்கொண்டும் உள்ளே வருகிறான். கோவிலின் மூலையில் ஒரு ஆள் உட்கார்ந்து மது அருந்திக் கொண்டிருக்கிறான். அவன் வீரையன். சாம்பன் அவனைக் கண்டு கொள்வதில்லை. பாடல் தொடர்கிறது.

‘கத்தி போச்சு
வாலு வந்தது
புத்தி போச்சு
கழுதை லத்தி வந்தது
கல்லு மிதக்குது
தக்கை முழுகுது
நீளும் பாதை
நெட்டுக்கு வழுக்குது
போடும் கோஷமெல்லாம்
இங்கு டிங்டாங் டிங்டாங்
மனுசனெல்லாம் நாலு காலுலே
நடமாடுறான் ஆடுறான்
புத்திசாலி எல்லாம்
முகமூடி போட்டு அலையுறான்
வாலு எங்காவது முளைத்ததான்னு
தொட்டுப்பார்த்துக்கிறான்
கழுதை அல்வா திங்குது

மனுஷன் புல்லைத் தின்னுறான்

டிங்டாங் வாழ்கன்னு பாடுறாங்க.'

சாம்பன்: என்ன பைத்தியக்காரத்தனம் இது? எந்தப் பேப்பரை எடுத்தாலும் ஒரே டிங்டாங் ராமாயணம்தான். யார்கிட்டே பேசினாலும் டிங்டாங் புராணம்தான். சரி. இன்னைக்கு என்ன புதுக்கதைன்னு பார்ப்போம். *(படிக்கிறான்)*

அண்ணா சாலையில் மாண்புமிகு டிங்டாங்கின் சிலை திறப்பு விழா.

பெண் கழுதைகள் கள்ளச்சந்தையில் அமோக விற்பனை.

டிங்டாங் ரசிகர் மன்றத்தினர் நடத்தும் ரத்ததான முகாம்.

புல் மற்றும் புண்ணாக்கு வகைகளின் மீதான வரிகளை மீண்டும் ஏற்றப்போவதாக அரசு அறிவிப்பு.

ஓர் முக்கியமான எச்சரிக்கை

டிங்டாங் பெயரில் பல தனியார் நிறுவனங்கள் போட்டி போட்டுக்கொண்டு அழகு சாதனங்களைத் தயாரிக்கின்றன. ஆனால் டிங்டாங்கின் அசல் சாணியைப் பயன்படுத்தி ஒரிஜனல் அழகு சாதனங்கள் தயாரித்து வருவது அரசு நிறுவனங்கள் மட்டுமே. எனவே அனைவரையும் எச்சரிக்கையுடன் இருக்குமாறு கேட்டுக்கொள்கிறோம். போலி நிறுவனங்கள் ஏதோ ஒரு பிராணியின் சாணியைப் பயன்படுத்தி அழகு சாதனங்கள் தயாரிக்கின்றன. எச்சரிக்கையுடன் இருங்கள். முகத்தையும் அழகையும் கெடுத்துக் கொள்ளாதீர்கள் என்று மரியாதையாக எச்சரிக்கிறோம்.

(மூலையில் குடித்துக்கொண்டிருக்கும் வீரையன் நிமிர்ந்து பார்க்கிறான்.)

வீரையன்: இது என்ன பிரமாதம் தலைவா. உனக்குத் தெரியுமா? இந்த ஊர்லே காலேஜ் படிக்கிற வயசுப் பொண்ணுங்க எல்லாம் அந்த டிங்டாங் கழுதைக்கு உருகி உருகி லவ் லெட்டர் எழுதறாங்களாம்.

சாம்பன்: *(தனக்குள்)* என்ன இது? எல்லாத்தையும் இவன் ஒருத்தனே குடிச்சிக்கிட்டு இருக்கானே. இவனை எங்கேயோ பார்த்த மாதிரி இருக்கே?

வீரையன்: (சிரித்துக்கொண்டே) ஒரு பொண்ணு என்ன எழுதியிருக்கா தெரியுமா? ஒருநாள் ராத்திரி அவ அந்த டிங்டாங்கோட டிஸ்கோ டான்ஸ் ஆடற மாதிரி கனவு கண்டாளாம்.

சாம்பன்: அப்படியா? அப்படி அவ ஆடறப்போ டிங்டாங்குக்கு ரெண்டு காலு குறைஞ்சுதா இல்லை அவளுக்கு ரெண்டு காலு கூடிச்சாமா?

வீரையன்: (சிடுசிடுவென்று) இன்னொருத்தர் கனவுலே எல்லாம் திருட்டுத்தனமா எட்டிப்பார்க்கிற பேமானி நான் கிடையாது. என் முகத்தைப் பார்த்து சொல்லு? என்னைப் பார்த்தா கனவுலே எட்டிப்பார்க்கிற திருடன் மாதிரியா தெரியுது.

சாம்பன்: ஆனா உன்னை எங்கேயோ பார்த்த மாதிரி இருக்கே?

வீரையன்: அது கிடக்கட்டும் தலைவா. மார்க்கெட்லே புல்லு புண்ணாக்கெல்லாம் என்னமா விலை ஏறி இருக்கு தெரியுமா?

சாம்பன்: ஏன்? ஜனங்கள் எல்லாரும் புல்லும் புண்ணாக்கும் சாப்பிட ஆரம்பிச்சிட்டாங்களா?

வீரையன்: பின்னே? ஹோட்டல்லே ஒரு பிளேட் புண்ணாக்கு ஃபிரை விலை பத்து ருபாய் தெரியுமா?

சாம்பன்: பலே, நானும் எத்தனையோ பேரைப் பார்த்திருக்கேன். சாம்பார் இல்லாமே வெறும் சோறு தின்னறவனைப் பார்த்திருக்கேன். கறி இல்லாமே பிரியாணி சாப்பிடறவனைப் பார்த்திருக்கேன். இது ரெண்டு இல்லாட்டாலும் புல்லு புண்ணாக்கு இல்லாம சாப்பிடறவனை இப்போ பார்க்கவே முடியலே.

வீரையன்: அவங்க கிட்டே, யோவ்... மனுசனுக்கான சாப்பாடு இது இல்லேன்னு நான் சொன்னேன். ஆனா பிழைக்கிறதுக்கான வழி இதுதான்னு அவங்க சொல்றாங்க. இதை எங்கே சொல்லி முட்டிக்கிறது?

சாம்பன்: இந்த முட்டாள்களுக்குப் புத்தி சொல்ல யாருமே இல்லையா?

வீரையன்: நமக்குள்ளே ஒருத்தன் இருக்கான். அவன் ரொம்ப புத்திசாலி. வெறும் புத்தகங்களைப் பத்தி மட்டுமே பேசிக்கிட்டு இருப்பான். தூங்கிக்கிட்டு இருக்கிறப்போ கூட யார் கூடவோ பேசற மாதிரி வாய் தெறந்தே இருக்கும். எப்போ வாயைத் திறந்தாலும் அவன் புத்தகம் பத்தி மட்டுமே பேசுவான். ஒரு தடவைகூட சாப்பாட்டைப் பத்தி பேசினதே கிடையாது. அவனுக்காக வெச்ச சாப்பாட்டை எப்பவுமே எலிதான் சாப்பிடும். அவன் சாப்பாட்டைச் சாப்பிட்டு எலி பெருத்துப்போச்சு. அவன் குச்சி மாதிரி மெலிஞ்சி போனான். ஏண்ணே இப்படின்னு கேட்டா நான் அறிவு ஜீவி அப்படின்னு சொல்றான்.

சாம்பன்: சே நீ ரொம்ப வேடிக்கையா பேசறே. நேத்து என் கனவுலே ஒருத்தனைப் பார்த்தேன். அவன் சின்ன மீனாட்டம் துள்ளிக்கிட்டு இருந்தான்.

வீரையன்: அப்படியா? யாரு அது?

சாம்பன்: எனக்குச் சரியா ஞாபகம் இல்லை. ஒருவேளை அது நீயாகக்கூட இருக்கலாம்.

வீரையன்: என்னை நீ மீனுன்னு வேணும்னாலும் சொல்லு. முதலைன்னு வேணும்னாலும் சொல்லு. இத்தனை நாள்லே நான் எதையாவது பேசி அதை சரின்னு சொன்னவன் நீ ஒருத்தன்தான் தலைவா.

சாம்பன்: சே, கனவு அப்படி இருந்ததுன்னு சொன்னேம்பா. மனசுலே ஒண்ணும் வச்சுக்காதே. அது சரி. நீ ஏன் தனியா ஒக்காந்து குடிச்சிக்கிட்டு இருக்கே? என்னடா கூடவே ஒரு பெரிய மனுசனும் இருக்கானே. பார்க்க கொஞ்சம் நல்லவனா தெரியறானே அவனையும் நீ குடிக்கிறியான்னு ஒரு வார்த்தை கேட்டுப் பார்ப்போமே அப்படின்னு உனக்கு ஏன் தோணலை? உனக்கு ஏன் அந்த நாகரிகம் இன்னும் வரல்லே?

வீரையன்: உனக்கு இப்போ என் நாகரிகம் வேணுமா இல்லை குடிக்க கொஞ்சம் சாராயம் வேணுமா?

சாம்பன்: சாராயம்.

வீரையன்: அப்படின்னா மூடிக்கிட்டு கேளு. அரசியலையும் பேச்சையும் பிரிக்க முடியாது. டேபிளைக் குத்திப்

பேசினா அரசியல். காத்தைக் குத்தி பேசினா அது புரட்சி. நம்ம கதாநாயகன் இருக்கானே அதாம்பா அந்தப் புஸ்தகக்காரன். ஒருநாள் காத்தைக் குத்திக் குத்திப் பிரசங்கம் பண்ணிக்கிட்டு இருந்தான். எதைப்பத்தி தெரியுமா? அதே புத்தகங்கள் பத்தித்தான். அந்தப் புத்தகங்கள்லே சொல்லப்பட்டிருக்கிற புரட்சி பத்தி பேசிக்கிட்டே போனான். எனக்கு என்மேலேயே கோபம் வந்தது. ஏன்னு கேளு?

சாம்பன்: ஏன்?

வீரையன்: எல்லாத்தையும் மூடிக்கிட்டு இதையெல்லாம் கேட்டுக்கிட்டு இருந்தேனேன்னு என் மேலேயே கோபம் வந்தது. என்னை நானே நான் மனசுக்குள்ளே நல்லா உதைச்சிக்கிட்டேன்.

சாம்பன்: நல்ல வேலை செஞ்சே தம்பி. உன் மனசுலேயே அவனையும் சேர்த்து உதைச்சிருந்தேன்னா இன்னும் நல்லா இருந்திருக்கும்.

வீரையன்: எப்போவுமே நேர்மையா இருக்கிறது எப்படி முடியும் தலைவரே?

சாம்பன்: அது சரிதான். பாரேன், இப்போகூட நீ எனக்கு ஒரு மீன் மாதிரிதான் இருக்கே அப்படின்னு நான் சொல்ல முடியுமா சொல்லு? எப்படி இருந்தாலும் நான் உன்னை இந்திரன் சந்திரன்னுதான் சொல்லி ஆகணும். இல்லேன்னா நீ எனக்குச் சாராயம் தரமாட்டே.

வீரையன்: இது பொழைக்கிற வழி. நம்ம கதாநாயகன் கடவுள் இல்லைன்னு நான் நினைக்கிறேன். இதைப்பத்தி நீ என்ன நினைக்கிறே அது மட்டும் இல்லை. அவன் ஒரு மனுசன்னு நான் சொல்றேன். ஏன்னு கேளு...

சாம்பன்: (கோபத்துடன்) இதப்பாரு எனக்கு உன் பேச்சு மயிரெல்லாம் வேணாம். சாராயம்தான் வேணும். குடுப்பியா மாட்டியா?

வீரையன்: தரமுடியாது. வேணும்னா இன்னும் ரெண்டு வார்த்தை பேசட்டுமா?

சாம்பன்: ஒரு மயிரும் வேணாம். மூடிக்கிட்டு கிட.

வீரையன்: சே... உன் கனவைப் பத்தி இன்னும் சொல்லவே இல்லையே தலைவா...

சாம்பன்: எந்தக் கனவு?

வீரையன்: உன் கனவுலே நான் வந்தேன்னு சொன்னியே. அந்தக் கனவு.

சாம்பன்: எனக்கு சாராயம் குடு அப்ப சொல்றேன்.

வீரையன்: சாராயம் மட்டுமா? என் உயிரையே கேளு. உனக்காக நான் தர்றேன். தலைவா. உன் கனவைப்பத்தி சொல்லு.

சாம்பன்: எனக்கு சாராயம் குடுத்தாத்தான் சொல்வேன்.

வீரையன்: சே... குடிக்கிறவனெல்லாம் புத்தகம் பத்தி பேச ஆரம்பிச்சா எனக்குத் தாங்காது.

சாம்பன்: சாராயம் இல்லேன்னா எனக்கு நாக்கு புரளாது தம்பி.

வீரையன்: ஐயோ... நீயும் நம்ம கதாநாயகன் மாதிரியே பேசறியே அண்ணே... (அழுகிறான்)

சாம்பன்: அடப்பாவி.. இப்போ இப்படி அழற மாதிரி என்ன நடந்து போச்சு?

வீரையன்: எதுக்கு அழக்கூடாது சொல்லு? எனக்கு என்ன வருத்தம்னா இந்த ஊரைப்பத்தி நீ என்ன நினைக்கிறியோன்னுதான். ஆனா இந்த ஊரைப்பத்தி ஒரு கழுதையும் கவலைப்படப் போறதில்லை. நீயாவது எதுனா கேப்பேன்னு பார்த்தா....

சாம்பன்: அதுதான் சாராயம் கேட்கிறேனே? குடுப்பியா?

வீரையன்: எடுத்துக்கோ (தருகிறான். சாம்பன் மனதாரக் குடித்தபின்) இப்போ சொல்லு.

சாம்பன்: தம்பி... இப்போ கேட்கிறேன். நீ சொல்லு. இந்த ஊரைப்பத்தி உன் அபிப்பிராயம் என்ன?

வீரையன்: இந்த ஊரு... இந்த ஊரு... ஒரு பெரிய்ய்ய்ய சாக்கடையாலே மூடப்பட்ட பெரிய்ய்ய்ய குளம். முதல்லே இது ஒரு பெரிய ஆறா இருந்தது. ஆனா

குறுக்காலே ஒரு வரப்பைக் கட்டி இந்த மாதிரி குளமா மாத்திட்டாங்க. இதைச் சுத்தியும் காடு. அதாவது செடி கொடி மரம்லாம் புதரா வளர்ந்த ஒரு காடு. ஆனா நான் சொல்ற காட்டுலே அந்த மாதிரி மரம் செடி கொடியெல்லாம் இல்லே. வெறும் முள் புதர்தான். இந்த மரம் செடி கொடிகள்லே பழங்கள் பழுத்து தொங்குது. அந்தப் பழங்களைப் பறிக்கணும்னு பார்க்கிறியா? சரியான திருட்டுப் பய நீ. கிட்டே போய்ப் பார்த்தா அது பழம் இல்லே.

சாம்பன்: பின்னே?

வீரையன்: மண்டையோடுங்க. இது எப்படி இருக்கு?

சாம்பன்: என்னமோ தம்பி எனக்கு வந்த கனவோட முதல் பாதியை நீ சொல்லிக்கிட்டு இருக்கே. அதையெல்லாம் மண்டையோடுன்னு நினைச்சி பயந்துக்கிட்டு நீ ஓடிப்போனே இல்லே? அப்புறம் நான் அங்கே போனேன். நான் போனப்போ அந்த மண்டையோடுகள் எல்லாம் என்னைப் பார்த்து கைகொட்டி சிரிச்சது. ஏண்டான்னு பார்த்தா ஒரு தடிப்பயல். மீன் பிடிக்கிற ஆளு. கரையோரமா கிடைச்ச மீன்களைப் பிடிச்சு முழுசு முழுசா முழுங்கிக்கிட்டு இருந்தான். எனக்கும் ஒரு மீன் குஞ்சு கிடைச்சது. அதை அறுக்கலாம்னு பார்த்தா அது பாட ஆரம்பிச்சது.

வீரையன்: (ஆர்வத்துடன்) என்னன்னு?

சாம்பன்: ‘என்னை உயிரோட விடு

உபகாரம் பண்ணு
உனக்கு நான்
சூரியனைத் தருவேன்
இந்தக் கரையை உடைப்பியா?’

வீரையன்: அப்புறம்?

சாம்பன்: அதுவரைக்கும் நான் அந்த மீனோட கண்களைப் பார்க்கவே இல்லை. அப்புறம் பார்த்தேன் பாரு எனக்கு பயம் புடுங்கிடுச்சி. அதோட கண்களைப் பார்த்தா... உன்னோட கண்ணு மாதிரியே இருந்ததுப்பா.

வீரையன்: சே நீயும் ரொம்ப மோசம்ணே. கனவுலே இருந்து அவ்வளவு சீக்கிரம் எழுந்திருக்கக்கூடாது.

சாம்பன்: இன்னிக்கு எதுனா அந்த மீன் என் கனவுலே வந்து கையிலே மண்வெட்டியைக் குடுத்து கரையை உடைக்கச் சொன்னா மவனே இன்னிக்கு போட்டுத் தாக்கிடுவேன். ஏன்னா அந்த மீன் குஞ்சு சாகிறதை என்னாலே பார்க்க முடியாதுப்பா.

வீரையன்: அது இல்லே. அது உன் ஒருத்தனாலே மட்டும் ஆகிற காரியம் கிடையாது. உன் கனவுலே ஒரு ஓரமா கடப்பாரை மண்வெட்டியை வெச்சிக்கட்டு நானும் ஒரு ஓரமா காத்திக்கிட்டு இருப்பேன். சரியான நேரம் பார்த்து என்னைக் கூப்பிடு என்ன?

சாம்பன்: என்னன்னு கூப்பிடட்டும்?

வீரையன்: மிஸ்டர் வீரையன்னே கூப்பிடு போதும். சரி இந்தா இதைக்குடி. எல்லாத்தையும் நீயே குடி. சுகமா தூக்கம் வரட்டும். நீ சொன்ன அந்தக் கனவு திரும்ப வரட்டும். அந்தக் கனவுலே நானும் வருவேன் இல்லே? *(கிளம்புகிறான்)*

சாம்பன்: *(பாசத்துடன்)* எங்கே கௌம்பிட்டே தம்பி?

வீரையன்: போய் கடப்பாரை மண்வெட்டி கொண்டு வரப்போறேன். ஒண்ணு தெரிஞ்சிக்கோ தலைவா. இப்போ என் மனசுலே நீ ஒரு விதை விதைச்சுட்டே. உனக்கு அது விதை. எனக்கு அது பெரிய மரமா வளர்ந்து நின்ன மாதிரி தெரியுது. வரட்டா? *(பாடிக்கொண்டே செல்கிறான்)*.

'என்னை உயிரோட விடு
உபகாரம் பண்ணு
உனக்கு நான்
சூரியனைத் தருவேன்

இந்தக் கரையை உடைப்பியா?'

(காட்சி முடிவு)

காட்சி – 7

இடம்: அரண்மனை

(ராஜா, தலைமைச் செயலாளர், காவலன், வெள்ளை யானை, சில்லறை)

ராஜா: ஏண்டா மகனே ரொம்ப குஷியா இருக்கே போலிருக்கே? என்ன விஷயம்?

த.செயலர்: அழுறதுக்கு எந்தக் காரணமும் இல்லை மகாராஜா.

ராஜா: அழுறதுக்கு எவ்வளவு காரணம் வேணும் சொல்லு? நூறா? ஆயிரமா?

த.செயலர்: ரெண்டு சொல்லுங்க மகாராஜா.

ராஜா: வாயைமூடு,அயோக்கியக்கழுதை.சீநாயே. உன்னை மாதிரி அயோக்கியனாலேதான் இப்படியெல்லாம் ஆச்சு.

த.செயலர்: ஆனா மகாராஜா...

ராஜா: (வாயைப் பொத்திக் காண்பிக்கிறான். தலைமைச் செயலாளர் வாயைக் கையால் பொத்திக் கொள்கிறான்). எனக்குக் கோபம் வருமா வராதா சொல்லு? சொல்றா..

த.செயலர்: நீங்கதான் வாயை மூடிக்கச் சொன்னீங்களே மகாராஜா.

ராஜா: பரவாயில்லே இப்போ மூடிக்கிட்டே சொல்லு.

த.செயலர்: என்ன சொல்லட்டும் மகாராஜா.

ராஜா: எனக்குக் கோபம் வருமா? வராதா?

த.செயலர்: அதுதான் வந்துடுச்சே மகாராஜா.

ராஜா: வரவேண்டியதுதானே?

த.செயலர்: ஆமாம். நிச்சயமா வரவேண்டியதுதான்.

ராஜா: எனக்கு எங்கெல்லாம் கோபம்னு உனக்குத் தெரியுமா?

த.செயலர்: தெரியாது மகாராஜா.

ராஜா: ரெண்டு இடத்துலே. எங்கே? ஏன் எதுக்குன்னு கேளு.

த.செயலர்: எங்கே? ஏன்? எதுக்கு?

ராஜா: அந்தப் பாழாப்போன கழுதை டிங்டாங் ஒரு தடவை என் உயிரைக் காப்பாத்திச்சேன்னு அதை மந்திரி ஆக்கினேன். ஆனா இந்த நாடு முழுக்க அந்தக் கழுதைக்கு இப்போ எவ்வளவு பேர்? புகழ்? எவனைப் பார்த்தாலும் அந்தக் கழுதையைப் பத்தியே பேச்சு. அதைப் பத்தியே பாட்டு. கூத்து. ஒரு பாவிக்காவது நான் மகாராஜா சுத்தக்கால் சும்பராஜான்னு எவனுக்காவது நெனப்பு இருக்கா? எந்தக் கழுதையாவது எந்த நாயாவது என்னைக் கேக்குதா? என் தலைக்கு கோபம் வருமா வராதா சொல்லு?

த.செயலர்: வரவேண்டியதுதான். அவசியம் வரவேண்டியதுதான். வேறே எங்கே கோபம் உங்களுக்கு மகாராஜா?

ராஜா: வேறே எங்கே கோபம்னு கேக்கிறியா மகனே? அந்தப் பொண்ணை செட்டப் பண்றேன்னு சொன்னே. அழைச்சிக்கிட்டு வந்தியா? எவ்வளவு நாள்தான் நான் காத்துக்கிட்டு இருக்கிறது? என்... என்... இடுப்புக்குக் கோபம் வருமா வராதா? சொல்றா...

த.செயலர்: அவசியம் வரவேண்டியதுதான் மகாராஜா. கட்டாயம் வரணும். நீங்க பெரிய மனது உங்க

ரெண்டு காதுகளையும் ரெண்டு நிமிஷம் எனக்குக் குடுத்தா நான் ஒரு நிமிஷத்துலே உங்க ரெண்டு இடத்துக் கோபத்தையும் அந்தந்த இடத்துலேயே சாந்தம் பண்ணுவேன் மகாராஜா.

ராஜா: அது என்ன? சொல்லித் தொலை.

த.செயலர்: மகாராஜா, மாண்புமிகு டிங்டாங் இப்போ மினுக்குறாரு. சூப்பர் ஸ்டாரா ஜோலிக்கிறாரு. புத்திசாலிகளோட தலைகள்லே, அழகான பெண்களோட மனசுலே, வயசானவங்க கண்கள்லே இல்லையா?

ராஜா: ஆமாம்.

த.செயலர்: மகாராஜா இந்த சூப்பர் ஸ்டார் மெகா ஸ்டார் எல்லாம் எப்போ கரியாகிக் கீழே உதிரும்?

ராஜா: எப்போ?

த.செயலர்: ஒரு கல்யாணம் பண்ணி வச்சா. மாண்புமிகு டிங்டாங்குக்கு ஒரு கல்யாணம் பண்ணி வையுங்க.

ராஜா: அடடா... பரவாயில்லையே? நீயும் என்னோட சேர்ந்து கொஞ்சமா அறிவுஜீவி ஆயிட்டு வர்றியே? யாரங்கே?

(காவலன் வருகிறான்.)

காவலன்: உத்தரவு அரசே.

ராஜா: வெள்ளை யானையைக் கூப்பிடு.

காவலன்: உத்தரவு அரசே.

ராஜா: ஏம்பா, அந்த டிங்டாங் கழுதைக்கு ஒரு நல்ல கல்யாணமே பண்ணி வைக்கலாமே? ஆனா இன்னொரு கழுதையோட வேண்டாம். அழகான ஒரு பொண்ணுகூடவே பண்ணி வைப்போம். டிங்டாங் எப்படி இருந்தாலும் ஒரு கழுதை. அதுக்கு ஒரு பொண்ணை கல்யாணம் பண்ணி வைச்சா அந்தப் பொண்ணு கடைசியிலே நம்மகிட்டேதானே வந்தாகணும்? எப்படி இருக்கு ஐடியா?

த.செயலர்: அற்புதம்.

(வெள்ளை யானை பிரவேசித்து வணங்குகிறான்.)

வெ.யானை: *கூப்பிட்டீங்களா அரசே?*

ராஜா: *ஐயா வெள்ளை யானை. நம்ம மந்திரி டிங்டாங்குக்கு ஒரு சுயம்வரம் ஏற்பாடு செய். யாருக்கெல்லாம் விருப்பம் இருக்கோ அவங்கல்லாம் தன்னோட பெண்களை அழைத்துவந்து சுயம்வரத்துலே கலந்துக்கலாம். ஆனா பெண்ணை தேர்ந்து எடுக்கிறது நம்ம டிங்டாங்தான். தெரியுதா?*

வெ.யானை: *ஆச்சு மகாராஜா. ஆனா ஒரு தாழ்மையான விண்ணப்பம்.*

ராஜா: சொல்லித்தொலை

வெ.யானை: மகாராஜா ஒரு சின்ன கரெக்ஷன். நீங்க ஏற்பாடு செய்யச் சொல்றது சுயம்வரம் இல்லே. மாண்புமிகு டிங்டாங் தன்னோட பொண்டாட்டியை தானே தேர்ந்து எடுக்கறதாலே இது As per rules படி 'ஸ்வயம் வது சமாரம்பம் மகாராஜா...' மகாராஜா.

ராஜா: அது என்ன எழவோ, அந்த எழவை எடுக்க இப்பவே நாடு முழுக்க பறை அடிச்சி ஏற்பாடு பண்ணு.

வெ.யானை: ஆகட்டும் மகாராஜா.

ராஜா: *சரி இது ஆச்சு. டிங்டாங் கதையை ஒரு வழியா முடிச்சாச்சு. இப்போ எனக்கு தலைக்கு மேலே இருந்த கோபம் போச்சு. இப்போ என் இடுப்புக் கோபத்துக்கு என்ன சொல்றே? அதோட கோபமே ரொம்ப அதிகமா இருக்கேப்பா?*

வெ.யானை: அந்தப் பகுதியோட கோபத்தைப் பத்தி சொல்லணும்னா.. எனக்கென்னமோ அந்தக் கோபத்துக்கு எந்தக் காரணமும் தேவையில்லைன்னுதான் தோணுது. ஏன்? நான் சொல்லப் போறதைக் கேட்டா அங்கே கோபமே தேவையில்லேன்னுதான் தோணுது மகாராஜா.

ராஜா: *அப்படின்னா?*

த.செயலர்: *(வெட்கத்துடன்)* அப்படின்னா நீங்க தேடிக்கிட்டு இருக்கிற பொண்ணை நானே பார்த்துட்டு

வந்துட்டேன். அந்தப் பச்சைப் புடவை நீல ரவிக்கை...

ராஜா: அடப்பாவி சண்டாளா... உன்னை..

த.செயலர்: ஐயோ மகாராஜா. உங்களுக்காக நான் பார்த்துட்டு வந்துட்டேன்னு சொல்ல வந்தேன்.

ராஜா: (உற்சாகமாகி) அப்படியா? பலே. நீ கண்ணாலே பார்த்தியா?

த.செயலர்: இந்த ரெண்டு கண்களாலேயும் பார்த்தேன் மகாராஜா.

ராஜா: ஐயோ... பார்க்க எப்படி இருக்கா?

த.செயலர் ஐயோ... அதை ஏன் கேக்கிறீங்க. பொம்மை. பொம்மை.

ராஜா: அதிருப சுந்தரி இல்லையா?

த.செயலர்: திரிலோக சுந்தரி பிரபு.

ராஜா: அவ சுபாவம் எப்படி?

த.செயலர்: பரமசாது.

ராஜா: நடவடிக்கை?

த.செயலர்: அது இன்னும் சூப்பர். அவ கண்ணு மல்லிப்பூ மாதிரி, காது சம்பங்கிபூ மாதிரி, உதடு கோவைப்பழம் மாதிரி மொத்தத்துலே சொல்லப்போனா அவ மூஞ்சி மூஞ்சி மாதிரியே இல்லை மகாராஜா.

ராஜா: அப்படின்னா அவ அவ்வளவு அழகா இருக்கான்னு சொல்ல வர்றியா?

த.செயலர்: ஐயோ... ஐயோ...

ராஜா: முட்டாப்பய மவனே, அப்படின்னா நான் எப்படி இருக்கேண்டா?

த.செயலர்: அவ அழகா இருக்கா. நீங்க அவளைவிட அழகா இருக்கீங்க.

ராஜா: அவ இடுப்பு?

த.செயலர்: மெல்லிசா இருக்கு. உங்க இடுப்பு அதைவிட மெல்லிசா இருக்கு மகாராஜா.

ராஜா: அவ முகம்?

த.செயலர்: செவ்வந்திப்பூ மாதிரி. உங்க முகம் தாமரைப்பூ மாதிரி.

ராஜா: அப்புறம்..

த.செயலர்: நாங்க என்னவெல்லாம் பேசிக்கிட்டோம் தெரியுமா மகாராஜா?

ராஜா: என்னைப் பத்தியா?

த.செயலர்: எங்க ராஜா எவ்வளவு நல்லவரு, வல்லவரு, தீரரு, சூரரு.

ராஜா: (வெட்கப்பட்டுக்கொண்டு) சொன்னாளா?

த.செயலர்: அவ இல்லே. நான் சொன்னேன்.

ராஜா: சீ அவ என்னடா சொன்னா?

த.செயலர்: நான் சொல்றதைக் கேட்டுக்கிட்டு இருந்தா அவ்வளவுதான்.

ராஜா: சரி நீ ஒண்ணும் சொல்லலியா?

த.செயலர்: வர்றேன், வர்றேன். அதைத்தான் சொல்லணும்னு நெனச்சேன். நீங்கன்னா அவளுக்கு உயிர். என்ன சொல்லுங்க..

ராஜா: (வெட்கத்துடன்) உயிர். சரி என் வயசைப் பத்தி அவ ஏதாவது சொன்னாளா?

த.செயலர்: சேச்சே. உங்களைப் பார்த்தா இவருக்குப் போய் கல்யாணம் ஆயிடுச்சான்னு கேக்கத்தோணும்.

ராஜா: அவ சொன்னாளா?

த.செயலர்: (பயந்துகொண்டே) நான் சொன்னேன் மகாராஜா.

ராஜா: (உற்சாகத்துடன்) அப்படியா? அப்படியா? அப்படியா இருக்கு என்னைப் பார்த்தா?

த.செயலர்: சே இந்த வயசிலே இப்படி இருக்கீங்களே மகாராஜா.

ராஜா: இந்த வயசிலேயா? அப்படின்னா? அப்படி எனக்கென்னடா வயசாச்சு? ஒரு அறுபது இருக்குமா?

த.செயலர்: அறுபதா? சேச்சே. உங்களைப் பார்த்தா ஒரு இருபது. இல்லே, ஒரு பதினைந்து சொல்லலாம் மகாராஜா.

ராஜா: அவங்க அப்பன் எதாவது சொன்னானா? அப்படின்னா இந்த ஜோடிப்பொருத்தம் சரியில்லை. அது இதுன்னு எதுனா...

த.செயலர்: சேச்சே. சத்தியமா சொல்றேன் மகாராஜா. அந்தக் குடும்பத்துக்கே ஏன் அந்தப் பரம்பரைக்கே வயனாசவங்கன்னா ஒரு தனி அபிமானம் மகாராஜா. வயசானவங்க மேலே ஒரு ஈர்ப்பு அவங்களுக்கு. நானே பார்த்தேனே. அந்தப் பொண்ணு வீட்டுலே ஒரு விஜய் படமோ? ஒரு விக்ரம் படமோ, தனுஷ் படமோ, சிம்பு படமோ இல்லே மகாராஜா. எல்லாம் எஸ்.வி.ரங்கராவ், நாகையா, ஜனகமகாராஜா, பீஷ்மர், ராஜாஜி இவங்க மாதிரி கொஞ்சம் அதிக வயசானவங்க படம்தான் சுவத்திலே தொங்குது.

ராஜா: அப்படியா. நல்ல பாரம்பரியம் உள்ள குடும்பம்னு சொல்லு.

த.செயலர்: அது மட்டுமில்லே பாருங்களேன். நானே ஒரு பொண்ணாஇருந்திருந்தாலும்இந்தவயசுப்பசங்களை ஏறெடுத்துக்கூடப் பார்க்க மாட்டேன். உங்களை மாதிரி கொஞ்சம் வயசான அழகான ஆம்பளைகள் மேலேதான் ஆசைப்பட்டிருப்பேன். இந்தப் பொங்கணாப் பசங்ககிட்டே அப்படி என்னதான் இருக்கு சொல்லுங்க மகாராஜா.

ராஜா: ஆமாம். ஆமாம். அது ஏன்தான் இந்த நாசமாப்போற வயசுப் பெண்கள் வீணாப்போன வயசுப் பசங்கன்னா உருகி உருகிப் போறாங்களோ தெரியலே.

த.செயலர்: அதேதான் எனக்கும் கடுப்பா இருக்கு மகாராஜா. கச்சடாக் குடும்பத்தைச் சேர்ந்த பொண்ணுங்கதான் வயசுப் பசங்களைப் பார்க்கிறது. இந்தப் பெரிய குடும்பத்துப் பெண்கள்

எப்போவும் உங்களை மாதிரி கொஞ்சம் வயசான அழகானவங்களைத்தான் பார்ப்பாங்க பிரபு. ஏன்னா ஒரு பாரம்பரிய கௌரவம், அந்தஸ்து, அழகு எல்லாம் பார்க்கணும் இல்லே மகாராஜா.

ராஜா: அப்படின்னு சொல்றே?

த.செயலர்: வேறே என்ன? வெத்து ஆர்டினரின்னு நெனச்சீங்களா? உங்க ஆகிருதி என்ன? நடை என்ன? உடை என்ன? நிக்கிற நிலை என்ன? உக்காந்துக்கிற அழகு என்ன? தடுக்கி விழுகிற அழகு என்ன? விழுந்தாலும் எழுந்து நிற்கிற உறுதி என்ன? உங்களுக்கு என்ன குறை இருக்கு சொல்லட்டும் கேக்கிறேன்.

ராஜா: என்ன எப்பவாவது கொஞ்சமா லேசா மூச்சிறைக்கும். அவ்வளவுதான்.

த.செயலர்: ஐயோ..ஐயோ... அது என்ன மூச்சிறைப்பு மகாராஜா? இந்தக் காலத்துக் குழந்தைகளுக்குக்கூட இருக்கு. நான் என் கண்ணாலே பார்த்திருக்கேனே. நீங்க மூச்சு இறைக்கிறப்ப எவ்வளவு அழகா இருக்கீங்க தெரியுமா? இந்த வயசுப் பசங்க எவனாவது உங்களை மாதிரி கவர்ச்சியா இருமிக் காமிக்கட்டும் பார்க்கிறேன். விளையாட்டா என்ன?

ராஜா: அது சரி. அவ பேரு என்ன சொன்னே?

த.செயலர்: அவ பேரு... தங்கம்.

ராஜா: பேரு நல்லா இருக்கு. எப்போ வருவா?

த.செயலர்: இப்போன்னா இதோ இப்போவே.

ராஜா: வேண்டாம், வேண்டாம். முதல்லே நம்ம ராஜ வைத்தியரை அழைச்சிக்கிட்டு வா.

த.செயலர்: உங்க ஆரோக்கியத்துக்கு என்ன கேடு ராஜா? நல்லாதானே இருக்கீங்க?

ராஜா: நல்லாவேதான் இருக்கேன். ஒரு சில இடங்களுக்குக் கொஞ்சம் அதிகமா ஆரோக்கியம் தேவைப்படுது. நம்ம ப்ரோக்ராம் நாளைக்கு ராத்திரிக்கு இருக்கட்டும். நம்ம டூரிஸ்ட் பங்களாலே

செட்டப் பண்ணு. நாளை ராத்திரி 10 மணிக்கு வருவேன். எல்லா ஏற்பாடுகளும் பிரமாதமா செஞ்சிருக்கணும். அந்த வீணாப்போன பசங்க இருக்காங்களே... வெள்ளை யானை, சில்லறை. இவனுங்களுக்கெல்லாம் சொல்லி ஏற்பாடு செய்து வை. ஏதாவது எக்குத் தப்பா போச்சுன்னா உரிச்சு தலைகீழா தொங்க விட்டுடுவேன் ஜாக்கிரதை. *(ராஜா வெளியேறுகிறான்.)*

த.செயலர்: யாரங்கே?

(காவலன் வருகிறான்.)

காவலன்: உத்தரவு

த.செயலர்: வெள்ளை யானையைக் கூப்பிடு. (காவலன் சென்று வெள்ளை யானையை அழைத்து வருகிறான்.)

வெ.யானை: டிங்டாங்.

த.செயலர்: இதோ பாருப்பா, நாளைக்குச் சரியா ராத்திரி 10 மணிக்கு நம்ம மகாராஜாவுக்கு வேண்டப்பட்ட யாரோ டூரிஸ்டு பங்களாவுக்கு வர்றாங்க. வேண்டிய ஏற்பாடெல்லாம் செய்யணும். என்ன?

வெ.யானை: டிங்டாங் (தலைமைச் செயலாளர் வெளியேறுகிறான். வெள்ளை யானை தன் கால் பையிலிருந்து ஒரு அழைப்பு மணியை வெளியே எடுத்து அடிக்கிறான். சில்லறை வருகிறான்.)

சில்லறை: டிங்டாங்.

வெ.யானை: யோவ் நாளைக்கு ராத்திரி பத்து மணிக்கு டூரிஸ்ட் பங்களாவுக்கு வேண்டப்பட்டவங்க யாரோ வர்றாங்க. வேண்டிய ஏற்பாடெல்லாம் செய்து வை. (வெள்ளை யானை போகிறான். சில்லறை தன் பாக்கெட்டிலிருந்து அழைப்பு மணியை எடுத்து அழுத்துகிறான். அது ஒலிப்பதில்லை. மீண்டும் முயற்சிக்கிறான். ஒலிப்பதில்லை. அதைக் கையில் வைத்துக்கொண்டு யாரங்கே? என்று கேட்டுக்கொண்டே வெளியேறுகிறான்.)

(காட்சி முடிவு)

காட்சி – 8

இடம்: *டூரிஸ்ட் பங்களா*

(சாம்பன் புடவையை உடுத்திக்கொண்டு தன் ஒப்பனையைச் சரி பார்த்துக் கொண்டிருக்கிறான். சிவன் மிகவும் ஆச்சரியத்துடனும் ஒரு பயத்துடனும் பார்த்துக் கொண்டிருக்கிறான்.)

சிவன்: என்னைக் கேட்டா இந்த ஊரைவிட்டு நாம எவ்வளவு சீக்கிரம் ஓடமுடியுமோ அவ்வளவு நல்லது. அந்தப் பைத்தியக்கார ராஜா, அந்தக் கூஜா தூக்குற செகரட்டரி. வெள்ளை யானை இந்த கூமுட்டைகளோட நீ ஆடற விளையாட்டைப் பார்த்தா எனக்கு ரொம்ப பயமா இருக்குப்பா.

சாம்பன்: பயப்படறதுக்கு என்னடா இருக்கு? விளையாடிப் பார்க்கிறது. ஜெயிச்சா உனக்கு நீ ஆசைப்பட்ட பொண்ணு. தோத்தா கழுதை வாலு. பிள்ளையார் குடுத்த வரம் பொய்யாப்போனா அது அவனுக்குத்தானே கேடு. கிடைக்கிற ஒண்ணு ரெண்டு சிதறு தேங்காயும் கிடைக்காது. இதுக்கெல்லாம் நீ மண்டையை உடைச்சுக்காதே. அந்த முத்தை என்கிட்டே குடு. மலர்விழி கிடைச்சாளா? பார்த்தியா?

சிவன்: கிடைச்சா.

சாம்பன்: என்னவாம்? என்ன சொல்றா?

சிவன்: இன்னும் என்னவாம்? அது என்ன எழவு? சுயம்வரமோ வேறே எதுவோ சொன்னாங்களே? அதுக்கு நீ வந்தா சரி. இல்லைன்னா உன்னை ஆள் வைச்சி தூக்கிட்டுப் போவேன்னு அவங்கம்மா அதை மிரட்டிக்கிட்டு இருந்தா.

சாம்பன்: அப்போ அவ வர்றா இல்லையா? ரொம்ப நல்லதா போச்சு.

சிவன்: என்ன நல்லதா போச்சு? செத்தாலும் அந்தக் கழுதையை நான் கல்யாணம் பண்ணிக்க மாட்டேன்னு ஒத்தைக் கால்லே நின்னுக்கிட்டு இருக்கா அவ..

சாம்பன்: அப்புறம்?

சிவன்: சரி, ஏதாவது அவளுக்கு ஐடியா குடுக்கலாம்னா அந்தக் கிழவி ஒரு நிமிஷம்கூட அவளைவிட்டு நகரமாட்டேங்கறா. நான் எப்படியோ சமாளிச்சு மலர்விழியை பார்த்தேன். அவகிட்டே சொன்னேன். அந்தச் சுயம்வரத்துக்கு எப்படியாவது அவசியம் வா. கழுதை உன்னைத் தேர்ந்தெடுக்கிற மாதிரி ஏதாவது பண்ணுறேன். பேருக்கு அங்கே கழுதை இருந்தாலும் நான் இருக்கேன் இல்லேன்னு சொன்னேன்.

சாம்பன்: நாளைக்கு அவ சுயம்வரத்துக்கு வராளா என்ன?

சிவன்: வர்றேன், ஆனால் ஏதாவது ஆபத்தா நடந்தா நீதான் பொறுப்புன்னு என்கிட்டே சொன்னா. ஆகட்டும்னேன். சரி வர்றேன்னா. ஏம்பா சூப்பரா பொம்பளை மாதிரியே மேக்கப் போட்டுக்கிட்டு இருக்கியே?

சாம்பன்: இந்த ஆட்டத்துலே செமத்தியா மஜா இருக்குடா மவனே. எல்லோரும் வேஷம் போட்டுக்கிறாங்க இல்லை கலைக்கிறாங்க. வேஷம் போட்டா கழுதை ராஜா ஆகுது. ராஜா கழுதை ஆகிறான். ஆண் பொண்ணாகுறான். பொம்பளை ஆம்பளை ஆகிறா. (யாரோ வருகிற சப்தம் கேட்கிற மாதிரி

திரும்பிப் பார்க்கிறான்.) ஐயையோ... அந்தச் சில்லறை வராம் போல இருக்கு போய்ப்பாரு.

சிவன்: எனக்கென்னமோ ரொம்ப பயமா இருக்கு. நான் போகட்டுமாப்பா?

சாம்பன்: அட இருப்பா. நல்ல ஒரு தமாஷ் காமிக்கிறேன். (அரங்கத்தின் மறுகோடியிலிருந்து சில்லறை பிரவேசிக்கிறான்.)

சில்லறை: யாருப்பா அங்கே?

காவலன்: டிங்டாங் சாமி.

சில்லறை: யாரோ வர்றாங்களாமே? வந்தாங்களா? உள்ளே யாருய்யா இருக்கிறது?

காவலன்: டிங்டாங் ஐயாவோட பிரஉள்ளே இருக்காருங்க சாமி.

சில்லறை: யாரு அந்தச் சிவன் பயலா?

காவலன்: ஆமாங்க சாமி. அவருகூட வேறே யாரோ இருக்காங்க.

சில்லறை: (அருகில் போய் கொஞ்சம் குரலைக் குறைத்துக் கொண்டு கேட்கிறான்) ஆணா? பொண்ணா?

காவலன்: ஆம்பளை சாமி.

சில்லறை: நம்ம வெள்ளை யானை ஐயாவுக்கு என்ன சம்பந்தம்?

காவலன்: ஐயாவுக்கா? சேச்சே. அந்த ஆளு ஏதோ பரதேசி மாதிரி இருக்கான். ஒண்ணும் பெரிய ஆளு மாதிரி தெரியலே சாமி.

சில்லறை: ஆர்டினரின்னு சொல்றியா? அப்படின்னா நம்ம ஐயா சொன்ன விருந்தாளி இன்னும் வரல்லே. அந்தச் சிவன்கிட்டே போய் சொல்லு சின்ன ஐயா வந்திருக்கேன்னு.

சிவன்: (வெளியே வருகிறான்) வணக்கம் ஐயா.

சில்லறை: டிங்டாங். வெள்ளை யானை ஐயா சொன்னாங்க. யாரோ விருந்தாளி வர்றாங்கன்னு. இன்னும் வரல்லியா?

சிவன்: அப்படி யாரும் வரல்லீங்க. ஆனா யாரோ ஒரு பொம்பளை வந்திருக்கு. யாருக்கோ காத்துக்கிட்டிருக்கு.

சில்லறை: (ஆச்சரியத்துடன்) பொம்பளையா? இவன் ஏதோ ஆம்பிளைன்னு சொன்னானே? (குரலைக் குறைத்து) பார்க்க எப்படி இருக்கா?

சிவன்: நல்லா இருக்கா. ரூம் வேணும்னு சொன்னா.

சில்லறை: ஒருத்தி மட்டும் தனியா இருக்காளா?

சிவன்: ஆமாங்க.

சில்லறை: அயோக்கியப்பயலே, பொறுக்கித்தனமா நீ மட்டும் உள்ளே என்ன பண்ணிக்கிட்டிருந்தே?

சிவன்: ஒண்ணும் இல்லே சாமி, கக்கூஸ் எங்கேனு கேட்டாங்க. காண்பிச்சேன் அவ்வளவுதான்.

சில்லறை: (தனக்குள்) ஓஹோ? அப்படியா சங்கதி? இந்த வெள்ளை யானைப்பயல் யாரோ பெரிய ஆள் வரப்போறாங்கன்னு சொல்லி டகல்பாஜி வேலை பண்றான். இருக்கட்டும். (வெளியே) யோவ். நீ என்னய்யா அவளுக்கு கக்கூஸைக் காட்டறது? அதுக்கு சீனியர் ஆபீசருங்க நாங்க இல்லே? போ டிங்டாங்குக்கு ஏதோ பசி போல இருக்கு. போய் எதையாவது போடு. போய்யா ஆடு திருடன் மாதிரி இங்கே நிக்கிறதை பாரு.. காமாந்தகப் பசங்க. சே.. போய்யா...

(சிவன் வெளியேறுகிறான். சில்லறை உள்ளே கதவருகே பிரவேசிப்பது போல நிற்கிறான்.)

சாம்பன்: (சில்லறையிடம்) ஐயய்யோ... ஐயய்யோ... உங்களைப் பார்த்து எனக்கு ரொம்ம்ம்ப சந்தோஷமாச்சு. ஐய்யோ... எவ்வளவு சந்தோஷம்னா என்னாலே சொல்ல முடியாத சந்தோஷம். உங்களுக்கு ஒண்ணும் ஆகலையா?

சில்லறை: (திடுக்கிட்டு) என்ன சொன்னீங்க?

சாம்பன்: உங்களுக்கும் எனக்கு ஆன மாதிரி சந்தோஷமா ஆகலையா?

சில்லறை: இல்லியே?

சாம்பன்: ஐயைய்யோ. உங்களுக்கும் அந்த மாதிரி ஆகியிருந்தா ரொம்ப நல்லா இருந்திருக்கும்.

சில்லறை: என்ன ஆகியிருந்தா?

சாம்பன்: அதே சந்தோஷம். அதே குஷி.

சில்லறை: ஏன்?

சாம்பன்: ஏன்னா... ஏன்னா.. மனுஷனுக்கு ஒரு சந்தோஷம்னா எல்லாருக்கும் சந்தோஷம்தானே? சந்தோஷமாயிருந்தா ஆரோக்கியம் நல்லாயிருக்கும். நல்லா பசிக்கும். நல்லா பேதியாகும்.

சில்லறை: அப்பபடியா? இருக்கலாம்.

சாம்பன்: அதுக்கே பின்னே? ஆகியிருந்தா நல்லா இருந்திருக்கும்.

சில்லறை: என்ன ஆகியிருந்தா?

சாம்பன்: அதே சந்தோஷம்.

சில்லறை: ஓ அப்பபடியா? ஆமாம். நீங்க யாரு? ஐயாவோட விருந்தாளியா?

சாம்பன்: ஐயோ... உள்ளே வாங்கன்னா..

சில்லறை: ஏய்.. நீ யாரு? இங்கே எங்கே வந்தே?

சாம்பன்: யாரோ சில்லறையாமே? அவரோட ஆபீஸ்லே பியுன் வேலை காலியாயிருக்காமே?

சில்லறை: ஆமாம் காலியாயிருக்கு.

சாம்பன்: வெள்ளை யானை ஐயா கிட்டே எனக்கு அந்த வேலை வேணும்னு கேட்டேன். அவரு என்னைக் காட்டு பங்களாவுக்கு வரச்சொன்னாரு. நான் இங்கே வந்தேன்.

சில்லறை: பலே. கள்ளப்பய மவன். என் ஆபீஸ்லே இவன் உனக்கு வேலை போட்டுக் குடுக்குறானாமா? ஆமாம். உன்னோட பேர் என்னடி?

சாம்பன்: சிம்ரன்.

சில்லறை: இங்கே பாரு சிம்ரன். அவன் இருக்கானே அந்த வெள்ளை யானை சரியான சில்லறைப் பய.

சாம்பன்: அப்ப அவருதான் சில்லறையா?

சில்லறை: இல்லே. நான்தான்.

சாம்பன்: இப்ப அவரு சில்லறைன்னீங்களே?

சில்லறை: ஐயோ. நான் சில்லறை.

சாம்பன்: அவருதான்...

சில்லறை: ஏய் நிறுத்துடி. அந்த வெள்ளை யானை சரியான லோபர் பயல். உனக்கு வேலை போட்டுத் தரேன்னு டூப் விட்டிருக்கான். நீ கண்டவங்க கிட்டே எல்லாம் மோசம் போகவேண்டாம்.

சாம்பன்: ஐயோ அந்த ஆளு என்னல்லாம் சொன்னான் தெரியுமா?

சில்லறை: என்ன சொன்னான் அந்தச் சில்லறை... ஐயோ அந்த லோபர்?

சாம்பன்: அதை விடுங்க. இப்போ இங்கே நான் வந்தது எவ்வளவு நல்லதா போச்சு தெரியுமா? இப்போ கடவுள் மாதிரி நீங்க வந்து மாட்டியிருக்கீங்க. நீங்கதான் அந்த வேலையை எனக்கு போட்டுக் குடுக்கணும் சாமி.

சில்லறை: அந்த பேமானி இப்படி உன்னை மாதிரி எத்தனை அழகான பொம்பளைகளை மோசம் செய்திருக்கானோ. சரி பெயர் என்ன சொன்னே?

சாம்பன்: அவர் பேரு வெள்ளை யானை. உங்க பேரு சில்லறை.

சில்லறை: ஐயோ.. உன் பேரைக் கேட்டேன்.

சாம்பன்: சிம்ரன்.

சில்லறை: பேரு சூப்பராத்தான் இருக்கு. கிட்டே வா ஒரு விஷயம் தெரியலை உனக்கு. இந்த ராஜா இருக்கே அது ஒண்ணும் என்னை மட்டும்தான் கேக்கும். முந்தா நாள் அந்தக் குடாக்கு என்ன சொல்லிச்சு தெரியுமா? சில்லறை சார், அந்த வெள்ளை யானைக்கு மூளையே கிடையாது. அவன் முகத்துலே ஓங்கி ஒரு குத்து விடுங்கன்னு என்னைக் கேட்டது. நான் எப்படிக் குடுக்கட்டும் மகாராஜான்னு நான் கேட்டேன். அது என்ன பண்ணிச்சு தெரியுமா?

ஓங்கி என் புட்டத்துலே மேலே ஒரு உதையை விட்டு இப்படித்தான்னு சிரிச்சது. நானும் அந்தக் கால் சுத்தக் கம்மனாட்டியும் அவ்வளவு நெருக்கம். (சிரிக்கிறான்.)

சாம்பன்: ஐயோ என் ராஜா, மகாராஜா கிட்டே அவ்வளவு சலுகையா உங்களுக்கு? அப்படின்னா ராஜாகிட்டே சொல்லி எனக்கு ஒரு வேலையை நீங்கதான் போட்டுக் குடுக்கணும் சாமி.

சில்லறை: ஐயோ.. ராஜா எதுக்கு? நான் இல்லையா? நான் ஒரு டிராப்ட் போட்டேன்னா ஒரு சின்ன அடித்தல் திருத்தல்கூட இல்லாமே அப்படியே கையெழுத்தாகி வரும். ராஜாவோட எல்லா ஆர்டர்களையும் நான்தான் டிராப்ட் பண்றது தெரியுமாடி உனக்கு?

சாம்பன்: ஐயய்யோ... அப்படின்னா நீங்களேதான் எனக்குக் கதி. ஒரு வேலை குடுங்க சாமி.

சில்லறை: தரலாம். தாராளமா தரலாம். ஆனா தந்தா... இந்த மாமூல்.. அது .. எல்லாம் தெரியும்தானே?

சாம்பன்: ஐயோ.. நீங்க ஏன் யோசனை பண்றீங்க? எனக்கு என்னன்னா நான் உங்களுக்கு நீங்க கேக்குற மாமூலைக் குடுக்கிற நேரத்துக்கு அந்த வெள்ளை யானை அய்யா திடீருன்னு வந்துட்டா என்ன பண்றதுன்னுதான் பயமா இருக்கு. வேறே ஒண்ணுமில்லை.

சில்லறை: வந்தா? நான் பயப்படுவேனா? அந்தத் திருட்டுப் பய மவனுக்கு நான் டோன்ட் கேர் மாஸ்டர்னு தெரியாதா என்ன? அவன் இல்லே அவங்க அப்பனுக்கு அப்பனே வந்தாலும் நான் அசரமாட்டேன். என்னை என்னான்னு நெனச்சிக்கிட்டு இருக்கான் அவன்?

சாம்பன்: அப்படின்னா இன்னும் என்ன தடை? சீக்கிரம் வந்து நீங்க கேக்கிற மாமூலை எடுத்துக்கங்க வாங்க.

(பாடுகிறான்)

அமிர்தயோகம் வெள்ளிக்கிழமை
கண்ணாளா அதுக்குத்தானே
காத்திருந்தேன் இன்னாள

சில்லறை: உலகினிலே ஒரு புதுமை

இது எனக்கெனக் கிடைத்திட்ட பதுமை

இனிய இன்பம் பெறவே இன்னாளே...

சில்லறை: பலே சிம்ரன். என் அழகுப்பெட்டகமே, மலர் போன்ற என் இதயத்தை உன் பொற்பாதங்களில் சமர்ப்பிக்கின்றேன். வா வந்து தழுவ இன்னும் என்ன நேரம்? வா சிம்ரன் பொன்னுலகம் போவோம்.

(சாம்பனைத் தழுவிக்கொள்ள முற்படும் நேரத்தில் கதவு தட்டப்படும் சத்தம் கேட்கிறது.)

சாம்பன்: *யாரது?*

(வெளியிலிருந்து 'பெரிய ஐயா வந்திருக்காரு கதவைத் திறங்க' என்று குரல் கேட்கிறது.)

சில்லறை: ஐயய்யோ... பெரிய ஐயா.. வெள்ளை யானை ஐயா.

சாம்பன்: ஏய்.. உள்ளே சின்ன ஐயா இருக்காரு. எவனா இருந்தாலும் மூடிக்கிட்டு போய் வா கிழட்டுப் பொணமேன்னு நான் சொல்றேன். நீங்க வழி விடுங்க.

சில்லறை: ஐயையோ சிம்ரன் அப்படியெல்லாம் தயவுசெய்து சொல்லாதே. உள்ளே கதவு தாள் போட்டிருக்கு. நாம ரெண்டு பேரும் தனியா இருக்கோம். பார்த்தா பெரிய ஐயா என்ன நினைப்பாரு. உன் கால்லே விழுறேன் என் வேலை போயிடும். தயவுசெய்து கதவைத் திறக்காதே...

(வெளியிலிருந்து குரல் 'சீக்கிரம் கதவைத் திறங்க.')

சில்லறை: ஐயோ ராகவேந்திரா.. ஏனு மாடோது? தேவுரே...

சாம்பன்: ஏனு மாடோதா? தைரியமா இங்கியே நில்லுங்க.

சில்லறை: ஐயோ என்ன சொல்றே?

சாம்பன்: *சாமி நீங்கதான் டோன்ட் கேர் மாஸ்டராச்சே?*

சில்லறை: ஐயோ சிம்ரன் உன் காலைப்பிடிக்கிறேன். உனக்கு நாளைக்கே எங்கேயாவது வேலை போட்டுத்தர்றேன். எப்படியாவது இப்போ என்னைத் தப்பிக்க வை.

சாம்பன்: எப்படித் தப்ப வைக்கிறது? கக்கூஸூக்கு கதவு இல்லே. ஒரு வேலை செய். இந்தப் புடவையைப் போர்த்திக்கிட்டு கதவுகிட்டே எல்லாத்தையும் மூடிக்கிட்டு உக்கார்ந்துக்கோ தெரியுதா. இது யாருன்னு அந்தக் கிழவன் கேட்டா என்கூட வந்தவன்னு சொல்லிக்கிறேன். அவரு போனப்புறம் எல்லாம் சரியாகும். என்ன சொல்றே? ஏய் சொல்றா...

சில்லறை: என்னது? நான் புடவை கட்டிக்கிறதா?

(வெளியிலிருந்து கதவைப் பலமாக இடிக்கும் சப்தம் 'யாருங்க அது? என்ன நடக்குது உள்ளே? கதவைத் திறங்க.' சில்லறை பயந்துகொண்டே புடவையை வாங்கி சுற்றிக்கொள்கிறான். பெரும் பதற்றத்தில் இருக்கிறான். சில்லறை ஏற்கெனவே உடுத்திருக்கும் உடுப்புக்களை சாம்பன் வாங்கி தூர எறிகிறான்.)

சாம்பன்: *(கதவைப் பார்த்து)* தோ புடவை மாத்திக்கிட்டு இருக்கேன். யாரது? என்ன அவசரம் இப்போ?

வெ.யானை: *(காவலனிடம்)* யோவ் யாருய்யா அது?

சிவன்: *(வெளியிலிருந்து வந்துகொண்டே)* தெரியலை சார். யாரோ உங்க விருந்தாளின்னாங்க.

வெ.யானை: யாரு? எங்க விருந்தாளியா? அந்தச் சில்லறைப் பயல் எங்கே கழுதை மேய்க்கப் போயிருக்கானா?

சிவன்: தெரியலை சாமி. உங்களைத் தேடித்தான் போனாருங்க

வெ.யானை: *(உள்ளே எட்டிப்பார்த்து)* யாரு மேடம் நீங்க?

சாம்பன்: *(வெட்கத்துடன்)* சில்லறை ஐயா சொன்னாரு. யாரோ ஒரு கூமுட்டை வெள்ளை யானையாமே? அதோட ஆபீஸ்லே ஏதோ பிஏ வேலை காலி இருக்குன்னு சொன்னாருங்க. உனக்குப் போட்டுத்தர்றேன். இங்கே வான்னு சொன்னாருங்க. அவருக்காகக் காத்துக்கிட்டு இருக்கேன்.

வெ.யானை: அடப்பாவி மகாராஜா குடுத்த உத்தரவு என்ன? இந்த அயோக்கிய ராஸ்கல் பண்றது என்ன? இரு வச்சிக்கிறேன் அந்த நாயை. இதோ பாருங்க மேடம். நான்தான் பெரிய அதிகாரி வெள்ளை யானை. ராஜாவோட விருந்தாளிங்க யாரோ

இப்போ இங்கே வரப்போறாங்களாம். நீங்க இந்த ரூமை உடனடியா காலி பண்ணணும்.

சாம்பன்: ஆனா அந்தத் தலைமைச் செயலாளர் சொன்னாரே? இங்கே யாரும் வரப்போறதில்லை. உங்களுக்கு வேணும்னா நீங்க இருந்துக்கங்கன்னு எனக்கு சொன்னாரே சாமி?

வெ.யானை: தலைமைச் செயலாளரே சொன்னாரா? அப்படின்னா இங்கே யாரும் வரப்போறதில்லைன்னு உறுதியாயிடுச்சு. யோவ் சிவன்? நீ ஏன்யா இங்கே கழுதை மாதிரி அலையறே? போய் டிங்டாங் ஐயாவைப் பார்த்துக்க வேணாமா?

சிவன்: நீங்க கதவை உடைச்சிக்கிட்டிருக்கீங்களே. உதவி செய்யலாமேன்னு வந்தேன்.

வெ.யானை: எனக்கு எவன் உதவியும் தேவையில்லை. பெரிசா வந்துட்டான் கதவை உடைக்க. வேலையைப் பார்த்துட்டு போவியா...

(சிவன் வெளியேறுகிறான்.)

வெ.யானை: *(சாம்பனிடம்)* பாருங்க, உங்களைப் பார்த்தா ரொம்ப படிச்சவங்க மாதிரி தெரியுது. இந்தச் சில்லறை மாதிரி லோபர் பசங்ககிட்டே எல்லாம் ஏமாறக்கூடாது. உங்களுக்கே அல்வா குடுக்க முயற்சி பண்றான்னா அவன் எவ்வளவு பெரிய கில்லாடியா இருக்கணும்? இந்த மாதிரி எத்தனை பெண்களுக்கு அவன் அல்வா குடுத்திருக்கானோ? உங்களை ராஜா கிட்டே நான் அழைச்சிக்கிட்டுப் போறேன். அவனைப் பத்தி நீங்களே அவர்கிட்டே சொல்லணும்.

சாம்பன்: ஓ, ராஜா என்ன? அவர் தாத்தா கிட்டே கூடச் சொல்வேன்.

வெ.யானை: உங்களுக்குத் தெரியுமா? அந்தச் சில்லறைப்பய தன் தங்கச்சியையே ராஜாவுக்கு செட்டப் பண்ணி தனக்கு வேலை வாங்கின டாபர் மாமா பய...

சாம்பன்: அவன் ஏதோ டோன்ட் கேர் மாஸ்டராமே?

வெ.யானை: அவன் பாட்டி பிண்டம்.

சாம்பன்: பேரு என்ன சொன்னீங்க?

வெ.யானை: லோஃபர்.

சாம்பன்: உங்க பேர் என்ன சொன்னீங்க?

வெ.யானை: கழுதை வாலு.

சாம்பன்: ராஜாகிட்டே சொல்லி எனக்கு ஒரு வேலை வாங்கி குடுங்க சாமி.

வெ.யானை: அட இதுக்கெல்லாம் ராஜா எதுக்கு? நான் இல்லையா? என்னோட சங்கை நானே ஊதிக்க எனக்கு எப்பவும் ஆசை இல்லை. ஆனா நான் சொல்லித்தான் ஆகணும். ஒருநாள் ஒரே ஒருநாள் கூட நான் இல்லேன்னா இந்த ராஜ்ஜியம் என்ன ஆகும் தெரியுமா?

சாம்பன்: என்ன ஆகும் சாமி?

வெ.யானை: (பெருமையுடன்) திவால். நான் இல்லாம இந்த ராஜா ஒரே ஒருநாள் தர்பார் நடத்திக் காட்டட்டும்? அது போகட்டும், ஒரு ஸ்பெல்லிங் மிஸ்டேக் இல்லாம அந்த முழு தர்பார்லே ராஜா பெயரை யாராவது ஒருத்தன் ஒருமுறை எழுதிக் காண்பிக்கட்டும் பார்க்கலாம்? தர்பார்னா என்ன விளையாட்டா? ராஜான்னா அவனைச் சீட்டுக்கட்டு ராஜாவா ஆக்கி வைச்சிருக்கேன். அவன்...அதுதான் அந்த இஸ்பேட் ராஜா. அந்தச் சுத்தக்கால் சும்பராஜா என்னைப் பார்த்தா தொடை நடுங்குவான் தெரியுமா? இதெல்லாம் உனக்கு ஏன் சொல்றேன்னா. நான் உனக்கு வேலை தருவேன். ஆனா நீ அந்தச் சில்லறைக்கு என்ன மாமூல் குடுக்கிறதா இருந்தியோ அதையே எனக்கும் தரணும். அதே மாதிரி தரணும். புரியுதா?

சாம்பன்: என்னமோ. உங்களை நம்பி நான் வந்திருக்கேன். என்னை நீங்க கிணத்துலே தூக்கிப்போட்டாலும் சரி, உப்பரிகையிலே தூக்கி வைச்சாலும் சரி, வெந்நீரிலே குளிப்பாட்டினாலும் சரி, பன்னீரிலே குளிப்பாட்டினாலும் சரி உங்க இஷ்டம்.

வெ.யானை: உன்னை நான் விஸ்கிலேயே குளிப்பாட்டுறேன். (கதவை மூடுவதைப்போல பாவனை செய்கிறான். வெளியே ராஜா மற்றும் தலைமைச் செயலர் வருவது போன்ற ஒலிக்குறிப்புகள். சுத்தக்கால்

வானவராய மகாராஜா வாழ்க என்று அறிவிக்கும் குரல்.) உள்ளே சாம்பன் பாடுகிறான். 'வாராய்... நீ வாராய்... போகுமிடம் வெகு தூரமில்லை. நீ வாராய்....' வெளியே ராஜாவும் தலைமைச் செயலரும் பேசிக்கொள்கின்றனர். (அனைத்து நடிகர்களும் மேடையில் பார்வையாளர்களின் பார்வையிலேயே இருக்கின்றனர். மேடையை இரு பகுதிகளாகப் பிரித்து இக்காட்சிகள் நடைபெறவேண்டும்.)

ராஜா: செகரட்டரி... ஏற்பாடெல்லாம் சரியா ஆகியிருக்கா?

த.செயலர்: மகாராஜா, நீங்க ஒண்ணும் யோசனை பண்ணவேண்டாம். வெள்ளை யானை எல்லா ஏற்பாடுகளும் பக்காவா பண்ணியிருப்பான். கிராதகன். (உள்ளே மது அருந்தத் துவங்கியிருக்கும் வெள்ளை யானை இவர்களின் குரல் கேட்டு பதற்றம் அடைகிறான். ராஜா வெளியே தன் உடைகளைச் சரி செய்யத் துவங்குகிறான். தலைமுடியைச் சீவிக்கொள்கிறான்.)

வெ.யானை: வெளியே ராஜா வர்ற மாதிரி தெரியுதே?

சாம்பன்: ஆமாம். அவர் குரல் மாதிரிதான் கேட்குது.

ராஜா: ஆமாம் அவ வந்திருப்பாளாய்யா?

த.செயலர்: ஆமா..

ராஜா: நீ இப்போ போய்த் தொலையலாம்.

த.செயலர்: உத்தரவு பிரபு.

ராஜா: இங்கே சுத்திக்கிட்டு இருக்கிற சில்லறைப் பசங்களை எல்லாம்கூட அழைச்சிக்கிட்டுப் போ...

த.செயலர்: உத்தரவு மகாராஜா.

வெ.யானை: (உள்ளே) ஐயோ... கடவுளே... அழிஞ்சேன் நான். முருகா... நீ தாம்பா என்னைக் காப்பாத்தணும். ஐயோ... சிம்ரன்... நீதாம்மா இப்போ என்னைக் காப்பாத்தி வெளியேத்தணும்.

சாம்பன்: இந்த ரூமுக்கு இது ஒண்ணுதான் கதவு. தெறக்கட்டுமா?

வெ.யானை: ஐயோ...செத்தேன். வேணாம் வேணாம்.

சாம்பன்: அது ஏன்? அதுதான் உங்களைப் பார்த்தா அந்த ராஜா கிடுகிடுன்னு நடுங்குவானே?

வெ.யானை: உனக்கு ஒண்ணும் தெரியாது சிம்ரன். எல்லாம் அப்புறம் சொல்றேன். தயவுசெய்து இப்போ என்னை தப்பிக்க வை. இந்த உதவியை நான் எப்பவுமே மறக்கமாட்டேன்.

ராஜா: என்ன கிளம்பிட்டியா? (யோசித்து) வேணாம் கொஞ்சம் இரு. (வலது அக்குளை தூக்கிக் காண்பிக்கிறான்) பாரு வாசனை வருதா? (தலைமைச் செயலர் முகர்ந்து பார்க்கிறான். ராஜா இன்னொரு கையை தூக்கிக் காண்பிக்கிறான். தலைமைச் செயலர் மீண்டும் முகர்ந்து பார்க்கிறான்.)

த.செயலர்: வேறே எதையும் தூக்கவேணாம் பிரபு. எல்லா இடத்துலேயும் வாசனை தூக்குது.

ராஜா: கூப்பிடு அவளை ராஜா வந்திருக்காரு கதவைத் திறன்னு சொல்லு. (கொஞ்சம் யோசித்து) சுந்தரி... ராஜா வந்திருக்காரு. கதவைத் திறன்னு சொல்லு. இல்லே. இல்லே. அதிருப சுந்தரி உன் மகாபிரபு வந்திருக்காருன்னு கதவைத் திறன்னு சொல்லு. வேணாம் வேணாம். மதனமோகன ருப சுந்தரி.. உலக அழகன் உன் சுத்தக்கால் சும்ப மகாராஜா வந்திருக்கார். வாசல் மணிக்கதவம் திறந்து வரம் பெற்றுச்செல் அப்படின்னு சொல்லு. (யோசிக்கிறான்) இல்லேன்னா... காமி சத்யபாமா கதவைத் திறவாய் னு ஒரு பாட்டு இருக்கு அதைப்பாடு.

த.செயலர்: (பவ்யத்துடன்) வேணாம் பிரபு. வெளியே வீண் கலாட்டா எதுக்கு? அப்புறம் டிங்டாங் வந்துட்டா வம்பாப்போயிடும். பாட்டெல்லாம் எதுக்கு மகாராஜா? அதெல்லாம் உள்ளேபோய் வச்சிக்குங்க.

ராஜா: அதுவும் சரிதான். அப்படின்னா மகாராஜா வந்திருக்காரு கதவைத் திறன்னு சொல்லு. அது எதுக்கு? ராஜா வந்திருக்காரு கதவைத் திறன்னு சொல்லு. வேணாம். கதவைத் திறன்னு சொல்லு. அதுவும் எதுக்கு? மெல்ல கதவைத் தட்டு போதும்.

(தலைமைச் செயலர் கதவைத் தட்டுகிறான் தங்கம்... ராஜா உறுமுகிறான். ஏய்... த.செயலர் பவ்யமாகப் பின் வாங்குகிறான். உள்ளே வெள்ளை யானை இன்னும் பதற்றம் அடைகிறான்.)

வெ.யானை: உன் கால்லே விழறேன். எப்படியாவது என்னைக் காப்பாத்து.

சாம்பன்: எப்படிக் காப்பாத்தறது? ஒண்ணு பண்ணுங்க. இந்தப் புடவையைக் கட்டிக்கிட்டு உள்ளே இருங்க. இவ யாருன்னு ராஜா கேட்டா என்னோட வந்த என் உடன்பிறவா சகோதரின்னு சொல்லிக்கிறேன். ராஜா போனப்புறம் எல்லாம் சரியாயிடும். என்ன சொல்றீங்க?

வெ.யானை: என்ன? நான் புடவை உடுத்திக்கறதா?

த.செயலர்: தங்கம்... கதவைத் திற. ராஜா வந்திருக்காரு.

வெ.யானை: குடு குடு.. நான் உடுத்திக்கிறேன்.

த.செயலர்: ஏன் கதவைத் திறக்க மாட்டேன்றீங்க?

சாம்பன்: செகரட்டரி சார், நான் இங்கே ராஜாவுக்காக தனியா வழி மேல் விழி வச்சு விழியெல்லாம் வீங்கிக் காத்துக்கிட்டுக் கெடக்க உங்க மகாராஜா இப்படி தாமதமா வர்றது தர்மமா? நியாயமா? (உள்ளே வெள்ளை யானையிடம்) சீக்கிரமா கட்டிக்கோடா மகனே... எல்லாத்தையும் மூடிக்கிட்டு போய் கக்கூஸ்லே உக்காந்துக்கோ. உள்ளே உன்னை மாதிரியே இன்னொரு பொம்பளை உக்கார்ந்துக்கிட்டு இருக்கா. அவ மேலே எங்கியாவது கையைக் காலை வச்சே அப்புறம் தெரியும் விஷயம். (வெள்ளை யானை அவசரமாக உள்ளே ஓடுகிறான். சாம்பன் கதவைத் திறக்க ராஜா உள்ளே பிரவேசிக்கிறான். சாம்பன் முக்காட்டினால் முகத்தை மூடிக்கொள்கிறான். ராஜா தன் சட்டைப் பையிலிருந்து அவசர அவசரமாக ஒரு காகிதத்தை எடுத்து வாசிக்கிறான்.)

கடுகு 25 கிலோ

சீரகம் 15 கிலோ

வயாக்ரா 3 பட்டை

சீ. இது அரண்மனை சமையல்காரன் பட்டியல். ஒரு நிமிஷம்.

'வா என் வண்ணமயிலே

வாடுகிறேன் உன்னை நினைந்து

தேடுகிறேன் உன்னை என் கனவிலும்

நாடுகிறேன் உன் மென் வதனம்
பாடுகிறேன் உன் தோட்டத்துக் குயிலாய்
வா... என் மயிலே வா என் தாகம் தீர்க்க வா
வா... என் குயிலே வா என் மோகம் தீர்க்க வா...
முகம் புதைக்காதே என் மனம் பதைக்காதோ...'

சாம்பன்: பிரபு. என்கிட்டே போய் ஏன் இதெல்லாம் விடுறீங்க? உங்க சிம்ரன் உள்ளே முகம் புதைச்சிக்கிட்டு உக்கார்ந்துக்கிட்டு இருக்கா.

ராஜா: *(சற்று ஏமாற்றத்துடன்)* அப்போ நீ யாரு?

சாம்பன்: நான் மேடத்தோட பி.ஏ. உடன் பிறவா சகோதரிகள் ரெண்டு பேரும் உங்களுக்கு சேவை செய்ய ரொம்ப ஆவலா உள்ளே காத்திக்கிட்டு இருக்காங்க. சின்னவ பெரிய பாப்பா. பெரியவ சின்ன பாப்பா. ரொம்ப நல்லா டான்ஸ் ஆடுவாங்க. நீங்க அதைப் பார்த்தே ஆகணும்னு அப்போ புடிச்சி அடம் புடிக்கிறாங்க.

ராஜா: ஓ, இது ஒன் டு ஒன் ஃபைட்டுனு நினைச்சேன். இதுவும் ரொம்ப நல்லதா போச்சு. அந்த அழகுப் பதுமைகளை ஆடச்சொல்.

சாம்பன்: *(உள்ளே எட்டிப்பார்த்து)* தோழிகளே மகாபிரபு உங்க நடனத்தைப் பார்க்கணும்னு ஓடோடி வந்திருக்காரு. அவரை ஏமாத்தாமே சீக்கிரமா வந்து உங்க நடனத்திறமையை அவருக்குக் காமிங்க. *(வெள்ளையானை, சில்லறை இருவரும் முக்காடு இட்டுக்கொண்டு பயந்து நடுங்கிக்கொண்டே வெளியே வருகின்றனர். சாம்பன் பிடித்து இழுக்கிறான்.)* சீக்கிரம் வெளியே வாங்க கண்ணுங்களா. என்ன இது போங்கு அடிக்கிறீங்களே? நம்ம மகாபிரபு பரம ரசிக சிகாமணியாம். நீங்க ஏதாவது அதிகமா பிலிம் காமிச்சீங்கன்னா எங்க மகாராஜா நீங்க இருக்கிற இடத்துக்கே வந்துடுவாரு. *(அவர்கள் வருவதில்லை ராஜாவிடம்)* மகாராஜா நீங்களே அவங்களை ஆசையாய் கூப்பிடணுமாம். நீங்களாச்சு. அவங்களாச்சு.

ராஜா: அப்படியா சங்கதி? வாங்க என் கண்மணிகளா. உங்க அதிருப சுந்தர வதனங்களைக் காமிங்க. வாங்கடி.

சாம்பன்: தோழிகளே பயப்படவேண்டாம். மகாராஜா பரம கலா ரசிகர். நீங்க இங்கே வரலைன்னா அவரே அங்கே வந்துடுவாரு. சீக்கிரம் வாங்க. (இருவரும் பயந்து நடுங்கிக்கொண்டே பிரவேசிக்கிறார்கள்.) ராஜா உங்க சிட்டுங்க வந்துட்டாங்க. நான் பாடறேன். அவங்க ஆடுவாங்க.

(சாம்பன் பாடுகிறான். பாடல் முடிகிறது.)

இனிமே நீங்களாச்சு அவங்களாச்சு நான் வர்றேன். மகாராஜா ஒரே ஒரு வேண்டுகோள். என் தோழிங்க ரெண்டு பேருக்கும் அனுபவம் பத்தாது. ஏதாவது ரகளை பண்ணாங்கன்னா அறுபது வருஷம் அனுபவம் இருக்கிற நீங்கதான் அவங்களை அட்ஜஸ்ட் செய்துக்கணும்.

ராஜா: ஆமாம் அது சரி. நீயும் அப்படித்தான். கதவை வெளிப்பக்கமா தாப்பாள் போட்டுக்கிட்டு போயிடு. என்னதான் ரகளை ஆனாலும் காலைவரைக்கும் கதவைத் திறக்கவேணாம். *(சில்லறை மற்றும் வெள்ளை யானையின் உடைகளை கையில் எடுத்துக்கொண்டு சாம்பன் கிளம்புகிறான். இருவரும் முகத்தை மூடிக்கொண்டு ராஜாவின் மேல் பாய்கின்றனர். முழு இருட்டு. ராஜா கால் ஒடிந்தவனைப் போல் மிகவும் பயங்கரமாக அலறுகிறான்).*

(காட்சி முடிவு)

காட்சி – 9

பிள்ளையார் கோவில். சாம்பன் சத்தம் போட்டுச் சிரித்துக்கொண்டு இருக்கிறான். சிவன் மிகவும் பதற்றத்துடன் காணப்படுகிறான்.

சிவன்: யப்பா... தயவுசெய்து சிரிக்கறதை கொஞ்சம் நிறுத்தித் தொலையேன்.

(சாம்பன் மீண்டும் உரக்கச் சிரிக்கிறான்.)

சிவன்: உனக்கென்ன பைத்தியமா பிடிச்சிருக்கு?

சாம்பன்: அந்தப் பிள்ளையார் தயவுலே இன்னும் எனக்குப் பைத்தியம் பிடிக்கலே. ஆனா உன்னோட ஆளு இருக்காளே? கடைசி வரைக்கும் அவளுக்காவது பைத்தியம் பிடிக்காம இருக்கணும்னு கடவுளை வேண்டிக்கிறேன்.

சிவன்: ஒருவேளை நமக்கே பைத்தியம் பிடிக்க ஆரம்பிச்சிருக்கோ என்னமோ.

சாம்பன்: நான் நினைக்கிறேண்டா சிவன். இந்த ஊரு தண்ணியிலேயே ஏதோ விசேஷம் இருக்கணும். இந்த ஊரு தண்ணியிலே ஏதாவது விசேஷ சாராயம் கலந்திருக்கணும். நானும் எத்தனையோ ஊர்கள்லே சாராயம் குடிச்சிருக்கேன் எப்போவும் இப்படி ஆனதில்லே. நான் கண் மண் தெரியாம சாராயம் குடிச்சப்ப இந்த உலகமே தலைகீழா தெரிஞ்சுது.

சின்னது பெரிசாகவும் பெரிசு சின்னதாகவும் தெரிஞ்சது. எனக்கு இன்னும் ஞாபகம் இருக்கு ஒரே ஒரு தடவை உங்கம்மா என் கண்ணுக்கு பசுமாடு மாதிரி தெரிஞ்சா. தண்ணி போட்டு இந்தக் கதி. ஆனா இந்த ஊர்லே பாரேன், சொல்லி வைச்ச மாதிரி எல்லோரும் பைத்தியம் மாதிரி பேசி பைத்தியம் மாதிரி நடந்துக்கிட்டு பைத்தியம் பண்ற மாதிரி காரியங்கள் பண்றதுக்கான விசேஷமான சாராயம் எதுனா இந்த ஊர் தண்ணியிலே இருக்கான்னு தெரியலை.

சிவன்: அந்தப் பாழாப்போன சாராயத்தை விட்டா உனக்கு வேறே நெனைப்பு ஏதாவது இருக்கா?

சாம்பன்: யோசிச்சுப்பாரு மகனே, நீ எங்கேயாவது கதைலே இல்லே சினிமாலே இல்லே நாடகத்துலே இந்த மாதிரி ஒரு கழுதைக்குச் சுயம்வரம் நடத்துனதைக் கேள்விப்பட்டு இருக்கியா? மனுஷங்களாகிய நமக்கே நாம கேட்ட மாதிரி பொண்ணைத் தர்றது இருக்கட்டும். பொண்ணுங்களைக் கண்லேகூடக் காண்பிக்க மாட்டேன்றாங்க. இந்தப்பய மக கழுதைக்கு பொண்ணு குடுக்க நீ முந்தி நான் முந்தின்னு பெரிய வரிசையே காத்திக்கிட்டு இருக்கு. இன்னிக்கு நீ பார்க்கலேடா? ரெண்டு சின்ன வயசுப் பொண்ணுங்க. தெருவிலே நின்னு அழுதுக்கிட்டே இருந்தாங்க. பாவம். இந்தக் கழுதையோட வலுக்கட்டாயமா கல்யாணம் பண்ணி வைக்கிறாங்க போலிருக்குன்னு பதறிப்போனேன். எப்படியோ மனுஷங்னு சொல்லிக்க இன்னும் ரெண்டு பேராவது பாக்கி இருக்காங்களேன்னு நான் நெனைச்சா.. டேய் சிவா...அந்தப் பெண்ணுக்கு ஏன் அழுதுகிட்டு இருந்தாங்க தெரியுமா? உன் கழுதை தன்னோட கல்யாணம் பண்ணிக்க அவங்களை தேர்ந்து எடுக்கலியாம். அதுக்காக (சிரிக்கிறான்.) இந்த ஊர் பொம்பளைக்கு கழுதைதான் சரி.

சிவன்: பாவம் அந்த ராஜா முகத்தைப் பார்க்க சகிக்கல. முகம் முழிக்க பிறாண்டின காயம். கை கால் எல்லாம் மாவுக் கட்டு. அந்தச் சில்லறையும் வெள்ளை யானையும் அந்த ஆள் மேலே

தோபுக்கடீர்னு விழுந்து அமுக்கிட்டு ஓடினப்போ எவ்வளவு இடங்களில் எலும்பு முறிஞ்சுதோ பாவம். ஆமாம் அந்த ரெண்டு பேரும் எங்கே? ஆளையே காணோமே.

சாம்பன்: மேலே விழுந்ததுலே அவங்களுக்கும் அங்கங்கே காயம் ஆகியிருக்கணும்டா.

சிவன்: சுயம்வரம் நடந்துகிட்டு இருந்தப்ப அந்த செகரட்டரி என் பின்னாடியே சுத்திகிட்டு இருந்தான். உனக்கு அந்தத் தங்கம்மாவை தெரியுமா? அவ விஷயம் என்னனு என்னை குடைஞ்சிக்கிட்டே இருந்தான் எழுந்து வெளியே போகலாம்னு பார்த்தா அந்த மலர்விழியோட முறை வரல்ல. ஒரு வழியா அவ முறை வந்தப்போ அந்தக் கழுதை கத்தல அவ வாசல் தாண்டி வெளியே போற நேரம் பார்த்து நான் கழுதை வாலை முறுக்கினேன். அப்போதான் அது கத்திச்சு. ஒருவழியே அவதான் டிங்டாங் குக்கு மணப்பொண்ணுன்னு நான் நினைச்சி ராஜாவோட முகத்தைப் பார்த்தேன் அவன் செகரெட்டரியை ஏதோ திட்டிட்டு இருந்தான்.

சாம்பன்: என்னன்னு?

சிவன்: இவதாண்டா அந்தப் பச்சைப்புடவை நீல ரவிக்கை. நீ எந்தந்த சனியன்களையோ கூட்டிவந்து என் காலை உடைச்சிட்டேன்னு..

சாம்பன்: ஓஹோ உன்னோட ஆளை அவன் ஏற்கெனவே பார்த்துட்டானா? சரி போகட்டும் விடு அந்தப் பயலுக்கு அப்படித்தான் வேணும்.

சிவன்: அவனுக்கு என்ன வேணும்னா ஆகட்டும். நாசமாப் போகட்டும். என் கதி என்ன ஆகிறது?

சாம்பன்: உனக்கென்னடா ஆகணும்? எல்லாம் நீ ஆசைப்பட்ட மாதிரிதான் நடந்துக்கிட்டு வருது, நடக்கப்போகுது. இப்போ உன் மலர்விழி டிங்டாங் கோட பொண்டாட்டி. அவங்களுக்கு இன்னிக்கு ராஜா ஏற்பாடு பண்ற முதலிரவு. போ அந்தக் கழுதையைக் கட்டிப்போட்டுட்டு நீ முதலிரவு அறைக்குள்ளே போ. கழுதை ஏதாவது அப்ஜெக்ட்

பண்ணி கூப்பாடு போட்டா ரெண்டு உதைவிடு.

சிவா: நீ நெனைக்கிற மாதிரி எல்லாம் ஒண்ணும் ரொம்ப சுலபமில்லேப்பா. அந்த செகரட்டரி ராஜா காதிலே ஏதோ குசுகுசுன்னு ஒரு திட்டத்தைச் சொல்லிக்கிட்டு இருந்தான்.

சாம்பன்: என்னவாம்?

சிவன்: பச்சைப் புடவை நீல ரவிக்கை இவளா இருந்தா அவதான் உங்களுக்குக் கிடைச்சுட்டாளே மகாராஜா. உங்க அதிர்ஷ்டம் எப்படியும் டிங்டாங் இவரைத்தான் தேர்ந்து எடுத்து இருக்காரு. இன்னிக்கே அவரோட முதலிரவை வச்சிக்கலாம். அந்தக் கழுதை டிங்டாங் ரூமுக்குள்ள போனதும் அவ ஐயோ இந்தக் கழுதையோட வாழமாட்டேன். எனக்கு இந்தக் கழுதை புருஷன் வேணாம்னு அவ கூப்பாடு போட்டு கலாட்டா பண்ணுவா. நீங்க எம்ஜியார் மாதிரி அங்கே குதிச்சி அந்தக் கழுதைகிட்டே இருந்து அவளை காப்பாத்துங்க அப்படீன்னு சொன்னான். இன்னிக்கு அவங்க ரெண்டு பேரும் இங்கே வரப்போவது நிச்சயம்பா. இந்த இடத்துல நான் மாட்டினா என் கதை கந்தல். இப்போ என்ன பண்ணலாம்னு சொல்லு.

சாம்பன்: செய்யறதுக்கு என்ன இருக்கு? நாம திட்டம் போட்ட மாதிரி நீ மலர்விழி கிட்டே போகணும். அவ்வளவுதான்.

சிவன்: அதுக்கு நீ திரும்பப் புடவை கட்டினா அந்தப் பிரச்சினை தீரப்போறதில்லை. இன்னொரு தடவை புடவை கட்டி உன்னை அவங்க பார்த்தா உயிரோடவே பலி போட்டுடுவாங்க. இப்ப என்ன பண்றது யோசனை சொல்லு.

சாம்பன்: இப்போ நிஜமான பிரச்சினை என்னன்னா காலியா இருக்கிற உன்னோட மண்டைதான். முதல்லே பேச்சைக் குறைத்து காரியத்துலே கண்ணு வை. இந்த ஊர்ல ஒரு கழுதையோட சாணிக்கும் முத்திரத்துக்கும் ஆயிரம் பொன் கிடைக்கிறப்போ அந்தக் கழுதையோட கத்தலுக்கு எவ்வளவு மதிப்பு இருக்கும்னு கனக்குப் போட்டுப்

பாருடா.

சிவன்: அப்படின்னா ?

சாம்பன்: நீ கதவை உள்பக்கமா தாள் போட்டுக்கிட்டு மலர்விழியோட உள்ளே இரு. அந்தக் கழுதையும் இருக்கட்டும். யார் எவ்வளவு கதவைத் தட்டினாலும் எக்காரணம் கொண்டும் கதவைத் திறந்திடாதே. அந்த ராஜாவும் செகரட்டரியும் வந்தா நான் சமயம் பார்த்து சீட்டி அடிக்கிறேன் அப்போ அந்தக் கழுதையைப் பயங்கரமா கத்த வை. நீ இவ்வளவு பண்ணா போதும் மீதியை நான் பார்த்துகிறேன் கிளம்பு.

(சிவா கிளம்புகிறான்.)

சிவன்: போகச் சொல்றியா?

சாம்பன்: படுத்தாதேடா போ ..

(காட்சி முடிவு)

காட்சி – 10

ராஜா – தலைமைச் செயலர் – சாம்பன்

தூரத்திலிருந்து பாட்டொலி கேட்கிறது. இரவு நேரம், டிங்டாங் கின் முதலிரவு. ராஜாவும் தலைமைச் செயலரும் ஆண் பெண் பேய் வேஷம் தரித்து மேடையில் பிரவேசிக்கிறார்கள்.

ராஜா: நம்மை யாருக்கும் அடையாளம் தெரியாது இல்லையா?

த.செயலர்: சாத்தியமே இல்லை. நீங்க அசல் ஆண் பேய் மாதிரியே இருக்கீங்க.

ராஜா: நீயும் அப்படித்தான். அசல் பெண் பேய். ஆமாம் ஒண்ணும் சத்தமே காணுமே?

த.செயலர்: யாரும் இன்னும் தூங்கல போலிருக்கு. விளக்கு இன்னும் எரியுதே?

ராஜா: நேரம் ஆச்சே. எங்காவது ஓட்டை போட்டு உள்ளே எட்டிப்பார்க்க முடியுமான்னு பாரு.

த.செயலர்: நாம அப்படி பார்க்கிறத வேற யாரும் பார்த்தா?

ராஜா: என்னோட உத்தரவு இல்லாம எவன்டா பார்க்க போறான்?

த.செயலர்: ரொம்ப கலாட்டா பண்ணாதீங்க மகாராஜா.

ராஜா: யோவ் எவ்வளவு வேணா கலாட்டா பண்ணுவேன் எவன் என்னைக் கேட்க முடியும்.

த.செயலர்: பிரபு, இந்த ஊர் கண்ணு முழுக்க இங்கேயே இருக்கு. ஜனங்க யாராவது நம்மை இங்கே பார்த்தா கேவலமா நினைப்பாங்க. அதைத்தவிர நாம ரொம்ப பயங்கரமான வேஷத்துல இருக்கோம். இந்தத் தெரு நாய்களுக்கு இப்போ ராஜாவும் தெரியாது, மந்திரியும் தெரியாது.

ராஜா: அப்படின்னா எல்லோரும் நம்மை மரியாதையா பார்க்க எதாவது வழி இருக்கானு பாரு.

த.செயலர்: எதுக்கு?

ராஜா: உள்ளே எட்டிப் பார்க்க கதவுலே எதாவது ஓட்டை இருக்கா பாரு..

த.செயலர்: இல்லே மகாராஜா..

ராஜா: ஜன்னலே எங்காயாவது சந்து பொந்து இருக்கா பாரு..

த.செயலர்: இல்லே மகாராஜா..

ராஜா: போகட்டும், சுவத்துல காத்து வச்சு உள்ளே ஏதாவது பேசிக்கறாங்களான்னு பாரு.

த.செயலர்: அதுவும் ஒன்னும் கேட்கல..

ராஜா: எங்கேயும் எட்டிப் பார்க்க ஓட்டை இல்ல, சின்ன சந்து பொந்து இல்ல, அவங்க என்ன பேசிக்கிறாங்கன்னு ஒன்னும் காதுல விழல. தேவடியா மவனே, பின்ன என்ன மயித்துக்கு இங்க முதலிரவு ஏற்பாடு பண்ணின. மேலே ஏறி ஒரு ஓட்டைப் பிரி உள்ளே என்ன பண்றாங்கன்னு சொல்லு.

(தலைமைச் செயலாளர் ஏணி ஒன்றைக் கொண்டு வந்து கொடுக்க ராஜா பிடித்துக் கொள்கிறான். த.செயலர் அதன் மீது ஏறி நிற்கிறான். அங்கிருந்து ஒவ்வொன்றாக பொய் சொல்ல ஆரம்பிக்கிறான்.)

த.செயலர்: பிரபு, பிரபு..

ராஜா: என்னய்யா?

த.செயலர்: ரெண்டு பேரும் படுக்கை மேலே உட்கார்ந்துக்கிட்டு இருக்காங்க.

ராஜா: சரி அப்புறம்?

த.செயலர்: அந்தப் பொண்ணு காதுல டிங்டாங் ஏதோ சொல்றார்.

ராஜா: அப்புறம்? சீக்கிரம் சொல்லு..

த.செயலர்: அவ சிரிக்கிறா

ராஜா: சந்தோஷத்துலே சிரிக்கிறாள? இல்லே துக்கத்துலே சிரிக்கிறாளா?

த.செயலர்: சந்தோஷத்துல பிரபு.

(பயங்கரக் கோபத்துடன் தலைமைச் செயலரின் காலைப் பிடித்து இழுக்கிறான்)

ராஜா: தேவடியா மகனே இதுக்குத்தாண்டா நான் அப்பவே அடிச்சிக்கிட்டது. நீ எவளையோ அழைச்சிக்கிட்டு வந்து என் எழவெடுத்தே. எண்டா சந்தோஷத்துல சிரிக்கிற ஒருத்தி எப்படிடா என்னைக் காப்பாத்துன்னு கத்துவா? நான் எப்படிடா அவளை எம்ஜியார் மாதிரி போய் காப்பாத்தறது? நீ ஒரு வேலை செய், இப்போ ஆந்தை மாதிரி ஒரு குரல் விடு அவ பயந்துகிட்டு வெளியே ஓடி வரலாம். (அவன் அப்படியே செய்கிறான். கழுதை கத்த ஆரம்பிக்கிறது. இருவரும் விலகிஓட முயற்சிக்கின்றனர். சாம்பன் எதிரில் வந்து அவர்களைப் பிடித்துக் கொள்கிறான்.)

சாம்பன்: திருட்டுப் பசங்களா. எங்கடா ஓடப் பார்க்கிறீங்க?

த.செயலர்: (ராஜாவிடம்) இவன் எவனோ ஒரு குடிகாரப் பயல்.

ராஜா: நாம் ரெண்டு பேரும் பேய் பிசாசுகள்னு சொல்லலாம். அவன் பயந்து ஓடிடுவான். அப்புறம் நான் சோகமா ஒரு பாட்டுப் பாடறேன். ரெண்டு பேரும் சேர்ந்து உட்கார்ந்து ஒப்பாரி வச்சு அழலாம்.

சாம்பன்: வாங்கடா இங்கே அல்கா பசங்களா, அவனவன் மாய்ஞ்சு மாய்ஞ்சு காதல் பண்ற நேரத்துலே நீங்க

என்னடா பண்றீங்க? திருட்டுத்தனமா பண்றீங்க? பேய் பிசாசுகள்கூட காதல் பண்ற நேரம் இது.

ராஜா: நாங்களும் பேய் பிசாசுகள்தான்.

சாம்பன்: உங்கள்லே பேய் யாரு? பிசாசு யாரு?

ராஜா: நான் பேய். இது பிசாசு.

சாம்பன்: பேய், பிசாசு ஜோடி நல்லாத்தான் இருக்கு. ஆமாம் இந்த நேரத்துலே காதல் பண்றதை விட்டுட்டு என்னடா பண்ணிக்கிட்டு திறியறீங்க?

ராஜா: காதல்தான் பண்ணிக்கிட்டு இருந்தோம். நீ வர்ற சத்தம் கேட்டதா என்னன்னு பார்க்க இங்கே வந்தோம். இல்லே?

சாம்பன்: அப்படிப் போடு அரிவாளை, இந்த உலகத்துலே எல்லாரும் சந்தோஷமா இருக்காங்க. என் மகன், அவன் பொண்டாட்டி, இந்த ஊர் ராஜா, அவன் செகரட்டரி, அவன் மந்திரிங்க, அவனோட கழுதை எல்லோரும் சுகமா இருக்காங்க. ஆனா நான்தான் ஜோடி இல்லாத நாய் மாதிரி அலைஞ்சிக்கிட்டு இருக்கேன். (அழுகிறான்)

ராஜா: (சிரிப்பது போல ஒலி எழுப்பி) உன் துக்கத்தைக் கேட்டா எனக்கும் அழுகை வருது அண்ணாத்தே.

சாம்பன்: அழவேண்டாம் வேறே யாராவது அழுதா எனக்குப் பிடிக்காது. அது மனுசனா இருந்தாலும் சரி, பேயா இருந்தாலும் சரி. கொஞ்சம் சாராயம் குடி தெம்பா இருக்கும். (ராஜாவுக்கு சாராயம் கொடுக்கிறான். ராஜா தலைமைச் செயலரைப் பார்க்கிறான். அவன் தலையசைக்க ராஜா சிறிது மது அருந்துகிறான்.) ஹலோ இப்ப நாம ஒரே பாட்டில்லே குடிச்சிருக்கோம். அதனாலே நாம இப்போ அண்ணன் தம்பி என்ன சொல்றே நீ?

ராஜா: ஓஹோ...

சாம்பன்: நான் இங்கே வர்றதுக்கு முந்தி என்ன பண்ணிக்கிட்டு இருந்தே தலைவா? காதல்தானே? என்னைப் பார்த்து ஏன் நிறுத்தணும்? செய் நல்லா செய் நானும் பார்த்து சந்தோஷப்பட்டுக்கிறேன்.

ராஜா: வேணாம் தம்பி. இந்தப் பிசாசு வெக்கப்படுது.

சாம்பன்: வெக்கப்பட்டா விட்டுடறதா? பிசாசாவே இருந்தாலும் பொண்டாட்டிக்கு இவ்வளவு இடம் குடுக்கக்கூடாது. எழுந்தா ஒண்ணு. உக்காந்தா ஒண்ணு. போட்டுக்கிட்டே இருக்கணும். சரி உங்க உலகத்துலே வழக்கம் எப்படி?

ராஜா: என்ன வழக்கம்?

சாம்பன்: புரியலே.. சரி இப்படி வெச்சுக்கோ, நீ பேய், எனக்கு அண்ணன். நான் மனுஷன், உன் தம்பி. அண்ணா உன் பொண்டாட்டியை அதாவது இந்தப் பிசாசை நான் வெச்சிக்கிட்டா என்னை என்ன பண்ணுவே? குடும்பத்தைவிட்டு தொரத்திடுவியா?

த.செயலர்: நீயும் செத்துப்போயிட்டு எங்க கூட்டத்துலே சேர்ந்துக்கோ. எங்ககூட எப்பவுமே இருக்கலாம்..

சாம்பன்: பேயண்ணே. உன் வீட்டுக்காரி பலே சாமர்த்தியசாலி. (தலைமைச் செயலர் இன்னும் வேகமாகச் சிரிக்கிறான்) எனக்கும் பேய் பிசாசுகள்லே நண்பர்கள் நிறைய இருக்காங்க. இப்பவும் நான் என் கிராமத்துக்குப் போனா ஒரு மோகினி எனக்குச் சாராயமும் குடுத்து என்னோட சந்தோஷமா இருந்துட்டுப் போவா.

த.செயலர்: பெரிய ஆளுய்யா நீ.

சாம்பன்: சாராயம் குடிக்கலேன்னா நான் அவன் மூஞ்சியை சகிச்சிக்க முடியாது.

த.செயலர்: பலே!

சாம்பன்: அந்தப் பெண் பிசாசு சாதாரணப் பிசாசு இல்லே அவங்க ராஜா இருக்கான் இல்லே? அவனோட பொண்ணு இளவரசி பூதம்.

ராஜா: அப்படியா?

சாம்பன்: பின்னே? என்ன நினைச்சே? சும்மா சும்மா உரசிக்கிட்டு வர சாதா பூதத்துக்கு எல்லாம் மசியறவனா நானு? அந்தப் பூதத்தை எப்படி தோஸ்த் ஆக்கிக்கிட்டேன் தெரியுமா?

ராஜா: எப்படி சொல்லு தலைவா.

சாம்பன்: ஒருநாள் அது அமாவாசை ராத்திரி. கும்மிருட்டு. இதே மாதிரி குடிச்சிக்கிட்டு இருந்தேன். என்னோட மனுஷப் பொண்டாட்டி செத்துப்போய் ரெண்டு நாள் ஆகியிருந்தது. அப்படியே அவளை பார்த்துட்டு வரலாம்னு சுடுகாட்டுப்பக்கம் போயிருந்தேன். அங்கே பார்த்தேன்னா பிசாசு, பேய், மோகினி எல்லாம் ஆயிரக்கணக்கிலே ஆட்டம் போட்டுக்கிட்டு இருந்தது. அங்கே அவங்க ராஜாவோட தர்பார் நடந்துக்கிட்டு இருந்தது. சிம்மாசனத்து மேலே அவங்க ராஜா பேய் உட்கார்ந்துக்கிட்டு இருந்தது. அவன் பக்கத்திலே ராணி பூதம். அவங்க பக்கத்துலே பளபளன்னு இளசா ஒரு குட்டி பூதம். அவதான் அப்புறமா என்னோட கீப் ஆனான்னு வெச்சுக்க. என் பொண்டாட்டிக்கு அங்கே இன்னும் உயிர் வந்திருக்கலே. அட்டென்டென்ஸ்லே அவ பெயர இன்னும் பதிவு ஆகி இருக்கலே, அங்கே தர்பார் அமர்க்களமா போய்க்கிட்டு இருக்கு. ஏதேதோ பேய்கள்லாம் அந்த ராஜா பேய்க்கு என்னமோ வித்தை காண்பிச்சிக்கிட்டு இருந்ததுங்க. எல்லோரும் கைதட்டி ஆரவாரமா அதுகளை ரசிச்சாங்க. எனக்கும் ஒரு உற்சாகம் வந்தது பாரு அப்படியே அந்தரத்துலே ஒரு பல்டி அடிச்சேன் பாரு. உக்காந்துக்கிட்டிருந்த பேய் பிசாசுகள்லாம் உற்சாகத்துலே ஓ ன்னு கத்தி ஆரவாரம் பண்ணாங்க.. அந்த ராஜா எவ்வளவு குஷி ஆனான்னா... இந்தா எடுத்துக்கோ என் குட்டி பிசாசைன்னு தன் மகளோட கையைப் பிடிச்சி என் கைலே குடுத்துட்டான். யோவ், அந்த ராஜா பேய் எனக்கென்னமோ உன் ஜாடையிலேயே இருந்த மாதிரி இப்போ எனக்கு இருக்கு, வேணும்னா உனக்கு ஒரு பல்டி அடிச்சி காமிக்கட்டுமா? நீயும் அவனை மாதிரி தாராளப் பிரபு ஆயிடுறியா?

ராஜா: ஆகட்டும் ஆகட்டும், முதல்லே இதைச் சொல்லு. அந்த ராஜகுமாரி பிசாசு விஷயம் சொல்லுண்ணே. இப்பவும் அவ உன்னைத் தேடி வர்றாளா?

சாம்பன்: வர்றாளே.

ராஜா: அப்புறம் இப்போ ஏன் இல்லை அவ?

சாம்பன்: யோவ் அவ இருக்கிறது என் கிராமத்துலே. அவளுக்கு நான் ஒருமுறை சொன்னேன் வா டவுனெல்லாம் பார்த்துட்டு வரலாம்னு. அதுக்கு அவ என்ன சொன்னா தெரியுமா? ஐயோ என் ராஜா நாங்க பட்டிக்காட்டுப் பூதங்கள். அங்கே வந்தா டவுன் பூதங்கள்லாம் என்னைப் பார்த்துச் சிரிக்கும். நீயே போயிட்டுவான்னு சொன்னா.

ராஜா: அப்புறம் நீ மட்டும் இங்கே தனியா ஏன் அலைஞ்சிக்கிட்டு இருக்கே?

சாம்பன்: அதுதான் நானும் அவளுக்குச் சொன்னேன். கண்ணு. நீ இல்லேன்னா எனக்கு ரொம்ப குளிரும்னு. அதுக்கு அவ என்ன பண்ணா தெரியுமா? இப்படிக் காத்துலே கையை வீசு பார்த்தா கைலே ஒரு முத்து. என் ராஜா. உனக்கு ரொம்ப குளிரா இருந்தா யார் வாயிலேயாவது இந்த முத்தைப் போடு. அவங்க பொம்பளை ஆயிடுவாங்கன்னு சொன்னாய்யா...

ராஜா: இப்போ அந்த முத்து உன் கிட்டே இருக்கா?

சாம்பன்: ஓ இருக்கே.

ராஜா: அதை என்கிட்டே குடு.

சாம்பன்: ஐயோ நீ வேணாம்பா. உன்னைப் பார்த்தா லூசு மாதிரி இருக்கு. வேணும்னா இதுக்கு கொடுக்கலாமா?

ராஜா: சரி. குடு (த.செ பயப்படுகிறான்) சீக்கிரம் வாங்கிக்கோ.

த.செயலர்: பிரபு எனக்கென்னமோ சந்தேகமாவும் பயமாவும் இருக்கு. வேணாம் பிரபு.

ராஜா: டேய் வாங்கிக்கோடான்னா..

சாம்பன்: அப்படித்தான். இந்த முத்தை வாயிலே போட்டுக்கோ (சாம்பன் த.செயலாளரின் கையைப் பிடித்துக்கொள்கிறான்.) எனக்குக் குளிர்போகிற வரைக்கும் இவ இங்கே இருக்கட்டும். அப்புறமா

நான் உன்கிட்டே அனுப்பி வைக்கிறேன். என்ன பேயண்ணே?

த.செயலர்: (முத்தை வாயில் வைத்துக்கொண்டு) ஐயையோ மகாராஜா இங்கே பாருங்க. நான் நிஜமாவே பொண்ணா ஆகிட்டு வர்றேன். ஐயா தயவுசெய்து என்னைத் திரும்ப ஆணா மாத்துங்க.

ராஜா: நிஜமாகவா?

த.செயலர்: ஐயையோ எப்படி சொல்றது? நிஜமாகவே நான் பொம்பளையா மாறிட்டேன் பிரபு.

ராஜா: ரொம்ப நல்லதாச்சு விடு. அந்த மலர்விழி கழுதையோட படுத்துக்கட்டும். நீ என்னோட வா. (ராஜா அவனை நெருங்குகிறான். சாம்பன் குறுக்கே வருகிறான்.)

சாம்பன்: டேய், அவளை பொண்ணா மாத்துனது நான்தான். அவ எனக்குத்தான் வேணும். குறுக்கே வந்தா பின்னி எடுத்துடுவேன். மரியாதையா ஓடிப்போயிடு.

ராஜா: தேவடியா மகனே. என்னை யாருன்னு நினைச்சே? நான்தான் இந்த தேசத்து ராஜா.

சாம்பன்: அடி செருப்பாலே. நீ ஏதோ பொறுக்கிப் பேய். இந்த நாட்டு ராஜான்னு பொய் சொல்றியா? உன் மூஞ்சியை முதல்லே பார்த்துக்கோ. அவளைத் தொட்டா செருப்பு பிஞ்சிக்கும். இப்போ இடத்தைக் காலி பண்றியா இல்லையா? (ராஜாவை உதைக்கத் தொடங்குகிறான். ராஜா தூரப்போய் விழுகிறான். மீண்டும் எழுகிறான். சாம்பன் மீண்டும் அவனை உதைக்கிறான். ராஜா ஓட ஆரம்பிக்கிறான். தலைமைச் செயலர் அவன் பின்னால் ஓட முயற்சிக்கிறான். சாம்பன் அவனைப் பிடித்துக்கொள்கிறான்.) சும்மா இருந்தா சரி. ரொம்ப துள்ளினா காத்தாலே வரைக்கும் விடமாட்டேன் ஜாக்கிரதை.

(காட்சி முடிவு)

காட்சி – 11

அரண்மனை. ராஜா அரியணையில் வீற்றிருக்கிறான். பெண் வேடமிட்ட தலைமைச் செயலர் தலைக்கு முக்காடு போட்டுக்கொண்டு பிரவேசிக்கிறாள்.

த.செயலர்: மகாராஜா...

ராஜா: யாரும்மா நீ? என்ன வேணும்?

த.செயலர்: நாசமாப்போச்சு. நான்தான் உங்க செகரட்டரி மகாராஜா.

ராஜா: அட ஆமாம். நீயும் அழகாத்தான் இருக்கே. இன்னும் உன் புடவையை அவுத்து வைக்கலியா நீ?

த.செயலர்: புடவையை மட்டும் அவுத்து என்ன பண்றது. உள்ளே நிஜமாவே பொண்ணாயிட்டேன் மகாராஜா.

ராஜா: அப்படிப்போடு. நிஜமாவா?

த.செயலர்: நான் எதுக்குப் பொய் சொல்லணும் மகாராஜா? நான் இப்போ நிஜமாகவே பொம்பளை.

ராஜா: சூப்பரா இருக்கேடா... டீ.. டீ... டீ...

த.செயலர்: உங்களுக்கு எப்போ பார்த்தாலும் தமாஷ்தான் மகாராஜா. இந்தக் கண்றாவியை வச்சிக்கிட்டு நான் எப்படி எல்லோருக்கும் முகத்தைக்

காண்பிக்கிறது? எப்படியாவது அந்த ஆள்கிட்டே சொல்லி என்னை திரும்ப ஆணா மாத்துங்க மகாராஜா.

ராஜா: அவனை நீ ஏன் கேட்டுக்கலை?

த.செயலர்: அவன் காலைப் பிடிச்சிகேட்டேன். என் மாராப்பை விரிச்சி பிச்சை கேட்டேன் என்னை ஆணா மாத்துப்பான்னு. நீ ரொம்ப அழகா இருக்கே சும்மா இப்படியே இருன்னு சொல்லிட்டான் மகாராஜா.

ராஜா: அவன் சொல்றதும் நிஜம்தான்.

த.செயலர்: அவனுக்குக் குளிர் எடுத்தா தற்காலிகமா ஏதாவது ஏற்பாடு பண்ணித்தரலாம். அதுக்குன்னு எப்பப்பாரு பொண்ணா இருன்னா எப்படி? நீங்க சொன்னா அவன் தட்டமாட்டான்னு தோணுது. அவனை வரவழைச்சு நீங்க சொல்லுங்க மகாராஜா.

ராஜா: அது கஷ்டம்யா. அவன் யாரு? எங்கே இருக்கான்னு யாருக்கும் தெரியாது. பேரு குலம் கோத்திரம் தெரியாது. யார் கிட்டே சொல்லி எப்படித் தேடறது அவனை?

த.செயலர்: (யோசனை செய்தவாறு) பிள்ளையார் கோவில்லே எப்பவும் கிடப்பானாம். இன்னைக்குக்கூட என்னை அவன் அங்கதான் வரச் சொல்லியிருக்கான்.

ராஜா: சரி, உன் கதையை விடு. என் கதைக்கு வா. அந்த டிங்டாங் தன் பொண்டாட்டிகிட்டே எப்படி நடந்துக்குதாம்?

த.செயலர்: அப்படின்னா?

ராஜா: ஐயா இது ராத்திரின்னு வச்சிக்கோ. ராத்திரி சாப்பிட்டுட்டு படுக்கணும். இல்லையா? இப்போ சாப்பிட்டாச்சு. அப்புறம் படுக்கணும் இல்லையா? நீ மலர்விழி. படுக்கை மேலே படுத்திருக்கே, டிங்டாங் பக்கத்து வீட்டு கொட்டகைலே இருக்கு. யோசிச்சுப் பாரு புருஷன் பொண்டாட்டின்னா சேர்ந்துதானே படுக்கணும்?

த.செயலர்: ஆமாம்.

ராஜா: அதேதான். அதைத்தான் கேக்கிறேன் அது எப்படின்னு?

த.செயலர்: அதை நானும் பார்க்கலை மகாராஜா. ஒருவேளை அந்த சாம்பன் பார்த்திருக்கலாம்.

ராஜா: அப்படியா? எப்போ, எப்படி, எங்கே போகுதாம்?

த.செயலர்: ராத்திரி சாப்பிடறதுக்கு முந்தி தண்டால் பஸ்கி எல்லாம் எடுத்துட்டு நல்லா குளிக்குதாம். சாப்பிட்டு முடிச்சி வெத்தலை பாக்கு எல்லாம் போட்டுக்கிட்டு உடம்பெல்லாம் சென்ட் பூசிக்குதாம் மகாராஜா, முன் கால்கள் ரெண்டுலேயும் மல்லிப்பூவைக் கட்டிக்குதாம்.

ராஜா: அட?

த.செயலர்: இவ்வளவும் ஆன அப்புறம் ஒரு தடவை அங்கே இங்கே ஒரு சுத்து சுத்தி பெருசா ஒரு சுத்து சுத்தி கொட்டகையிலே இருந்து வெளியே வந்து மலர்விழிக்கு முன்னாலே ஒரு ரவுண்ட அடிச்சு குதிக்குதாம். அதுக்குள்ளே மலர்விழி தன் ரூம் கதவைத் திறந்து மன்மதராசா...மன்மதராசா..ன்னு பாடறாளாம். இதுவும் டான்ஸ் ஆடிக்கிட்டே உள்ளே போகுதாம். இது அந்தச் சாம்பன் சொன்னது.

ராஜா: பலே, கழுதையாயிருந்தாலும் என்னைவிட நல்ல ரசிகப்பயல்யா அந்த டிங்டாங். சரி அந்தச் சிவா அப்போ என்ன பண்றானாம்?

த.செயலர்: அவன்தான் பிளேபேக் குடுக்கிறானாம் மகாராஜா அந்த டிங்டாங்குக்கு.

ராஜா: யோவ் செகரடரி, சும்மா சொல்லக்கூடாது. அந்தச் சாம்பன் பெரிய மந்திரவாதிய்யா. ஆணைப் பொண்ணா மாத்துறான், பொண்ணை ஆணா மாத்துறான், பிசாசு கிட்டேயெல்லாம் தூள் கிளப்புறான் இல்லையா?

த.செயலர்: (வெட்கத்துடன்) ஆமாம் மகாராஜா. நீங்க சொன்ன மாதிரி அவர் மிகப் பெரிய மந்திரவாதிதான்.

ராஜா: ஏண்டா செகரடரி, உன்னைப் பொண்ணா மாத்தின அவன் என்னை ஒரு கழுதையா மாத்தமுடியும். இல்லையா?

த.செயலர்: செய்யலாமோ என்னமோ. ஆனா புதுசா நீங்க ஏன் கழுதை ஆகணும்னுதான் எனக்குப் புரியலை.

ராஜா: இதுக்குத்தான் உன்னை கூமுட்டைன்னு சொல்றது. முதல்லே அவனைச் சகல மரியாதையோட அழைச்சிக்கிட்டு வாய்யா, நான் இப்பவே கழுதையாகணும்.

த.செயலர்: பிரபு....

ராஜா: எல்லாம் அப்புறம் சொல்றேன். முதல்லே அவனை இன்னிக்கே இப்பவே அழைச்சிக்கிட்டு வா போடா...

(காட்சி முடிவு)

காட்சி – 12

சிவா – மலர்விழி – காவலன் – மாஜிமந்திரி – சாம்பன்

சிவா: தயவுசெய்து என் பேச்சைக் கேளு.

மலர்விழி: தயவுசெய்து கேட்கமாட்டேன்.

சிவா: என்னை என்னன்னு நினைச்சிக்கிட்டே நான் உன் புருஷன்.

மலர்விழி: சட்டப்படி என் புருஷன் கழுதை, நீ இல்லை.

சிவா: அப்படின்னா நான் யாரு?

மலர்விழி: சிவா.

சிவா: அடம்புடிக்காதே. என்னை ஒரு தடவை பாரு.

மலர்விழி: எத்தனை முறையும் பார்க்க மாட்டேன்.

சிவா: தயவுசெய்து என் பேச்சைக் கேளு..

மலர்விழி: கேக்கமாட்டேன்.

சிவா: சரி இங்கேயே கிட.

மலர்விழி: கிடக்கமாட்டேன்.

சிவா: அப்படின்னா போய்த்தொலை.

மலர்விழி: என்னைப் போன்னு சொல்ல நீ யாரு? நான் என் இஷ்டப்படி போயிக்கிறேன். இஷ்டமானப்போ போயிக்கிறேன்.

சிவா: கடைசியா ஒரு தடவை என் பேச்சைக் கேளு.

மலர்விழி: கேளுன்னு சொல்ல நீ யாரு? எனக்கு இஷ்டமானப்போ கேட்டுக்குவேன்.

சிவா: அப்படின்னா நான் சொல்லமாட்டேன்.

மலர்விழி: ஏன் சொல்லமாட்டே? தயவுசெய்து சொல்லிக்கிட்டே இரு.

சிவா: இஷ்டம் இல்லாதவங்க கிட்டே என்னத்தை சொல்றது? ஏன் சொல்லணும்?

மலர்விழி: இஷ்டம் வந்தே தீரும். நீ சொன்னேன்னா.

சிவா: முதல்லே உனக்கு இஷ்டம் இருந்தாத்தான் சொல்வேன்.

மலர்விழி: வந்திருக்கு, என்னன்னுதான் சொல்லுங்களேன்.

சிவா: உள்ளே போய் பத்திரமா கதவை தாழ் போட்டுக்கிட்டு உக்காந்துக்கோ.

மலர்விழி: வெளியே இங்கேயே இப்படியே உக்காந்திருந்தா என்ன ஆகும்.

சிவா: பெரிய கலாட்டா ஆகப்போகுது. ஆம்பளைங்க கலாட்டாவுலே பொம்பளைங்க மாட்டக்கூடாது.

மலர்விழி: பொம்பளைகளும் இருந்தா அந்தக் கலாட்டாவுக்கே ஒரு களை வரும் இல்லையா?

(தூரத்திலிருந்து யாரோ ஓடிவந்து ஒளிந்து கொள்கிறார்கள்)

மலர்விழி: சிவா, எனக்கு நிஜமாவே பயமா இருக்குப்பா..

சிவா: அப்புறம் நீ ஏன் உங்கம்மா வீட்டுக்குப் போகலே?

மலர்விழி: அங்கே போனா சின்ன சின்ன பசங்க எல்லாம் கழுதை பொண்டாட்டி வந்திருக்கா கழுதை பொண்டாட்டி வந்திருக்கான்னு என்னைச் சுத்தி சுத்தி கும்மாளம் போடறாங்க. எனக்கு அவமானமா இருக்கு சிவா.

சிவா: நீ சத்தமில்லாமே உள்ளேபோய் உக்காத்துக்கிட்டு கதவைத்தாள் போட்டுக்கோ, என் குரல் வர்ற வரைக்கும் கதவைத் திறக்காதே என்ன?

மலர்விழி: சரி. எனக்கென்னமோ பயமா இருக்கு. (மலர்விழி போகிறாள். சிப்பாய் ஒருவன் அவசரமாக ஓடிவருகிறான். சிவாவிடம் மாஜி மந்திரி இங்கே வந்தாரா என்று கேட்கிறான். சிவா மறுக்க அவன் வெளியேறுகிறான். சிப்பாய் தூரமாகப் போன பிறகு உள்ளே ஒளிந்துகொண்டிருந்த மாஜி மந்திரி வெளியே வருகிறார்.)

மந்திரி: ரொம்ப நன்றி தம்பி. பெரிய உபகாரம் பண்ணி இருக்கே.

சிவா: சார், நீங்கதானே இந்த தேசத்து மாஜி மந்திரி?

மந்திரி: நான்தான் அதுன்னு தெரிஞ்சா ஏண்டா காப்பாத்தினோம்னு வருத்தப்படுவியா? ஆமாம். நான்தான் மாஜி மந்திரி.

சிவா: கண்டிப்பா இல்லே. உங்களை நீங்களே அபாயத்துலே மாட்டிவிட்டுக்கிறது நல்லா இல்லே. இங்கே ஏன் வந்தீங்க சார்?

மந்திரி: உன்னை பார்க்கணும்னுதான் வந்தேன்..

சிவா: சொல்லுங்க சார். நான் என்ன செய்யணும்?

மந்திரி: இந்த தேசத்திலே புரட்சி எல்லாம் பிசுபிசுத்துப் போச்சுப்பா. இந்த ராட்சனோட பிடியிலிருந்து நமக்கு விடிவே கிடையாது. உன் கழுதையை திட்டறேனேன்னு தப்பா நினைக்காதே இந்த நாட்டுக்கு உன் கழுதை மந்திரி ஆகவேண்டியதுதான். ஏன்னா இப்படி ஒரு ராஜா இருக்கறப்போ வேறே எந்த மாதிரி மந்திரி சாத்தியம்? ஆனா பாவம் அந்த முட்டாள் பிராணி பேர்லே மக்கள் மேலே எவ்வளவு வரிகளை சுமத்தியிருக்கான். ஜனங்க எங்கே போறது?

சிவா: மன்னன் எவ்வழி மக்கள் அவ்வழி இல்லையா சார்..

மந்திரி: இல்லே. இந்த மக்களுக்கும் இந்த மாதிரி ராஜாதான் சரி. இப்போ நடுவழியிலே நின்னுகிட்டு நாடு தவிக்குது. புரட்சிக்காரங்க யாருமே இப்போ வெளியிலே இல்லை. நிறையப் பேர் ஜெயில்லே,

பாக்கி பேர் சொர்க்கத்துலே. என்னை மாதிரி ஒருத்தர் ரெண்டு பேர் தப்பியிருக்கோம்னு நினைக்கிறேன். நாளைக்கே எங்களையும் முடிக்க வாய்ப்பிருக்கு. தோழர்கள் எல்லாரும் போனப்புறம் நான் ஒருத்தன் மட்டும் உயிரோட இருக்க ரொம்ப வெட்கமா இருக்கு. உன்கிட்டே ஒரு சின்ன உதவி கேட்டு வந்திருக்கேன் சிவா.

சிவா: சொல்லுங்க சார், என்ன பண்ணட்டும்?

மந்திரி: தோழர் ஒருத்தர் இருக்கார். அவர் ஒரு சலவைத் தொழிலாளி, பிள்ளை குட்டிக்காரன். புரட்சியிலே ஈடுபட்டு எல்லாத்தையும் இழந்துபோனான், உன்னாலே முடிஞ்சது ஏதாவது உதவியை அவனுக்கு செய்,

சிவா: என்ன பண்ணட்டும் சொல்லுங்க சார்.

மந்திரி: அவன்கிட்டே ஒரு பெண் கழுதை இருக்கு. நல்லா கொழுக் மொழுக்னு இருக்கும். உன் டிங்டாங் குக்கு தினமும் ஒரு பெண் கழுதை வேணுமே அவன் கழுதையை அரண்மனை மூலம் நல்ல விலைக்கு வாங்கி அவனுக்கு ஏதாவது பண உதவி பண்ணு. பாவம் ஏழை பிழைத்துப்போகட்டும்.

சிவா: (பதற்றத்துடன்) சார். இப்படி வந்து ஒளிஞ்சிக்கங்க யாரோ வர்றாங்க.

(மந்திரி ஒளிந்துகொள்கிறார். சாம்பன் அவசரமாக ஓடி வருகிறான்.)

சாம்பன்: உன்னை எங்கே எல்லாம் தேடுறதுடா?

சிவா: ஏம்பா?

சாம்பன்: உன்கிட்டே முக்கியமான ரகசியம் பேசணும். இங்கே யாரும் இல்லைதானே?

சிவா: இல்லை சொல்லு.

சாம்பன்: அந்த ராஜா இன்னைக்கு ஏதோ ஐடியா பண்ணிக்கிட்டு இருக்கான்டா. (சிவா மந்திரி ஒளித்திருக்கும் இடத்தைச் சுட்டிக்காட்டி தன் காதில் சொல்லுமாறு ஜாடை காட்டுகிறான்) விஷயம் என்னன்னா...(பெரிய குரலில் ஆரம்பித்து

பிறகு ஆபத்தை உணர்ந்துகொண்ட பாவனையில் சிவாவின் காதில் கிசுகிசுக்கிறான்.)

சிவா: *அது ஏன்?*

(சாம்பன் மீண்டும் காதில் குசுகுசுக்கிறான்.)

சிவா: *அப்படியா? எத்தனை மணிக்கு?*

(சாம்பன் மீண்டும் காதில் குசுகுசுக்கிறான்.)

சிவா: *ஓஹோ. அப்படியா சங்கதி? சாமி வெளியே வாங்க. இன்னைக்கு ராத்திரி நீங்க சொன்ன அந்தப் பெண் கழுதையை அழைச்சிக்கிட்டு வரச் சொல்லி உங்க சிநேகிதருக்கு சொல்லுங்க முடிஞ்சா கையோட கொஞ்சம் புரட்சிக்காரர்களையும் அழைச்சிக்கிட்டு இன்னிக்கு ராத்திரி இங்கே வாங்க சாமி.*

மந்திரி: *(மறைவிடத்திலிருந்து வெளியே வந்து) புரட்சிப்படையை சேர்ந்த யாருமே இப்போ பாக்கி இல்லேப்பா. இருக்கிற ஒருத்தர் ரெண்டு பேரும் நான் பேசறது புரியறது இல்லேன்னு என்கிட்டேயே வர்றதில்லை.*

சிவா: *வீரையன்னு உங்க சிஷ்யன் ஒருத்தன் இருக்கானே?*

மந்திரி: *அவன் சோம்பேறி.. குடிகாரன்.*

சிவா: *அவன்கிட்ட 'வீரையா வரப்பை உடைக்க கடப்பாரையும் மண்வெட்டியும் கொண்டு வான்னு' சொல்லுங்க. வருவான்.*

மந்திரி: *வரப்புன்னா?*

சிவா: *நீங்க அவ்வளவு சொல்லுங்க போதும்.*

மந்திரி: *சரிப்பா.*

(காட்சி முடிவு)

காட்சி – 13

(மேடையில் ராஜா, பெண் வேடமணிந்த தலைமைச் செயலர் மற்றும் சாம்பன் ஆகியோர் பிரவேசிக்கின்றனர். ராஜாவுக்கு கழுதை வேஷம் அரைகுறையாகப் போடப்பட்டிருக்கிறது. வால் ஒன்று கட்டப்பட்டுள்ளது. ஒப்பனையின் மீதிப் பொருட்கள் ஒரு காவலாளியின் கையில் உள்ளது.)

ராஜா: இங்கே இருக்கிற எடுபிடிகளையெல்லாம் வேறே இடத்துக்கு அனுப்பிச்சிட்டியா?

த.செயலர்: ஓ..

ராஜா: டிங்டாங் ?

த.செயலர்: கயித்தை அவுத்து ஊரை விட்டே துரத்திட்டேன் மகாராஜா.

ராஜா: காவல்காரங்க?

த.செயலர்: அவங்களையும் வேற பக்கம் அனுப்பிச் சிட்டேன். அக்கம்பக்கம் இப்போ யாரும் இல்லை பிரபு. அந்தக்குட்டி பயத்துலே அலறினாலும் என்னு கேக்க ஒரு நாதி கிடையாது.

ராஜா: (குழப்பத்துடன்) பயந்துக்குவாளா? ஏன்? நான் பாக்கிறதுக்கு டிங்டாங் மாதிரி இல்லை?

த.செயலர்: ஐயோ. முழுசா மேக்கப் போட்டா டிங்டாங் என்ன? அவங்க தாத்தா மாதிரியே இருப்பீங்க மகாராஜா.

ராஜா: அதோட தாத்தாவெல்லாம் வேணாம். அந்தக் கழுதை மாதிரியே மேக்கப் பண்ணு என்ன?

த.செயலர்: அப்படின்னா வாங்க. (ராஜாவின் மற்ற உடைகளை வாங்கி கழுதைக்கான ஒப்பனையைத் தொடர்கிறார்கள்.)

ராஜா: அந்த வாலைக் கொஞ்சம் டீசன்டா வாரி விடுங்க (வாரி விடுகிறார்கள்) கழுத்து முடியை வாருங்கடா. (வாருகிறார்கள்) கண்ணாடி? (தருகிறார்கள் பார்த்துக் கொள்கிறான்) சென்ட்? (அடித்துவிடுகிறார்கள்.)

சாம்பன்: இங்கே பாருங்களேன், என்னதான் பண்ணாலும் எழவு அந்த ராஜகளையை மூடி மறைக்க முடியலை பாருங்க. நீங்க இப்போ அசல் பட்டத்துக் கழுதை மகாராஜா.

ராஜா: எல்லாம் சரி. அந்த மலர்விழி என்ன சொல்றாளோ..?

சாம்பன்: இன்னிக்கு வழக்கத்துக்கு அதிகமா கொஞ்சம் கூடவே காதல் பண்ணுவா மகாராஜா.

த.செயலர்: மகாராஜா இதுதான் மலர்விழியோட பெட்ரூம்.

சாம்பன்: விளக்கு இன்னும் எரியுது. இந்தக் கழுதைக்காக, மன்னிக்கணும். உங்களுக்காக ரொம்ப ஆவலா காத்துக்கிட்டு இருக்கா மகாராஜா.

ராஜா: முட்டாப்பசங்களா, என்னை இனிமேலே ராஜான்னு கூப்பிடாதீங்க டிங்டாங் னு கூப்பிடுங்க. எல்லாம் கூடி வர்றப்போ காரியத்தை கெடுத்துடாதீங்க. (உடம்பைத் திருப்பிக் காண்பிக்கிறான்) எல்லாம் சரியா இருக்கான்னு பாரு.

சாம்பன்: எல்லாம் சூப்பரா இருக்கு.

ராஜா: நீ அங்கே போய் பாட்டை ஆரம்பி. நான் இப்போ கழுதை மாதிரி கத்தட்டுமா (கத்தத் தொடங்குகிறான்) இரு இரு யோவ் என் கை விரல் தெரியுதேய்யா?

சாம்பன்: நீங்க புல் தரையிலே கைகளை ஊணிக்கிட்டு நாலு கால்லே நடக்கிறப்போ கை விரல்கள் மறைஞ்சிடும் மகாராஜா.

ராஜா: அப்படியா? நான் இப்போ புல்லு மேயணுமா?

சாம்பன்: இப்போ வேண்டாம் அப்புறம். இப்போ டான்ஸ் ஆட ஆரம்பிங்க (கழுதை மாதிரி கத்தி ஆடுகிறான்) இது எப்படி இருக்கு?

சாம்பன்: பெஸ்ட் கண்ணா பெஸ்ட். (அதேகுரலில்)

த.செயலர்: ஐயோ, புல்லரிக்குது.

சாம்பன்: என்ன சொன்னே?

த.செயலர்: குளிருதுன்னு சொன்னேன்

ராஜா: நான் இப்போ கத்தினது எப்படி இருக்குடான்னா...

சாம்பன்: இன்னும் கொஞ்சம் சுருதியையும் குரலையும் ஏத்தினா இன்னும் பிரமாதமா இருக்கும்.

ராஜா: (அடுத்த ஸ்தாயியில் மீண்டும் கத்துகிறான்.)

சாம்பன்: இடுப்பைக் கொஞ்சம் அட்ஜஸ்ட் பண்ணணும். எங்கே குதி பார்க்கலாம்? ஆடுறா ராமா....ஆடுறா ராமா... (ராஜா குதிக்கிறான்.)

சாம்பன்: நல்லா கனைச்சிக்கிட்டே குதிக்கணும்.

(ராஜா அப்படியே செய்கிறான்.) இதுதாண்டா டிங்டாங். (தலைமைச் செயலரிடம்) நீ பாடுடா.. (த.செயலர் பாட ஆரம்பிக்கிறான். சிவா உள்ளே பிரவேசிக்கிறான். டிங்டாங் கை தேடுவது போன்ற பாவனை.)

சிவா: ஓஹோ ஆட்டம் தொடங்கிடுச்சா? (ராஜாவிடம் சென்று) யாரது? என் டிங்டாங் சாரா?

(ராஜா மௌனமாக இருக்கிறான்.)

சிவா: அப்படி இருக்காது. அவரா இருந்தா என்னைப் பார்த்த குஷியிலே உரக்கக் கத்தியிருப்பாரு..

(ராஜா உரக்கக் கத்துகிறான்.)

சிவா: டிங்டாங் ஐயாவா இருந்தா வாலைத் தூக்கி ஆடியிருப்பாரு..

(ராஜா அப்படியே செய்கிறான்.)

சிவா: என் டிங்டாங் சாரோட பரிமள சுகந்தம் எங்கே போச்சு?

(ராஜா தன் அக்குளைத் தூக்கிக் காண்பிக்கிறான்.)

சிவா: *ஏன் இன்னிக்குக் குஷியிலே ஆட்டம் போடலே?*

(ராஜா அப்படியே செய்கிறான்.)

சிவா: *ஆஹா, இவர்தான் என் டிங்டாங் ஐயா. ஐயா நான் உங்க சேவகன் வந்திருக்கேன். நீங்க அவருதான் இதுலே சந்தேகமே இல்லே.*

(ராஜா கத்துகிறான்.)

சிவா: *சாமி இந்த அடிமையோட பார்வையிலே இருந்து தப்பிக்கப் பார்க்கிறது நியாயமா? அழகா? (ராஜா தலைகுனிந்து கொள்கிறான்) இந்த ஊர் முழுக்க உங்களைத் தேடி வந்தேன் சுவாமி இந்தாங்க எடுத்துக்கங்க. உங்களுக்கு ரொம்ப பிடிச்ச வெங்காயம் பச்சை மிளகாய். சாப்பிடுங்க. (கொடுக்கிறான். ராஜா மிரண்டு போய் பார்க்கிறான்) இது என்ன புதுசா இருக்கே? வீரியம் வேணும்னு வழக்கமா நீங்க வெங்காயமும் பச்சை மிளகாயும் சாப்பிட மாட்டீங்களா? இன்னிக்கு ஏன் அழும்பு பண்றீங்க? ஒருவேளை இந்தத் தடிக் கழுதை என்னோட டிங்டாங் ஐயா இல்லையோ? (ராஜா பயந்து போய் அவசர அவசரமாக சாப்பிடத் தொடங்குகிறான். காரம் தாங்காமல் திண்டாடுகிறான். அழுவது போல முகத்தை வைத்துக் கொள்கிறான்.) ஆங்.. இவருதான் எங்க ஐயா. ஐயா வெங்காயம் பச்சை மிளகாய் எல்லாம் எப்படி இருந்தது?*

(ராஜா காரம் தாங்காமல் அலறுகிறான்.)

சிவா: *ஐயோ இது என்ன அக்கிரமம். இந்நேரத்துலே எங்க ஐயா மஞ்சத்துலே இருக்கணுமே?*

(ராஜா அவசரமாக ஆமாம் என்பதுபோல தலையை ஆட்டுகிறான்.)

சிவா: *ஐயாவுக்கு ஏன் இன்னும் தூக்கம் வரல்லை? ஓஹோ இப்போ தெரிஞ்சது. உங்க அடிமை நாய்க்கு அந்த ராஜ ரகசியம் தெரியும் சாமி. பயப்படவேண்டாம். உங்க ராணிக்கு நான் சொல்லமாட்டேன். நீங்க தப்பிச்சி ஊருக்குள்ளே போனது அந்த*

வண்ணான் வீட்டுப் பெண் கழுதை ராதையைப் பார்க்கத்தானே? (தயக்கத்துடன் தலையை ஆட்டுகிறான்.) அந்தப் பெண் கழுதை உங்களுக்கு அவ்வளவு அழகா தெரியுதா டிங்டாங் சார்? (ராஜா வெட்கப்படுகிறான்.) ஐயோ நீங்க அந்தப் பக்கம் போனதும் அந்த ராதை கழுதை இந்தப் பக்கம் வந்தது சாமி. (மீண்டும் வெட்கப்படுகிறான்.) உங்க ஆசையை நிறைவேத்த இந்த அடிமை நாய் இல்லையா சாமி? எங்கே? ஒரே ஒரு தடவை இதயக்கனியிலே எம்ஜியார் கூப்பிடற மாதிரி ராதா.....ன்னு கூப்பிடுங்க பார்ப்போம்? (ராஜா உரக்க கத்துகிறான். மேடையின் உள் புறமிருந்து இன்னொரு கழுதையின் குரல் கேட்கிறது. ராஜா ஆச்சரியத்துடன் சிவாவைப் பார்க்கிறான். கையில் கயிறு மற்றும் மண்வெட்டியோடு வீரையன் பிரவேசிக்கிறான். சாம்பன் ஒரு கழுதையை இழுத்து வருகிறான்.)

சிவா: (ராஜாவிடம்) பாருங்க உங்களுக்காக அந்த ராதை கழுதையை அழைச்சிக்கிட்டு வந்திருக்காங்க. (ராஜா தப்பித்து ஓட முயற்சிக்கிறான். வீரையன் கயிற்றை வீசி ராஜாவின் கழுத்தில் போட்டுப் பிடித்துக்கொள்கிறான்.) அப்படியெல்லாம் ஓடாதீங்க சாமி, ராதை உங்களைப் பிரிந்து ரொம்ப துடிக்கிறா. (வீரையனிடம்) கயிறு கோடாலி எல்லாம் கொண்டு வந்திருக்கியா?

வீரையன்: இதோ....

சிவா: இதோப் பாரு எங்க டிங்டாங் ஐயா கிட்டே வர்றப்போ இந்த ராதை கழுதை ஓடிப்போனா உன் கூலியிலே ஒரு பங்கு கட். வாலை மூடக்கூடாது. மிரளக்கூடாது. தெரியுமா?

வீரையன்: ஆகட்டும் சாமி.

சிவா: ஏறினப்புறம் எங்க ஐயா சித்தம் ஒருமிச்சு கொஞ்ச நேரம் மோவாய்க்கட்டையை தாங்குவாரு. அந்த நேரம் உன் ராதை அக்கம்பக்கம் முன்னே பின்னே நகரக்கூடாது. அப்படி செய்தா இன்னொரு பங்கு கட் தெரியுதா?

வீரையன்: ஆகட்டும் சாமி. அதுக்குதான் கயிறு சாட்டை எல்லாம் கொண்டு வந்திருக்கேன்

சிவா: எங்க ஐயா நடுவிலே விதம் விதமா முத்தம் குடுப்பாரு, கடிப்பாரு, இல்லே நகத்தாலே கீறுவாரு. அப்போ எல்லாம் உங்க கழுதை அட்ஜஸ்ட் பண்ணிக்கலைன்னா கடைசிப் பங்கும் கட்.

வீரையன்: எதாவது எக்குத்தப்பா நடந்துக்கட்டும். இங்கேயே பீஸ் பீஸா கைமா பண்ணிடுவேன். பாருங்க அரிவாளும் கொண்டு வந்திருக்கேன்.

சிவா: ராதைக்கு எதுவும் வியாதி இல்லைதானே?

வீரையன்: இல்லை சாமி. இதோ டாக்டர் சர்ட்டிபிகேட் இருக்கு.

சிவா: (ராஜாவிடம் பவ்யமாக) என் வேலை முடிஞ்சது. இனி உங்க லீலையை ஆரம்பிங்க (இந்த வசனங்கள் நடைபெறும்போது இடையில் ராஜா பலமுறை தப்பித்துச்செல்ல முயற்சிக்கிறான். அனைவரும் அவனை அடித்து தடுத்து நிறுத்துகிறார்கள். ராஜாவை எல்லோரும் உசுப்பேற்றிவிடுகிறார்கள்.)

வீரையன்: இது என்ன மக்கள் மேலே நீ போடற புது வரின்னு நினைச்சிக்கிட்டியா கழுதைப் பய மவனே.

ராஜா: (இம்சை தாளாமல்) டேய்...விடுங்கடா, நான் உங்க ராஜாடா யாராச்சும் என்னைக் காப்பாத்துங்கடா.

வீரையன்: பார்ரா, இந்தக் கழுதைக்கு இருக்கிற கொழுப்பைப் பாரேன். தன்னை ராஜான்னு கூப்பிட்டுக்குது. போடுங்கடா ரெண்டு. எங்க தங்கமான ராஜாவை அவமானப்படுத்தறியா தடிக்கழுதை? (அடிக்கிறான். ராஜா தப்பித்து ஓட முயற்சிக்கிறான். எல்லோரும் பின்னால் ஓடுகிறார்கள். ராஜா ஒரு மூலையில் ஒய்ந்து நிற்கிறான்.)

ராஜா: டேய் என்னை விடுங்கடா. நான் உங்க ராஜா இல்லையாடா? மக்கள் எவ்வழி மன்னன் அவ்வழி இல்லையா? நீங்க எப்படி இருந்தீங்களோ உங்களுக்குத் தகுந்தபடி நானும் அப்படி இருந்தேன். உங்க யோக்கியதையும் அப்படித்தான் இருந்தது.

இந்தத் தடவை உயிர்ப் பிச்சை குடுங்கடா. இந்தப் பக்கம் எட்டிக்கூடப் பார்க்க மாட்டேன். (எல்லோரும் மீண்டும் துரத்துகிறார்கள். ஓடிப் போகிறான்.)

மந்திரி: தொலைந்தது சனி. இந்த நாட்டை பிடிச்ச பீடை ஒழிந்தது.

சாம்பன்: (உணர்ச்சிவசப்பட்டு) புரட்சி மந்திரி வாழ்க.

மந்திரி: எல்லோரும் வாழட்டும். இந்தப் புரட்சிக்கு மூலகாரணம் நம் சாம்பனும் சிவாவும்தான். இந்தச் சாம்ப-சிவாவுக்கு நன்றி சொல்லுங்க.

சிவா: இனிமே யார் சாமி ராஜா? யார் ராஜாவா இருந்தாலும் அவங்களுக்கு ஒரு விண்ணப்பம்.

மந்திரி: இந்த ராஜாக்கள் சகவாசம் போதும்பா. நம்மை நாமே ஆள ஒருத்தரை நாம தேர்ந்தெடுக்கலாம். மக்களாட்சி நடத்தலாம். நாம எல்லோருமே இங்க இருக்கிறதனாலே நீ உன் ஆசையை வெளிப்படையா சொல்லலாம்.

சிவா: வேறே ஒண்ணுமில்லே சாமி. என் மலர்விழிக்கு கழுதையோட வலுக்கட்டாயமா கல்யாணம் பண்ணி வச்சாலும் அவ மனசுலே இருக்கிறது நான்தான். தயவுசெய்து அந்தக் கழுதை கிட்டே இருந்து அவளை விடுவிச்சு என்னோட கல்யாணம் பண்ணி வைக்கணும்னு உங்க எல்லோரையும் வேண்டிக்கிறேன்.

மந்திரி: கண்டிப்பா (மந்திரி இருவர் கைகளையும் இணைத்து வைக்கிறான். எல்லோரும் மகிழ்ச்சியுடன் ஆரவாரம் செய்கிறார்கள். பிள்ளையார் பிரவேசிக்கிறார்.)

பிள்ளையார்: ஏம்பா உங்களை எங்கெல்லாம் தேடுறது?

சிவா: ஏன் சாமி?

பிள்ளையார்: எங்கேய்யா அந்த ஃபிராடு? உங்கப்பன் எங்கேய்யா?

(சாம்பன் எல்லோரையும் விலக்கிவிட்டு முன்னால் வருகிறான். பிள்ளையாரை வணங்கி நிற்கிறான்.)

சாம்பன்: உன் பாததரிசனத்தாலே புண்ணியன் ஆனேன் பிரபு.

பிள்ளையார்: ஏய் டுபாக்கூர். உன்னைப் பத்தித் தெரியும். அதெல்லாம் இருக்கட்டும். நான் குடுத்த அந்த முத்து எங்கேய்யா? தயவுசெய்து அதைத் திருப்பிக் கொடுத்திடுப்பா.

சாம்பன்: குடுத்தே ஆகணுமா சாமி?

பிள்ளையார்: யோவ் அது என்னது இல்லேய்யா எங்க அப்பனோடது. அந்த முத்தைக் குடுக்காம இருந்ததுக்கு எங்க அப்பன் என்ன சொன்னான் தெரியுமா?

சாம்பன்: என்ன சொன்னார் சாமி?

பிள்ளையார்: அவரு சொல்றாரு, மகனே அந்த முத்தை நீ எப்படியெல்லாம் துர்பிரயோகம் பண்றியோ, அதனாலேதான் உனக்கு பக்தர்கள்லாம் குறைஞ்சிக்கிட்டே வர்றாங்கன்னு என்னை மிஸ்டேக் பண்ணிக்கிறார்யா.

சாம்பன்: அப்படியா, இதோ இப்பவே தர்றேன். (உள் நுழைந்து தலைமைச் செயலாளரை இழுத்து வருகிறான்) ஏய் அந்த முத்தை எடு.

த.செயலர்: ஐயோ அது எங்கே என்கிட்டே? ஆரம்பத்துலே நீ அந்தப் பக்கம் போனப்புறம் அந்த முத்தை வாயிலே இருந்து வெளியே எடுத்து கையிலே வச்சிக்கிட்டு இருப்பேன். உன்னோட சகவாசம் அதிகமாகவும் அந்த முத்தை ஒரேயடியா முழுங்கிட்டேன்யா..

பிள்ளையார்: மை காட்..?

சாம்பன்: மை காட் ஆ? யோவ் நீயே அதை சொன்னா எப்படி? அடக்கடவுளே இந்தக் கடவுளுக்கு நான் என்ன பதில் சொல்றது?

சிவா: (குறுக்கிட்டு) சாமி, உங்க புண்ணியத்துலே இந்த தேசத்துக்கு நல்லது நடந்தது. எனக்கும் நல்லது நடந்தது.

சாம்பன்: (தலைமைச் செயலரின் கையைப் பிடித்து) எனக்கும் நல்லது நடக்கணும் சாமி.

சிவா: நாங்க எல்லோரும் உங்களைப் பிரார்த்திக்கிறோம். எங்களுக்கெல்லாம் இன்னும் நல்லது நடக்கணும்னு ஆசீர்வாதம் பண்ணுங்க.

பிள்ளையார்: (விரக்தியுடன்) சரி போய்த் தொலைங்க ஆசீர்வாதம் பண்ணித் தொலைக்கிறேன்.

சாம்பன்: சரி அந்த டிங்டாங் எங்கே?

பிள்ளையார்: என் கோவில் சுவர் கிட்டே நின்னுக்கிட்டு இருந்தது. பார்த்தா பாவமா இருந்தது. அதைத் திரும்பச் சித்திரமா பண்ணி கோவில் சுவர்லேயே வச்சுட்டேன்.

சிவா: நல்லது வாங்க. எல்லோரும் பிள்ளையாரை கும்பிட்டுக்கலாம். (எல்லோரும் பிள்ளையாரை சுற்றி வந்து வணங்குகின்றனர். பின்னணியில் கணபதி வந்தனம் தெருக்கூத்து பாடல் ஒலிக்கிறது. பாடல் முடிந்ததும் மேடையில் அனைத்து நடிகர்களும் நேர் வரிசையில் நிற்கிறார்கள். ராஜாவும் தன்னுடைய கழுதை ஒப்பனையைக் கலைத்துவிட்டு அவர்களுடன் சேர்ந்து கொள்கிறான்.)

சிவா: உன்னைத்தான் நாட்டை விட்டே விரட்டியாச்சே பின்னே ஏன்யா மறுபடியும் இங்கே வந்தே?

ராஜா: அட, நானும் உன்னை மாதிரி நடிகன்தாம்பா.

(அனைவரும் பார்வையாளர்களை வணங்குகின்றனர்.)

(நாடகம் நிறைவு.)

விஜய் டெண்டுல்கர் (ஜனவரி 6 1928 - மே 19 2008)

முன்னணி இந்திய நாடக ஆசிரியர். திரைப்படம் மற்றும் தொலைக்காட்சி எழுத்தாளர். இலக்கிய விமர்சகர். அரசியல் இதழியலாளர். சமூக வர்ணனையாளர். 'சாந்தாதா! கோர்ட் சாலு ஆஹே' *(1967)*, 'காசிராம் கோத்வால்' *(1972)*, 'சகாராம் பைண்டர்' *(1972)* ஆகியவை இவர் எழுதிய மிகவும் பிரபலமான நாடகங்கள். டெண்டுல்கரின் பல நாடகங்கள் நிஜ வாழ்க்கைச் சம்பவங்கள், சமூக எழுச்சிகளிலிருந்து உத்வேகம் பெற்றவை. மகாராஷ்டிராவில் ஐம்பது ஆண்டுகளுக்கும் மேலாக மிகவும் செல்வாக்கு மிக்க நாடகக் கலைஞராகவும், நாடக ஆளுமையாகவும் இருந்துள்ளார்.

'மந்தன்' என்ற திரைப்படத்துக்காகச் சிறந்த திரைக்கதைக்கான தேசிய விருது *(1976)* 'அர்த் ஸத்யா', 'ஆக்ரோஷ்' ஆகிய திரைப்படங்களின் திரைக்கதைக்கான ஃபிலிம்ஃபேர் விருது *(1984, 1981)* சங்கீத நாடக அகாதமி விருது, நாடகத்துக்கான காளிதாஸ் சம்மான் விருது ஆகியவற்றால் அலங்கரிக்கப்பட்டவர்.

டெல்லியில் நடைபெற்ற ஒரு புத்தக விழாவில், 'Together with Children in the Drama World' என்ற குழந்தைகளுக்கான நாடகத் தொகுப்பினை வாங்கி வாசித்தேன். அத்தொகுப்பில் இருந்த நாடகங்களில் மராத்தி நாடகாசிரியர் மற்றும் இயக்குநர் விஜய் டெண்டுல்கர் எழுதிய 'Bobby' என்ற மராத்திய நாடகம் என் மனதுக்கு மிகவும் பிடித்ததாக இருந்தது. பணிக்குச் செல்லும் பெற்றோரின் குழந்தையான பாபி பள்ளி முடிந்து வீட்டுக்குத் திரும்பித் தன் பெற்றோர் வரும்வரை தனக்கான உலகம் ஒன்றை உருவாக்கி, பள்ளிப்பாடங்களில் வரும் கதாபாத்திரங்களைத் தன்னுடைய விளையாட்டுத் தோழர்களாகப் பாவித்துக் கற்பனையில் அவர்களுடன் உரையாடி விளையாடும் சம்பவங்கள் கொண்டது.

முதல் பார்வையிலேயே இந்த நாடகம் எனக்குப் பிடித்துப்போவதற்கான காரணம், அப்போது நானும் என் மனைவியும் பணிக்குச் சென்றதால் பள்ளியில் இருந்து திரும்பி வரும் குழந்தைகள் நண்பர் வீட்டில் நாங்கள் அலுவலகத்தில் இருந்து திரும்பும்வரை தங்கியோ அல்லது சில காலத்துக்குப் பிறகு நண்பர் வீட்டில் இருந்து எங்கள் வீட்டுச் சாவியைப் பெற்றுத் தனிமையில் பொழுதைக் கழிக்கும் அவர்களின் நிலையும்தான் இந்த நாடகம் என் மனதை மிகவும் கவர்ந்ததற்கான காரணம்.

அப்போது என் மூத்த மகள் பாரதி இந்த நாடகத்தில் வரும் பெண் குழந்தையின் வயதில் இருந்தாள். எனவே அவளை வைத்தே இந்த நாடகத்தைத் தயாரிப்பது மிகவும் பொருத்தமாக இருக்கும் என்று நினைத்தேன். தமிழில் இந்தப் பிரதி தயார் ஆவதற்குச் சில மாதங்கள் பிடித்தன. ஆனால் வாழ்க்கையின் ஓட்டத்தில் பல்வேறு பிரச்சினைகள் பேயாக என்னைத் துரத்தத்

தொடங்கின. இந்தப் பிரச்சினைகளுடனான என்னுடைய போராட்டம் பெரும் போராட்டமாக அமைந்ததால், இடையில் சில ஆண்டுகள் நாடகப் பணி தடைப்பட்டது. ஒரு வழியாக அந்தப் பிரச்சினைகளிலிருந்து மீண்டு வந்து இந்த நாடகத்தைத் தயாரிக்கலாம் என்று முனைந்தபோது எங்கள் மகள் பாரதி அந்த வயதைக் கடந்திருந்தாள். மேலும் பள்ளி இறுதி வகுப்புத் தேர்வுக்குத் தயாராகி வந்த அவளால் நாடகத்தில் கவனம் செலுத்தமுடியாத நிலை ஏற்பட்டது. இளைய மகள் அபிநயாவை இந்த நாடகத்துக்குத் தயார் செய்ய முனைந்தபோது வடக்கு வாசல் என்ற பத்திரிகையைத் துவங்கி இன்னொரு புலிவாலைப் பிடித்துத் தொங்கி என் காலத்தைக் கழித்தேன். அதனைத் தொடர்ந்த அன்றாடப் பிரச்சினைகள், கடன் தொல்லை என்று காலம் என்னை முற்றாக அழித்தது.

இதற்கிடையில், இந்த நாடகத்தைத் திண்ணை இணைய இதழ் வெளியிட்டது. அதன்மூலம் பரவலாகப் பலரின் கவனத்தை இந்த நாடகம் ஈர்த்தது. என்னால் மேடையேற்றம் செய்யமுடியாத இந்த நாடகத்தை சென்னையின் ஷ்ரத்தா நாடகக் குழுவினர் மேடையற்ற முன்வந்தனர். இது தொடர்பாக ஷ்ரத்தா திரு. சுந்தர்ராஜன் அவர்கள் என்னுடன் பேசி என் அனுமதியைக் கோரியபோது நான் அடைந்த மகிழ்ச்சிக்கு அளவில்லை. ஜி.கிருஷ்ணமூர்த்தியின் இயக்கத்தில் ‘பாரதி’ நாடகம் 2014ல் நவம்பர் 14, 15, 16, 17 தேதிகளில் ஷ்ரத்தா – தியேட்டர் பீப்பிள் குழுவினரால் மிகவும் அழகாக மேடையேற்றப்பட்டது.

இந்த மேடையேற்றத்தில் ஒருநாள் நான் பார்வையாளனாகப் பங்கேற்றும் நல்வாய்ப்பு கிட்டியது. சென்னையின் நாடக ஆர்வலர்களால் மிகவும் பாராட்டப்பட்ட மேடைத் தயாரிப்பாக அது இருந்தது. சொல்லப்போனால், இந்த நாடகத்தை நான் தயாரித்திருந்தாலும் இத்தனை நேர்த்தியுடன் செய்திருக்கமுடியுமா என்பது சந்தேகம்தான் என்பதை அந்தத் தயாரிப்பு எனக்கு உணர்த்தியது. அதில் பங்கேற்ற ஒவ்வொருவரும், இயக்குநர் தொடங்கி, நடிகர்கள். ஒளி, ஒலி அமைப்பாளர்கள், ஒப்பனை என்று அனைத்தும் மிகவும் நேர்த்தியுடன் இருந்தது. பல்வேறு செய்தி ஊடகங்களில் இந்த மேடையேற்றம் குறித்த செய்தியும் விமர்சனங்களும் பாராட்டுக்களும் குவிந்தன. இது எனக்கு மட்டற்ற மகிழ்ச்சியை அளித்தது. ஒரு நாடகத்தை மொழிபெயர்த்தவனுக்கு இதைவிட வேறு என்ன மகிழ்ச்சி வேண்டியிருக்கிறது?

இந்த நாடகத்தை மேடையேற்ற விழைபவர்களுக்கு என் அனுமதி தேவையில்லை. ஏற்கெனவே மூல நாடக ஆசிரியரின் அனுமதி பெற்று எழுதப்பட்ட மொழிபெயர்ப்பு நாடகங்களை மேடையேற்றுவதற்கு மூல ஆசிரியரின் அனுமதி தேவையா என்பது தெரியவில்லை. ஆனால் சென்னையில் இதனை மேடையேற்றியபோது மறைந்த விஜய் டெண்டுகல்கர் அவர்களின் மகள் அந்த மேடையேற்றத்துக்காக ஏதோ ஒரு சிறிய தொகையைப் பெற்றுக்கொண்டு அனுமதி வழங்கினார் என்று நினைவு. அதையும் சற்று கவனத்தில் கொள்ளுமாறு வேண்டுகிறேன். இந்த நாடகம் மீண்டும் எங்காவது மேடையேறினால் மிகவும் மகிழ்வேன். இதுபோன்ற நாடகங்களை வெறுமனே எழுதி வைப்பதும் பிரசுரிப்பதும் மட்டுமே அதன் நோக்கத்தைப் பூர்த்தி செய்துவிடாது இல்லையா?

பென்னேசன்

2. பாரதி

பாபி

மராத்தி மூலம்: விஜய் டெண்டுல்கர்

தமிழில் – பென்னேசன்

கதை மாந்தர்கள்

1. பாரதி

2. பீர்பால்

3. அக்பர்

4. வீர சிவாஜி

5. மிக்கி மவுஸ்

6. நிலா

7. கழைக்கூத்தாடி

8. கோமாளி

9. குதிரை

10. தேவதை 1

11. தேவதை 2

(பாரதி வீடு, வீட்டுக்கான மேடை அமைப்பு, மாலை நேரம், பாரதி ஆண் பிள்ளைக்கான உடுப்புக்களை உடுத்தியிருக்கிறாள், வீட்டில் தனியாக இருக்கிறாள்.)

பாரதி: என் பெயர் பாரதி, என்னுடைய அப்பாவும், அம்மாவும் ஒரு ஆண் குழந்தை வேணும்னு ஆசைப்பட்டபோது நான் பிறந்தேனாம். அதனாலேயோ என்னமோ தெரியாது எனக்கு அவங்க பாரதின்னு பேர் வைச்சாங்க. அது ஆண் பிள்ளையோட பெயராம். நான் எப்பவுமே ஆம்பிளைப் பசங்க மாதிரித்தான் டிரஸ் போட்டிக்கிறேன். எங்க அப்பா அம்மா எனக்கு வாங்கிக் குடுக்கிற விளையாட்டுச் சாமான்கள் எல்லாமே ஆம்பிளைப் பசங்க விளையாடுகிற சங்கதிதான், நான் ஆம்பிளைப் பையன் மாதிரி ஹேர்கட் செஞ்சிக்கணும்னு எங்கப்பா ரொம்ப ஆசைப்படுகிறார்.

ஆனா, அம்மா சொல்றா ம்ஹுூம் முடியாது, என் பொண்ணுக்கு எவ்வளவு அழகா களையா, நீளமா ஜடை இருக்கு அதை ஏன் கெடுக்கணும்? எனக்குத் தங்கையோ, தம்பியோ கிடையாது. அதனாலே அப்பாவையோ அம்மாவையோ எனக்கு என்ன வேணுமோ, அதை நச்சரித்து கேட்டு வாங்கிக்கிறேன்.

ஆனா என்ன பிரயோசனம்? அப்பாவுக்கோ. அம்மாவுக்கோ எப்பவுமே நேரம் கிடையாது. எப்போது பார்த்தாலும் ஒரே ஓட்டம்தான். ஆபீஸ்,

வீடு, அது இதுன்னு ஒரே ஓட்டம். பல சமயங்களிலே அவங்களை என்னாலே பார்க்கவும் முடியாது. ஏதாவது பேசலாம்னா அதுவும் முடியாது. நான் யார் கூடவாவது விளையாடித்தான் பொழுதைக் கழிக்க முடியும். நான் ஆம்பிளை டிரஸ் போடறதுனாலே. பொண்ணுங்க என்னை தன்கூட சேர்த்துகிடறது இல்லே, போ போ... நீ ஆம்பிளைங்ககூட விளையாடுன்னு என்னை ஒதுக்கிடுவாங்க... இந்தப் பசங்களா... நீ எங்கேடி இங்க வந்து ஒட்டிக்கிடறே... நீ பொண்ணு... பொட்டைப் பிள்ளைகளோட விளையாடுன்னு சொல்லி என்னைத் தள்ளிவிடுவாங்க. அவங்களோட என்னை எப்பவும் விளையாட விடமாட்டாங்க.

பள்ளிக்கூடம்விட்டு வீட்டுக்கு வந்தாலும் எங்க வீட்டுலே மட்டும் யாரும் கிடையாது. காலியான வீடு, அம்மாவோ அப்பாவோ யாரும் இல்லாத இந்த வீடு. வெறிச்சுன்னு இருக்கிற வீடு. பக்கத்துலே கார்த்திக் வீட்டுலேயோ, அர்ச்சனா வீட்டுலேயோ சாவியை வாங்கி நானே சாப்பாடு போட்டு சாப்பிட்டுக்கிட்டு, உள்ளுக்குள்ளே தனியா என்னோட நானே பேசி சிரிச்சு விளையாடி பொழுதைக் கழிக்கணும். எனக்கு ரொம்ப போர் அடிக்கும், ரொம்ப வெறுத்துப்போகும். நான் பால்கனியிலே கொஞ்சநேரம் நின்னு வேடிக்கை பார்ப்பேன். அப்புறம் ரூம் ஜன்னல் மேலே ஏறி நின்னு வேடிக்கை பார்ப்பேன். சத்தமா பாட்டு பாடுவேன் என்ன கத்தினாலும் பாடினாலும் அம்மாவோ, அப்பாவோ வருகிற பாடே இல்லை. இந்த மாதிரி நேரத்துலேதான் பலவிதமான நினைப்புகளும் எனக்குள்ளே வரும். நானே அதை நம்ப மாட்டேன். சத்தியமா... ஆனா அதுதான் நிஜம். உங்களுக்கு நிஜமாகவே பிடிச்சதுன்னா போர் அடிக்கலேன்னா நான் அதைச் சொல்கிறேன், சொல்லட்டுமா?...

சரி, ஒரு ஆட்டுக்குட்டியும், ஒரு ஓநாயும் இருந்தது. யோசேப் என்கிற ஆளைப்பத்திக் கேள்விப்பட்டு இருப்பீங்க.... ஆமா... அந்த ஆள்தான் இந்தக் கதையை எழுதினான் என்று எங்க ஸ்கூல்லே சொல்வாங்க சரி அதை விடுங்க. அந்த ஓநாய் ஏகப்பசியோட இருந்தது. (பாரதி தன் கால் சட்டைப் பையில் இருந்து எதையோ எடுத்து மெல்ல ஆரம்பிக்கிறாள்.) (மென்றுகொண்டே) அந்த ஓநாய் வழியோடு போய்க்கிட்டு இருந்த ஒரு ஆட்டுக்குட்டியை பிடித்து... ‘என் அருமை ஆட்டுக்குட்டியே நான் உன்னை இப்போ முழுங்கப்போறேன்... ஹஹ்ஹஹ்ஹா’ ன்னு கோரமா உறுமி பயம் காட்டியது.

அந்த அப்பாவி ஆட்டுக்குட்டி நடுங்கியபடி... 'ஓநாய் அண்ணாச்சி, உனக்கு நான் என்ன துரோகம் பண்ணினேன். நீ என்னை ஏன் தேவையில்லாம கொன்னு முழுங்க ஆசைப்படறே'ன்னு பரிதாபமா கேட்டது.

அந்தப் பொல்லாத ஓநாய் உறுமிக்கிட்டே, 'வா... கண்ணா வா... இப்போ சொல்றேன்.. நீ என்னை ஒண்ணும் பண்ணலே. ஆனா உங்க அப்பன் அப்போ பண்ண தப்புக்கு இப்போ நீ தண்டனை அனுபவிக்கப்போறே. கொஞ்ச நேரம் பொறுத்திருந்து பார்' விகாரமா பல்லை காமிச்சது. பாவம் அந்தக்குட்டி வெள்ளாடு பயந்து வெடவெடன்னு நடுங்க ஆரம்பிச்சது. நான் இதையெல்லாம் ஒரு மரத்துக்குப் பின்னாலே ஒளிஞ்சிருந்து கவனிச்சுக்கிட்டு இருந்தேன்.

அப்புறம் நான் முன்னாலே ஒரு எட்டு வைச்சு வந்து

'ஏ ஓநாயே... Attention.... Left turn... Right turn.... on the run... March Fast.... Get out...' ன்னு ஓங்கிக் கத்தினேன். என்ன ஆச்சு தெரியுமா? *(கண்ணடித்து)* அந்த ஓநாய் நெனைச்சுது எங்க P.T. Teacher தான் வந்துட்டாங்கன்னு. அந்த ஓநாய் பயந்து நடுங்கி அப்படியே வாலைக்குழைச்சு ஒரு about turn அடிச்சது, அடிச்சு பிடிச்சுது ஓட்டம், ஒரே ஓட்டமா ஓடிக் காட்டுக்குள்ளே ஒளிஞ்சுக்கிட்டது.

(சிறிது நேர மவுனம்.)

எனக்குத் தெரியும் நான் பொய் சொல்றேன்னு நீங்க சொல்லுவீங்கன்னு. ஆனா இப்படித்தான் என் மனசுக்குள்ளே பல விஷயங்கள் ஓடிக்கிட்டு இருக்கு.

(மானசீகமாக துப்பாக்கி ஒன்றை எடுத்து சுட ஆரம்பிக்கிறாள். பார்வையாளர்களை நோக்கி டிஷ்யும் டிஷ்யும்.)

பீர்பால்னு ஒருத்தன் இருந்தான். உங்களுக்கு தெரிஞ்சு இருக்கணுமே... இந்தக் கதைப் புத்தகங்கள்லே எல்லாம் வருவானே.. தெரியுதா... அவனேதான்...

(ஒரு ஆசிரியையின் மிடுக்குடன் மேஜையின் முன் அமர்கிறாள். வருகைப் பதிவு எடுக்கும் பாவனையில்)

பாரதி: நான் இப்போ Class Teacher...

(ஒரு ஆசிரியையின் மிடுக்குடன்)

பீர்பால் கல்வி மற்றும் கலைகளின் தேர்ந்த காஷ்மீரத்துப் பண்டிதர்..

(பீர்பால் பிரவேசம். அவர் தோளில் பள்ளிக்கூடப் பை மாட்டப்பட்டுள்ளது.)

பீர்பால்: உள்ளேனம்மா (Yes Mam)

பாரதி: *(பார்வையாளர்களை நோக்கி)* பார்த்தீங்களா? இப்படித்தான்... இப்படித்தான் என் மண்டைக்குள்ளே இந்த மாதிரி விஷயங்கள் எல்லாம் சுத்திக்கிட்டு இருக்கு... ஆனா இது நிஜம்னு உங்களுக்குத் தோணலையா? *(பீர்பாலிடம்)* Sit straight.

(பீர்பால் நிமிர்ந்து உட்காருகிறார்.)

பாரதி: Did you brush your teeth?

(பீர்பால் எழுந்து பாரதிக்குப் பக்கம் வந்து நின்று தன் பற்களை அவளுக்குக் காட்டுகிறார்.) Now....go back to your seat.

(தன் இருக்கையில் திரும்ப வந்து அமர்ந்துகொள்கிறார்.)

பீர்பால்: *(எழுந்து நின்று கைகளைக் கட்டிக்கொண்டு)* டீச்சர் நான் வகுப்புக்கு ஒரு நீதிக் கதையைச் சொல்லட்டுமா?

பாரதி: உஷ்... அக்பர் இன்னைக்கு க்ளாஸ்க்கு வரல்லியா?

பீர்பால்: டீச்சர்... அவர் தன்னோட பாட்டிக்கு வடாம் இடுவதற்கு வேண்டி இன்று விடுப்பில் இருக்கிறார்.

பாரதி: இப்படியே ஏதாவது ஒரு சாக்கு. படவா நீயும் அவனுக்குக் கூட்டுக் களவாணி.

பீர்பால்: *(அப்பாவியாக முகத்தை வைத்துக்கொண்டு)* ப்ராமிஸா இல்லை டீச்சர்.

(அப்போது அக்பர் பிரவேசிக்கிறார். தன்னுடைய வழக்கமான ராஜ ஒப்பனையுடன். இவருடைய தோளிலும் பள்ளிக்கூடப் பை மாட்டப்பட்டுள்ளது.)

அக்பர்: Teacher.... May I come in?

பாரதி: *மூக்குக் கண்ணாடியை ஒதுக்கிப் பார்க்கும் பாவனையில்* Bend down and hold your knees... *முட்டி போடு...* late.... late.... daily late.

(பாரதி கவனிக்காத நேரத்தில் பீர்பால் அக்பரின் மீது காகித உருண்டையை சுருட்டி எறிகிறார்.)

அக்பர்: *டீச்சர்.... பாருங்க டீச்சர்.... என்மேலே காகிதத்தைச் சுருட்டி எறியறான்.*

பீர்பால்: *பொய் பேசறான் டீச்சர். நான்தான் சுருட்டி எறிஞ்சேன்னு இவனுக்கு எப்படித் தெரியும்?*

அக்பர்: *வெவ்வெவ்வே... போடா குடாக்கு. ரொம்பத்தான் அலட்டிக்காதே.*

பீல்பால்: *நீ உதைபடுவே நீ அலட்டிக்காதேடா...*

பாரதி: *(மேஜையைப் பிரம்பால் உரக்கத் தட்டியபடி)* Will you stop it?

(இருவரும் அமைதியாகின்றனர். பார்வையாளர்களைப் பார்த்து)

இப்படித்தான்.. இந்த மாதிரி இருக்கிறதுதான் எனக்கு ரொம்ப பிடிச்சு இருக்கு. (அக்பரிடம்) நான் சொல்ற மாதிரி கேட்கலைன்னா உன்னை இந்தப் பிரம்பாலேயே விளாசிடுவேன் ஆமாம். (பீர்பாலிடம்) பீர்பால்... நீ பார்த்துக்கிட்டே இரு. உன்னை நான் கண்டிப்பா ரெண்டு மார்க்லே ஃபெயில் ஆக்கப்போறேன்.

(பார்வையாளர்களிடம்) பார்த்தீங்களா? பீர்பால் என்கிட்டே ரொம்ப பயந்துட்டான். அக்பரும் என்னைப் பார்த்து பயந்துட்டான். ரெண்டு பேருக்கும் நான் அவங்க Class Teacher. *எங்க* Class Teacher *எப்பவுமே இப்படித்தான்... எங்க கிட்டே கூச்சல் போட்டுக்கிட்டே இருப்பாங்க.*

(அக்பரும் பீர்பாலும் விரைவாக மேடையைவிட்டு அகலுகின்றனர்.)

ஆனா எனக்கு இவங்களோடவும் அலுப்பு தட்டிப்போகுது. அப்புறம் அப்படியே உட்கார்ந்து...

(வீர சிவாஜி உள்ளே நுழைகிறார். அவர் தோளிலும் பள்ளிக்கூடப்பை.)

ஆங்... சிவாஜி... வீர சிவாஜி.. ஆனா நிஜமான சிவாஜி இல்லை. இதுதான் என் மனசுக்குள்ளே வந்து போகிற சிவாஜி. நான் சிவாஜியைப் பார்த்துக் கேக்குறேன். (சிவாஜி நாணத்துடன்

நகங்களைக் கடித்தபடி பாதங்களில் கோலம் வரைந்தவாறு) Shivaji... which year was Afzal Khan Killed?

பாரதி: (பார்வையாளர்களிடம்) ம்ஹூம்... நீங்களே பாத்துக்கோங்க. இவனாலே தேதிகளை ஞாபகத்துலே வெச்சுக்க முடியாது. என்னை இவன் தன்னுடைய History Teacher னு நினைச்சுக்கிறான்.

சிவாஜி: டீச்சர்... அஃப்ஸல் கான்.. (தலையைச் சொறிகிறான்.)

பாரதி: மண்டு... (பார்வையாளர்களிடம்) எங்க ஹிஸ்டரி டீச்சர் மாதிரியே... மண்டு. உனக்கு இந்தச் சின்ன விஷயம்கூடத் தெரியலே? சரித்திரத்திலே இந்தத் தேதிகளை எல்லாம் முக்கியமா மனப்பாடம் பண்ணி வைக்கணும்னு உனக்குச் சொல்லலே? யாரையாவது கொல்லணும்னு நெனைச்சா ஒரு செகண்ட்லே கொன்று தீர்ந்திடுவே. ஒரு நொடியிலே. (சிவாஜி தன் கால் கட்டை விரலால் மீண்டும் தரையில் கோலம் போடுகிறான்.) Stand up on the bench. (சிவாஜி ஸ்டூல் மேல் ஏறி நிற்கிறார்.)

பாரதி: (பார்வையாளர்களிடம்) எனக்கு இதெல்லாம் ரொம்ப பிடிச்சிருக்கு. எங்க ஸ்கூல்ல இப்படித்தான் எங்க டீச்சர் இந்தச் சிவாஜியோட தேதிகள் தெரியாததனாலே என்னை பெஞ்ச் மேலே ஏறி நிக்க வைச்சாங்க. இந்தத் தேதி, வருஷம் இதுதான் நான் சிவாஜிக்கு தரக்கூடிய சரியான தண்டனை.

(சிவாஜி ஸ்டூலை விட்டு இறங்கி ஓடி மறைகிறார்.)

(பாரதி ஸ்டூலைத் தள்ளி ஷெல்பின் மேல் பாட்டில்களைத் தேடும் பாவனையில் ஈடுபடுகிறாள்.)

(மிக்கி மௌஸின் பிரவேசம்.)

மிக்கி: Hi பாரதி.

பாரதி: ஓஹோ நீயா? இந்தப் பாட்டிலை நான் தவற விட்டிருப்பேன் தெரியுமா?

மிக்கி: நான் உனக்கு உதவி செய்யறேன். நான் பாட்டிலைக் கீழே இறக்கித் தரவா? சீக்கிரம் தேடிப்பாரு. ஏதாவது கிடைக்குமான்னு.

பாரதி: *நீயா? உன்னை எனக்குத் தெரியாது? நீயே எல்லாத்தையும் முழுங்கிடுவே. எனக்கு ஏகப்பசியா இருக்கு. எதுனாச்சும் இருக்கான்னு பார்க்கிறேன் இரு.*

மிக்கி: *எனக்கும் பசியா இருக்கு.*

பாரதி: *உனக்கு எப்பவும் பசிதான். தீனிக்கு பக்கி மாதிரி அலையாதே.*

மிக்கி: *என்னத்தை அலையறது? இந்தப் பூனைக்குப் பயந்து ஓடி ஓடியே எனக்கு உயிர் போகிற மாதிரி பசி. பாரதி நீ நல்ல பொண்ணு இல்லே? எனக்கு சாப்பிட எதுனாச்சும் கொடேன் ப்ளீஸ்.*

பாரதி: *இங்கே பாரு ஒரே ஒரு முறுக்கு இருக்கு. உனக்குப் பாதி எனக்குப் பாதி. (கொடுக்கும் பாவனையில்)*

மிக்கி: *நான் குட்டியூண்டு இருக்கேன்னு எனக்குப் பாதியா? நான் ரொம்ப இளைச்சுட்டேன் இல்லே?*

பாரதி: *ஏதாவது ஜுரத்துலே படுத்து எழுந்தியா என்ன?*

மிக்கி: *அதெல்லாம் ஒண்ணும் இல்லே, எல்லாம் அந்தப் பாழாப்போன ரேஷன் கடை தானியங்களாலேதான். படுமோசம். சமையல் அறைலேர்ந்து துருவி துருவிச் சாப்பிட்டேன். ஆனாலும் என்னாலே குண்டாக முடியல்லே.*

(மிக்கி மவுஸ் டேபிளில் பாரதியின் முன் அமர்கிறது.)

பாரதி: *(பார்வையாளர்களிடம்) நீங்களே பார்த்துக்கோங்க இப்படித்தான். ஆனா இது சத்தியமா நிஜம்னு உங்களுக்குத் தோணலியா? அதேதான் இந்தக் கதைப் புத்தகங்கள்லே வருகிற மாதிரி.*

மிக்கி: *அன்னிக்கு ஒருநாள் இரண்டு முரட்டுக் கடுவன் பூனைங்க இதை மாதிரித்தான் பேசிக்கிடிச்சு.*

பாரதி: *எது மாதிரி?*

மிக்கி: *(பூனைகளின் பாவனையில்) என்ன இது கருமாந்திரம்? ஒரு எலியை மென்னு கடிச்சா... இந்த ரேஷன் கடை தானியம் ஒரே நறநறன்னு வயித்துலே கல்லோடு. நம் பழைய நாள்களை நினைச்சுப் பார்.*

வாயிலே கடிக்கக் கடிக்க சுவைக்கச் சுவைக்க விழுங்க விழுங்கத் தீராத குண்டு எலிகள்...அப்போ எவ்வளவு குஷியா இருந்தது? இந்தக் கலப்படம் வந்து நம்ம பிழைப்பிலே கல்லைக் கலந்துடிச்சு.

பாரதி: பாவம் பரிதாபமான பூனைகள்.

மிக்கி: அதுதான் நானும் சொல்றேன். ஒரு அதி பத்திரமான தூரத்தில் இருந்து நானும் அதுகளைப் பார்த்துப் பரிதாபப்படுகிறேன். ரேஷன் தானியங்களைச் சாப்பிட்டு என் வயித்துலே இருக்கிற கற்கள் அந்தப் பரிதாபமான பூனைகளின் பற்களை உடைக்கவேணாம். ஏய் என்ன பாரதி சிரிக்கிறே? நான் நிஜமாத்தான் சொல்றேன்.

பாரதி: ஆமாம் ரொம்பத்தான் பூனைகள் மேலே கரிசனம் இல்லையா?

(பார்வையாளர்களிடம்) இப்படித்தான் நான் உட்கார்ந்து பேசிக்கிட்டு இருப்பேன். ஆனா கொஞ்ச நேரத்துக்கு அப்புறம் படுபோர். அம்மாவோ அப்பாவோ வருகிற சுவட்டையே காணோம் பாருங்க. இப்போ மிக்கியும் என்னை விட்டுப்போறான் நான் என்ன பண்ண?

(ஸ்டூலை இழுத்துவிட்டு அதன் மேல் ஏறி சுவர் கடிகாரத்தினைக் கையில் எடுக்கிறாள்.)

பாரதி: ம்ம்ம்... நான் இந்த முள்ளை முன்னாலே நகர்த்திக்கிட்டே போவேன். இதனாலேயாவது இந்த அம்மாவையும் அப்பாவையும் சீக்கிரம் வரவழைக்க முடியுமான்னு பார்க்கிறேன்.

(கடிகார முட்களை 12 மணிக்குத் திருப்புகிறாள். கடிகார மணி 12 முறை தவறாது ஒலிக்கிறது. மேடையில் இருள் சூழ்கிறது. பாரதி பயத்துடன் கண்களை இறுக்க மூடிக்கொள்கிறாள்.)

பாரதி: என்ன இது? இதுக்குள்ளே இவ்வளவு இருட்டிப் போச்சு?

குரல்: ஏன்னா கடிகாரப்படி இது நடுராத்திரி.

பாரதி: (கண்களை மெல்லத் திறந்தபடி) அது எப்படி?

குரல்: கடிகாரத்தின் முள்ளை நீ நகர்த்தினே இல்லையா?

பாரதி: (பயத்தில் அழும் குரலில்) ஆனா நான் இவ்வளவு சீக்கிரம் ராத்திரி வரணும்னு ஆசைப்படலை. என் அம்மாவோ அப்பாவோ இன்னும் வரல்லியே?

குரல்: ஆனா நான் வந்துட்டேன் இல்லையா?

பாரதி: வந்துட்டியா? நீ யார்?

(நிலவு உள்ள பிரவேசிக்கிறது.)

பாரதி: நீ... நீயா? நிலா?

நிலா: ஆமாம்

பாரதி: நீ எப்படி இங்கே வந்தே?

நிலா: ஆகாயம் வழியா... மேகங்களோட முதுகுலே சவாரி ஏறி. நேத்து நீ பாடினியே அந்தப் பாட்டை மறந்துட்டியா? (பின்னணியில் நிலா நிலா ஓடிவா பாடல் ஒலிக்கிறது. பின்னர் தேய்ந்து மறைகிறது.)

பாரதி: ஏன் அந்தப் பாட்டை நிறுத்தினே?

நிலா: யார்? நானா? டேப்ரிக்கார்டர் தானாக நின்றுபோச்சு. நேத்து நீ இந்தப் பாட்டைப் பாடினே இல்லையா? நான் வரணும்னு நீ ரொம்ப ஆசைப்பட்டே அப்போ பகல் நேரம் ஆனதாலே என்னாலே வரமுடியலே. இங்கே பகல் நேரமா இருக்கிறப்போ நான் இந்த உலகத்தின் மறுகோடியிலே டியூடியிலே இருப்பேன். நேத்து நீ பாடினப்போ நான் உடனே வர ஆசைப்பட்டு ஓடி ஓடி வந்தேன். ஆனா நான் வந்தப்போ நீ உங்கம்மாவோட ஒண்டிக்கிட்டு நீ நல்லா தூங்கிப்போயிட்டே இப்போ நீ கடிகார முள்ளை சுத்தி ராத்திரி ஆக்கிட்டே. அதனாலேதான் நான் குடுகுடுன்னு மூச்சு இறைக்க ஓடிவர வேண்டியதாப்போச்சு.

பாரதி: ஆனா இந்த அம்மா இன்னும் வரல்லியே? தினம் தினம் இதே கதைதான். நான் அம்மாவுக்காகக் காத்திருந்தே ரொம்ப டயர்ட் ஆகிடறேன்.

நிலா: உங்கம்மா எந்த நேரமும் வரலாம். அவங்க வர்றதை நான் பார்த்தேன்.

பாரதி: நிஜமாகவா?

நிலா: சத்தியம்மா. உனக்காக உங்கம்மா கடையிலே பிஸ்கட் சாக்லேட் எல்லாம் வாங்குறதைக்கூடப் பார்த்தேன். உங்க அப்பாவையும் பார்த்தேன்.

பாரதி: அப்பா என்ன செய்துக்கிட்டு இருந்தார்?

நிலா: யாரு? உங்கப்பாவா? 53, 54, 55, 56....

பாரதி: 56?

நிலா: ஆமாம். டவுன் பஸ் க்யூவிலே அவருடைய வரிசை என் அதுதான். நான் ஒவ்வொரு தலையா எண்ணிப் பார்த்தேன். உங்க அம்மா அப்பா ரெண்டு பேரும் கூடிய சீக்கிரம் வந்துடுவாங்க.

பாரதி: அதுவரைக்கும் நான் என்ன செய்யறது? உனக்குத் தெரியுமா? நான் ராத்திரியிலே கொஞ்சம் அதிகமாகவே பயப்படுவேன். இருட்டின உடனே இந்தப் பூதங்கள் எல்லாம் வாக்கிங் கிளம்பிடுமாம்.

நிலா: பைத்தியம் மாதிரி பேசாதே. பசங்க போடுற டிரஸ் போடறே, பசங்க விளையாடுற விளையாட்டை விளையாடுறே, மத்த பொண்ணுங்க மாதிரி நீயும் பயப்படுவேன்னு சொல்லாதே. யாருடைய பேரை நீ வெச்சிக்கிட்டு இருக்கே? உனக்கு எங்கிருந்து பயம் வரும்? நீ சொல்ற அதெல்லாம் பூதங்கள் இல்லே. வெறும் நிழல்கள்தான். நான் சிருஷ்டிக்கிற குறும்புக்கார நிழல்கள். நிஜமாவே அதுகளெல்லாம் பசங்க மாதிரி டிரெஸ் பண்ணிக்கிற பொண்களைப் பார்த்துப் பயப்படும். (நிலா தன் கைகளைக் குவித்துப் பின் மேடையில் பிரமாண்டமான நிழல்களை உண்டாக்குகிறது.)

பாரதி: (பயந்து) அம்மா.

நிலா: (உரக்கச் சிரித்து) நீ வேறே... இது வெறும் நிழல்தான். (நிழல்கள் மறைகின்றன.)

பாரதி: அம்மா எப்போ வருவாங்க?

(வெளியே பெரும் ஆரவாரம் நாங்க வந்தாச்சு... நாங்க வந்தாச்சு என்று கூச்சல். சந்திர கிரணங்கள் மேடையில் பிரவேசிக்கின்றன.)

பாரதி: நோ நான் விளையாட வரல்லே. எங்கம்மா இன்னும் வீடு வந்து சேரல்லே. நான் வரமாட்டேன். (படு கோபத்துடன் ஸ்டூல் மீது ஏறி கடிகாரத்தின் முட்களைச் சரி செய்கிறாள். மேடையில் முழு வெளிச்சம் பரவுகிறது. மெல்லிய குரலில் நிலா நிலா ஓடிவா பாட்டு தூரத்தில் கேட்கிறது. பாரதி ஸ்டூலில் இருந்து குதிக்கிறாள்.)

அம்மா... கும்மா... சும்மா...

(கோபத்துடன் தன் பொம்மைகளை வீசி எறிகிறாள். மூன்று சக்கர சைக்கிளில் கோமாளி அவளை வைத்து மீண்டும் வலம் வருகிறான். பின்னணியில் சர்க்கஸ் பேண்ட் ஒலிக்கிறது. இருவரும் வலம் வரும்போது பொய்க்கால் குதிரை நடனமாடிக்கொண்டே வருகிறது. கோமாளி சைக்கிளைவிட்டு இறங்கித் தள்ளிக்கொண்டே மறைகிறான். பாரதியும் குதிரையும் பின்னணி இசைக்கேற்ப நடனமாடுகின்றனர். நடனத்தின் ஊடே ஒரு கழைக்கூத்தாடி பிரவேசிக்கிறான். இப்போது குதிரை வெளியேறுகிறது. பாரதி தன் குடையினை எடுத்துக்கொண்டு தானும் கயிற்றின்மீது நடக்கும் பாவனையை மேற்கொள்கிறாள். சில கணங்களில் கழைக்கூத்தாடியும் மறைகிறான். பின்னணி இசை மாறுகிறது. பாரதி பிரமை பிடித்தவள் போல் ஆகிறாள். குடையைக் கோபத்துடன் வீசி எறிந்து மிகுந்த துக்கத்துடன் கைகளால் வாயைப் பொத்திக்கொண்டு உறைந்துபோகிறாள்.)

பாரதி: அம்மாவாம் அம்மா கும்மா. எனக்கு இந்த அம்மாவும் வேணாம். அப்பாவும் வேணாம். இன்னும் யாரும் வீடு வந்து சேரலை. எனக்கு யாரும் வேணாம்.

(சோகத்துடன் உட்கார்ந்து தனக்குள் முணுமுணுத்துக் கொள்கிறாள். தூரத்தில் குழந்தைகள் குதூகலத்துடன் விளையாடும் ஒலி கேட்கிறது. மெல்லத் தேய்கிறது. பீர்பால், அக்பர், சிவாஜி, மிக்கி மவுஸ், நிலா, கோமாளி, கழைக்கூத்தாடி எல்லோரும் ஒவ்வொருவராக சத்தமில்லாமல் பிரவேசிக்கிறார்கள். குதிரையும் வந்து சேர்கிறது. தர்பார் தொடங்குகின்றது.)

அக்பர்: இந்த மாதிரி பொறுப்பில்லாத பெற்றோர்களை என்ன செய்வது? பீர்பால் இதுபற்றி உன் அபிப்பிராயம் என்ன?

பீர்பால்: தாங்கள் என் மேதாவிலாசமான அபிப்பிராயத்தைக் கேட்கிறீர்கள். பாரதி போன்ற குழந்தைகளுக்கு இப்படித்தான் நேர்கின்றது. இக்குழந்தைகளின் தாய்மார்கள் எப்போதிலிருந்து அலுவலகங்களில் பணியாற்றத் தொடங்கினார்களோ அப்போது இருந்து இப்படித்தான் இவர்களுக்கு நேர்கிறது.

சிவாஜி: ஹர ஹர மஹாதேவ். நாம் நம் யுத்தத்தினைத் தொடங்குவோம். அந்த அலுவலகங்களைக் கடுமையாகத் தாக்கி துகள் துகளாகச் சிதறச் செய்வோம். குன்றுகளில் இருந்து என் படை வீரர்களை ஏவி விடப்போகிறேன்.

பீர்பால்: ஆனால் நீங்கள் அந்த அலுவலகங்களை முற்றும் ஒழித்துவிட்டால் இக்குழந்தைகளின் பெற்றோர்கள் எங்கிருந்து பணம் சம்பாதிக்க முடியும்? பெற்றோர்களிடம் வேண்டிய அளவு பணம் இல்லையென்றால் பாரதி போன்ற குழந்தைகளுக்கு நல்ல உடைகளும் தின்பண்டங்களும் விளையாட்டுப் பொருட்களும் எங்கிருந்து கிடைக்கும்? இவைகளுக்காக அப்பெற்றோர்கள் எங்கே போவார்கள்? பெற்றோர்களுக்கு அந்தப் பணம் இல்லையென்றால் வீட்டுச் சாமான்களும் பால் பழங்களும் வாங்க முடியாது தெரியுமா? பின் பாரதி எதைச் சாப்பிடுவாள்? எதைக் குடிப்பாள்?

அக்பர்: பணத்தினை ஏன் இந்த இழவு அலுவலகங்களில் வைத்துத் தொலைத்தார்கள் என்று எனக்கு உடனடியாகத் தெரிந்தாகவேண்டும். பீர்பால் இது என் கட்டளை. பணத்தினை பொது விநியோக தானியக் கிடங்கில் வைத்தாகவேண்டும். உடனடியாக இந்த உத்தரவை அமல்படுத்தவேண்டும்.

(குதிரை மெல்லக் கனைக்கிறது.)

அக்பர்: சிரிப்பதைப் போல் ஏன் கனைக்கிறாய் குதிரையே?

குதிரை: மகாபிரபு, பொது விநியோக தானியக் கிடங்கில் பணத்தை வைத்தால் மக்கள் என்ன செய்வார்கள் தெரியுமா? தானியங்களுடன் பணத்தையும் அரைத்துக் கிச்சடியாக்கி சாப்பிடுவார்கள்.

இல்லையென்றால் காப்பியில் சர்க்கரையாகக் கரைத்துக் குடிப்பார்கள்.

மிக்கி: ஐயையோ வேண்டவே வேண்டாம். மகாராஜா பொது விநியோக தானியக் கிடங்கில் பணத்தினைக் கலக்கவேண்டாம். என்னுடைய அவஸ்தையை நீங்கள் எண்ணிப் பாருங்கள். வயிற்றில் சில்லறை குலுங்கினால் ரொம்ப தூரத்தில் இருந்தே என் அசைவுகள் பூனைக்குத் தெரிந்துவிடும் மகாராஜா. தயவுசெய்து இந்த உத்தரவை அமல்படுத்தாதீர்கள். இந்த அப்பாவி எலி ஜென்மங்களை நீங்கள்தான் ரட்சிக்கவேண்டும்.

கழைக்கூத்தாடி: பணத்தை ஏன் ஆகாயத்தில் தொங்கவிடக்கூடாது? ஜனங்கள் எல்லாம் கயிற்றின் மீது ஏறி நடந்து சில நொடிகளிலேயே தனக்குவேண்டிய பணத்தைச் சுலபமாக பறித்துக்கொள்ளலாமே?

நிலா: ஒரு நிமிஷம். நீ என்ன எல்லா பெற்றோர்களையும் உன்னைப்போல கழைக்கூத்தாடி என்ற நினைத்தாயா? யாருக்காவது பிடி தவறிக் கீழே விழுந்தால் என்ன ஆகும்? தொபுக்கடீர்னு விழுவாங்க. எல்லாப் பணத்தையும் என்கிட்டே கொடுத்திடுங்க. எல்லோரும் தூங்கும்போது அவங்க மேலே ஒரு சந்தடியும் இல்லாம, நிதானமா, ஒரு சச்சரவும் இல்லாம இந்தக் காரியத்தைச் செய்து காட்டுறேன். சத்தியமா. பிராமிஸ்... என் மேலே நடந்த ஆர்ம்ஸ்டிராங் மேலே சத்தியமா.

(கோமாளி சத்தத்துடன் விசும்பி அழத் தொடங்குகிறான்.)

அக்பர்: என்ன ஆச்சு?

கோமாளி: பாருங்க என்னுடைய பேண்ட் ரொம்ப சின்னதா இருக்கு..

நிலா: அட அழாதே என் கிரணங்களை விட்டு கொஞ்சம் கொஞ்சமா நான் பணம் சேத்துத் தரேன்.

கோமாளி: ஆமாம். ராத்திரி எல்லாம் வாய் கிழிய பீத்திக்கிட்டு இருப்பே. காலைலே சந்தடியில்லாமெ மாயமாயிடுவே. உன் பவிஷு எனக்குத் தெரியாதா?

அக்பர்: சைலன்ஸ்... பாரதி நமக்குத்தான்.

எல்லோரும்: கண்டிப்பாக பாரதி நமக்குத்தான்.

கோமாளி: அவள் என்னுடைய ஃப்ரெண்ட்.

நிலவு: என்னுடைய தோழி.

குதிரை: நம்ம தோஸ்து.

சிவாஜி: ஹரஹர மஹாதேவ. பாரதி என் சோட்டி சிஸ்டர். குதிரை மேலே ஆரோகணிக்கும் என் குட்டி தளபதி.

நிலவு: பாரதியை நான் என்னுடைய பிரதேசத்துக்கு அழைச்சிக்கிட்டுப் போவேன்.

அக்பர்: அவளை நான் டெல்லிக்கு அழைச்சிக்கிட்டுப் போகலாம்னு இருக்கேன்.

சிவாஜி: நான் அவுரங்கசீப் கிட்டே புடுங்கி வைத்திருக்கிற கோட்டைகளில் ஒன்றை அவளுக்குக் கொடுக்கப்போறேன்.

குதிரை: பாரதியை என் முதுகிலே சவாரி ஏத்திக்கிட்டு ரவுண்ட் அடிக்கப்போறேன்.

கோமாளி: பாரதியை என் விதூஷகத்தாலே குலுங்கக் குலுங்க சிரிக்க வைப்பேன்.

ககூ: பாரதியை நான் என்னோட கழைக்கயிறு வழியா மேலே அழைச்சிக்கிட்டு மேலே மேலே போவேன். கிருஷ்ணகிரி வரைக்கும்.

(எல்லோரும் கசகசவென்று கூச்சல் போடுகின்றனர்.)

(பாரதி தூக்கத்தில் இருந்து விழித்துக்கொண்டு மலங்க மலங்க விழிக்கிறாள்.) ஷ்ஷ்... நான் தூங்கிக்கிட்டு இருக்கிறது தெரியலே? (பார்வையாளர்களிடம்) இந்தத் துஷ்ட பசங்க ஒரு நிமிஷம்கூட கண்ணை மூடி தூங்க விடமாட்டாங்க. (மீண்டும் படுத்துத் தூங்குகிறாள்.)

கோமாளி: ஷ்ஷ்.. அவ தூங்கிட்டு இருக்கிறது தெரியலே? ஏன் இப்படிக் கூச்சல் போடுறீங்க? அவளை ஒரு நிமிஷம் கண்ணை மூடித் தூங்க விடமாட்டீங்க?

(பெரும் ஓசையுடன் தும்முகிறான். எல்லோரும் அவனை முறைக்கிறார்கள். மன்னிப்பு கோரும் பாவனையில் கைகூப்புகிறான்.)

பீர்பால்: *(தலையைச் சொறிந்த வண்ணம்) ம். ம். இதோ பாருங்க. எனக்கு சண்டை போடுறது பிடிக்காது. நாம் எல்லோரும் ஒற்றுமையா இருக்கணும். இருக்கிறதை நாம சரி சமமாக பங்கிட்டுக்கிறதே உத்தமமான காரியம்.*

மிக்கி: *அது சரி. நிஜந்தான்.*

பீர்பால்: *அதனாலோ நாம் எல்லோரும் ஆளுக்கு ஒரு பங்கா பாரதியை பிரிச்சுக்குவோம்.*

எல்லோரும்: *என்ன?*

பீர்பால்: *அது சரி, அறிவாளி சொல்றதை யார் கேக்கப் போறாங்க?*

சிவாஜி: *பாரதி என்ன சாம்ராஜ்யமா என்ன, நாம சரிசமமாகப் பங்கு போட்டுக்கொள்ள?*

மற்றவர்கள்: *அதுதானே?*

பீர்பால்: *சரி பின்னர் ஏன் சண்டை போடுறீங்க? யாருடன் எங்கே போகணும்னு பாரதியே தீர்மானிக்கட்டும். அவளுடைய தீர்ப்பையே இறுதியா ஏத்துக்குவோம். (குதிரையிடம்) இங்கே யார் என்னை அறிவாளி இல்லேன்னு சொன்னது?*

நிலா: *பாரதி தூங்குறாளா?*

குதிரை: *நான் என்ன சொல்றேன்னா பாரதி இப்போ தூங்குறதாலேதான் நாம இப்போ இங்கே இருக்கோம். இல்லேன்னா நாம எல்லாம் மனுசங்க போல இங்கே நின்னுக்கிட்டு பேச முடியுமா? அதனாலே அவள் தூங்குறபோதே கேட்போம் அவ சொல்றபடி நடப்போம். என்ன சரியா?*

மிக்கி: *அது சரி. (பாரதியின் அருகில் சென்று குனிந்தவாறு) பாரதி நீ யாரோடு போக ஆசைப்படுறே?*

(தானே பாரதியின் குரலில்) மிக்கி மவுஸ் கூட.

(தன் குரலில்) அப்படிப் போடு. என்னோடுதான். இதை நான் சொல்லலை. அவளே சொல்றா. நீங்களும் கேட்டீங்க இல்லே? பூனை மீது ஆணையா.

சிவாஜி: ஹரஹர மகாதேவா. சரியான டூப் மாஸ்டரா இருக்கானே.

கோமாளி: அயோக்கியப் பயலே. வெளியே போடா. நானே அவளைக் கேக்குறேன்.

(பாரதி மெல்ல எழுந்து உட்காருகிறாள்.)

'நீலக் கருங்கடல் ஆழத்தில்
நீள விரிந்த அடிப்பரப்பில்
பாசிக்கம்பள விரிப்பில்
ஒளிக்கற்களின் ஜொலிப்பில்
சிறகுகள் விரித்துத் திரியும்
சின்னத் தேவதைகளின் கைகோர்த்து
சிரித்துப் பாடிடும் சிங்கார ஊரில்
சிரித்து சிரித்து வலம் வரவேண்டும்.'

(மேடையில் இருள் சூழ்கிறது. நீர்க்குமிழிகள் மேல் எழும்பும் ஓசை. பச்சை ஒளி மெல்லப்படர்கிறது. பாரதி தன் பழைய நிலையிலேயே, கண்ணை மூடிக்கொண்டே)

பாரதி: ஆறில் ஒண்ணு போய் அஞ்சாச்சு.
ஆறில் ஒண்ணு போய் அஞ்சாச்சு
அப்படித்தானே?

(சிறகுகளுடன் இரண்டு தேவதைகள் பாரதியின் அருகில் வந்து நிற்கின்றன.)

தேவதை 1: ஏய், யார் இது?

தேவதை 2: எனக்குத் தெரியாது. ஆனா இவ கண்டிப்பா நமக்குத் தெரிந்த பொண்ணு இல்லை.

தேவதை 1: ஆமாம், புதுமுகமா இருக்கு.

தேவதை 2: ஏய் யார் நீ?

தேவதை 1: ஏன் இப்படிக் கண்ணை மூடிக்கிட்டு இருக்கே?

தேவதை 2: ஆமாம். நீ இங்கே எப்படி வந்தே?

தேவதை 1: உன் பெயர் என்ன?

தேவதை 2: அவளை ஏன் இப்படி பயமுறுத்துகிறே? பாப்பா. கண்ணு. உன் பேரு என்னம்மா?

பாரதி: (கண்களை அகல விரித்து) பாரதி (இருவரும் சிரிக்கிறார்கள்.)

பாரதி: இதுக்குப்போய் ஏன் இப்படி சிரிக்கணும்?

தேவதை 1: பாரதி. என்ன பேரு இது?

தேவதை 2: என் பெயர் பாரு ராதி.

தேவதை 1: என் பேரு பிந்தி. பாரதி... என்ன பேரு இது?

தேவதை 2: பாரதி, பூரதி.

பாரதி உங்க மனசுலே என்ன நினைச்சுக்கிட்டு இருக்கீங்க ரெண்டு பேரும்?

தேவதை 1: சும்மா இருடீ. அவ அழுதுடப் போறா.

தேவதை 2: சுட்டியா களையா இருக்கா இல்லே?

தேவதை 1: ஆனா கொஞ்சம் மொண்ணை மூக்கு.

தேவதை 2: அவளை ஏன் சொல்லுறே? உன் கொட்டைப் பல்லுக்கு என்ன சொல்ல?

தேவதை 1: ஷ் நாம சண்டை போடக்கூடாது. நாம் ஃப்ரண்ட்ஸ் ஆகவே இருப்போம்.

தேவதை 2: அது சரி. நாம ஃப்ரண்ட்ஸ் ஆகவே இருப்போம்.

(இருவரும் பாரதியைச் சுற்றி வட்டம் அடிக்கின்றனர். பாரதியின் முகம் மலர்கிறது.)

பாரதி: ஹை. இது நிஜமான றெக்கையா?

தேவதை 1: ஆமாம். நைலான் றெக்கைகள்.

பாரதி: எவ்வளவு அழகா இருக்கு. ஆமாம் இதை வெச்சிக்கிட்டு நீங்க என்ன செய்வீங்க?

தேவதை 2: என்ன செய்யறதா? ஒண்ணும் கிடையாது. எங்க தேவதைகளின் பூமியில் இது ஒரு ஃபாஷன்.

தேவதை 1: என் கிட்டே மேட்சிங் கலர்லேகூட றெக்கைகள் இருக்கு.

தேவதை 2: நாங்க பறந்து பறந்து டேன்ஸ் ஆட இது எங்களுக்கு வசதியா இருக்கும்.

பாரதி: எனக்குக்கூட றெக்கை கட்டிக்கணும்னு ஆசையா இருக்கு.

தேவதை 2: உனக்குத்தான் ஏற்கெனவே இருக்கே. (அருகில் சென்று விரிக்கிறாள்.)

பாரதி: அட நிஜமாகவே எனக்கு றெக்கைகள் இருக்கு!

தேவதை 1: ஆமாம் எங்க பூமிக்கு யார் வந்தாலும் அவங்களுக்கும் றெக்கைகள் ஃப்ரீயா கிடைக்கும்.

பாரதி: ஹை எனக்கும் றெக்கை... எனக்கும் றெக்கை... (சிறகடித்து இங்கும் அங்கும் ஓடுகிறாள்) ஹை ஜாலி. அம்மா... இங்கே பாரேன்... அம்மா... இங்கே பாரேன்.

(ஒரு நிமிடம் ஸ்தம்பித்து நிற்கிறாள். முகத்தில் விரக்தி)

தேவதை 1: - (குசுகுசுவென்று) என்ன ஆச்சு? பாரதி என்ன சொன்னா? அவளுக்கு அம்மா ஞாபகம் வந்திருக்கும் போல. நீ என்ன சொல்றே?

தேவதை 1: வாயேன் பாரதி வந்து எங்களோட வந்து விளையாடேன்.

தேவதை 2: எங்க பூமியைச் சுற்றிப் பார்.

தேவதை 1: முத்துக்கள் விளையும் காடுகள்.

தேவதை 2: வைடூரியம் விளையும் வயல்கள்.

தேவதை 1: வைரங்கள் மின்னும் வரிசைகள்.

தேவதை 2: சுத்தமான சுகந்தமான பெட்ரோல் வாடையில்லாத காற்று.

தேவதை 1: மீன்களால் ஆன படகுகள்.

தேவதை 2: சிப்பிக்குள் அமைந்த பள்ளிக்கூடங்கள். வீட்டுப் பாடச் சுமை இல்லாத விடுமுறை. சுகமான பாடங்கள்.

பாரதி: இல்லை இல்லை. இது எதுவும் எனக்குவேண்டாம். ப்ளீஸ், எனக்கு எங்க அம்மாவும் அப்பாவும்தான் வேணும். நான் இங்கே தங்கமாட்டேன்.

தேவதை 2: உன்னாலே இந்தப் பூமியைவிட்டு போகமுடியாது. யார் இங்கே வந்தாலும் திரும்பப் போக ஆசைப்படமாட்டாங்க. ப்ளீஸ்... பாரதி இங்கே எங்களோட தங்கிடேன்.

(தேவதைகள் அவளை அங்கேயே நிறுத்த முயற்சிக்கின்றன. இருள் படர்கின்றது. பின்புலத்தில் நீர்க்குமிழிகளின் ஒலி. எங்கும் அடர்த்தியான ஒளி. தேவதைகள் இல்லை. மீண்டும் மேடை பழைய நிலைக்கு வருகிறது. பாரதி தூங்கிக் கொண்டிருக்கிறாள். வீட்டு அழைப்பு மணி விட்டு விட்டு ஒலிக்கிறது. பின் மேடையில் தெளிவான ஒலியில் இரு குரல்கள்.)

அப்பா: ஏண்டி, பாரதி தூங்கி இருப்பான்னு நினைக்கிறாயா?

அம்மா: பாவம் குழந்தை. மெரண்டு போயிருக்கும். ஆயிரம் சொல்லுங்கோ நாம இன்னிக்கு சினிமாவுக்கு போயிருக்கக்கூடாது.

அப்பா: சாவி உன்கிட்டேதானே இருக்கு?

அம்மா: ஒரு நிமிஷம். குடையைப் பிடிங்க. என் பர்ஸிலே இருக்கான்னு பார்க்கிறேன்.

பாரதி: *(விழித்துக்கொள்கிறாள். பார்வையாளர்களைப் பார்த்து)*

ஷ்ஷ். நான் இன்னும் தூங்கலை. நல்லா முழிச்சிக்கிட்டுத்தான் இருக்கேன். நீங்க சத்தம் போடாமல் இருங்க. அப்புறம் அம்மாவும் அப்பாவும் நாளைக்கு காலையிலே ஆபீஸ் கிளம்புற ஜோலியிலே பிஸியாயிடுவாங்க. எனக்கு என் அம்மாவை இறுக்கிக் கட்டிப் பிடிச்சித் தூங்கறது பிடிக்கும். என் அப்பா தோள் மேலே ஏறி விளையாடறது ரொம்பப் பிடிக்கும். அது எவ்வளவு ஜாலியாக இருக்கும் தெரியுமா? இப்போ இந்நேரம் அம்மாவுக்கு சாவி கிடைத்து இருக்கும்.

பூட்டைத் திறந்த ரெண்டு பேரும் பாய்ஞ்சு வருவாங்க. நான் நல்லா தூங்குகிற மாதிரி கண்ணை மூடிக்கிட்டு நடிப்பேன். அம்மா வந்து என்னை எழுப்புவா. மெல்ல ஒரு முத்தம் கொடுத்து அப்பா என்னைத் தூக்கிட்டு என் செல்லக்குட்டி பட்டுக்குட்டின்னு தூக்கிப்போட்டுக் கொஞ்சுவார். எனக்காகக் கடையிலே வாங்கி வந்ததெல்லாம் காண்பிப்பார். அப்புறம் அம்மா எனக்கு பாசமா சாதம் ஊட்டி விடுவா. அந்தக் குஷியிலே நான் வயிறு வெடிக்கும் வரைக்கும் சாப்பிடுவேன். அப்புறம் அம்மா என் வலது பக்கத்திலேயும் அப்பா இடது பக்கத்துலேயும் நான் நடுவிலேயும் படுத்துத் தூங்குவோம். இப்போ தூங்குற மாதிரி.

(படுத்துத் தூங்குவது போலப் பாவனை செய்கிறாள். ஒரு கண்ணை மட்டும் திறந்து பார்வையாளர்களைப் பார்த்து...)

Tata... bye... bye.

எனக்கு இதுதான் வேணும்.

Good night.

(நாடகம் நிறைவு.)

ழூான் யானஸ்கோ (Eugene Ionesco)
(நவம்பர் 1909 - 28 மார்ச் 1994)

பிரெஞ்சு நாடக ஆசிரியர். பிரான்சில் இருபதாம் நூற்றாண்டின் அவந்த் கார்டே நாடக இயக்கத்தின் முன்னோடிகளில் ஒருவர். புரட்சிகரமான எண்ணங்களையும் புதுவகையான வடிவங்களையும் நாடகங்களில் புகுத்தியவர். அபத்த நாடகங்களின் முன்னோடிகளில் ஒருவர். இவருடைய நாடகங்கள் ஆல்பர் காம்யுவின் வாழ்வியல் அபத்தம், சர்ரியலிஸம் ஆகியவற்றின் கூறுகளை ஆய்வுக்கு உட்படுத்துபவையாகும்.

பிரெஞ்சு ருமேனிய நாடகாசிரியரான ‘யூஜின் யானஸ்கோ’ (Eugene Ionesco) எழுதிய ‘The Lesson’ என்ற நாடகத்தின் ஆங்கில மொழிபெயர்ப்பை என்னை வாசிக்கத் தூண்டியவர் டெல்லியில் எங்களின் வழிகாட்டி என்று நாங்கள் மதித்துப் போற்றும் செ.ரவீந்திரன் அவர்கள். இந்த நாடகத்தின் ஆங்கிலப் பிரதியை டெல்லியில் தேடிப்பிடித்து வாசிக்கத் தொடங்கினேன். முதலில் இந்த நாடகம் புரிபடவில்லை. ஒருவகையில் சலிப்பும் ஏற்படுத்தியது. மனதளவில் ஏதோ ஒரு சவாலை இந்த நாடகம் ஏந்தி என் முன்னர் நிற்பதுபோலத் தோன்றியது. இதுமாதிரி சவால் என்றெல்லாம் பயமுறுத்தும் படைப்புகளைப் பொதுவாக நான் விட்டுவைப்பது கிடையாது. அப்போது இணையமும் கிடையாது. கூகுள் ஆண்டவர் தன் கர்ப்பத்தில் இருந்திருக்கவேண்டும். எனவே, வேறு வழியில்லை. மீண்டும் மீண்டும் வாசித்து, பக்கம் பக்கமாக, வசனம் வசனமாகப் படித்துத் தெளிவடையத் தொடங்கினேன். இந்த நாடகத்தின் மையக்கரு புரிபடத் தொடங்கியபோது இதனைச் சுற்றியிருந்த குழப்பங்கள் படாரெனச் சிதறிப்போயின.

முதன்முதலில் இந்தப் பிரதியை வாசிக்கத் தொடங்கியபோது இதனை மேடையேற்றும் எண்ணம் இல்லை. அதே போல மொழிபெயர்க்கும் எண்ணமும் எனக்குக் கிடையாது. யதார்த்தாவின் நாடகச் செயல்பாடுகளை மீண்டும் உயிர்ப்பிக்க ஏதேனும் செய்யலாம் என்று நினைத்தபோது ரவீந்திரன் மீண்டும், ‘கையில் வெண்ணெய்யை வைத்துக்கொண்டு எதற்கு அலையவேண்டும்? யானஸ்கோவை மொழிபெயர்த்து மேடையேற்றுங்களேன்’ என்றார். ஆனால் எனக்கு அத்தனை நம்பிக்கை இல்லாமல் இருந்தது. உண்மையில் சற்றுத் தயங்கினேன். ஆனால் ஏதோ ஓரிரவில் திடீரென்று இந்த

நாடகத்தின் நினைவு வந்தது. அப்போது வீட்டில் கணினியும் இல்லை. இரவு உணவு முடித்துவிட்டு நாடகத்தைக் கையில் எடுத்தேன். அது விறுவிறுவென்று என்னை எழுதிக்கொண்டு சென்றது. ஒருவகையான ஈர்ப்பில் நேரம்போவது தெரியாமல் என்னுடைய மோசமான கையெழுத்தில் எழுதிக்கொண்டே சென்றேன். இரவு விடிந்திருந்தபோது நாடகம் முடிந்திருந்தது. பின்னர் சில நாள்கள் கழித்து நண்பர் ஒருவரின் உதவியுடன் கணினியில் தட்டச்சு செய்யப்பட்டது. இந்த நாடகப் பிரதியைக் காலச்சுவடு இதழுக்கு அனுப்பி வைத்து காலச்சுவடு இதழில் வெளிவந்தபோது பலருடைய பரவலான கவனத்தைப் பெற்றது.

இந்த நாடகத்தில் ஒரு வசதி. வெறும் மூன்று பாத்திரங்கள் மட்டுமே. இது ஒத்திகை போன்ற விஷயங்களுக்கு மிகவும் வசதியாக இருந்தது. இந்த நாடகம் 2007ல் தில்லித் தமிழ்ச் சங்கத்தின் ஆதரவுடன் மேடையேறியது. பின்னர் திருப்பத்தூர் தூய நெஞ்சக் கல்லூரியில் நண்பர் பார்த்திபராஜா மேடையேற்றினார். 2016ல் பாலேந்திரா இயக்கத்தில் லண்டன் தமிழ் நாடகப்பள்ளி மாணவர்களைக்கொண்டு இந்த நாடகம் மேடையேற்றியதாகவும் தொடர்ந்து பாரிஸ், லண்டன் ஆகிய நகரங்களில் நடைபெற்ற நாடக விழாக்களில் இந்த நாடகம் பங்கேற்றதாகவும் இணையம் வழியாகத் தெரிந்துகொண்டேன். பல ஆண்டுகளுக்கு முன்பு சில இலங்கை நண்பர்கள் இதுகுறித்து எனக்குத் தகவல் அனுப்பியிருந்தனர். மகிழ்ச்சியாக இருந்தது.

இந்த நாடகம் நடிகர்களை மிகவும் எளிமையாக உள்ளிழுத்துக்கொள்ளும் மாயத்தைச் செய்யும். முதல் வாசிப்பிலேயே புரிபடும் வகையில் இதனை மொழிபெயர்ப்பாக இல்லாமல் மூல நாடகத்தின் விஷயங்கள் எதையும் மாற்றாமல் அப்படியே தமிழ் நாடகமாக எழுதியிருக்கிறேன். இந்த நாடகத்தை மீண்டும் தமிழில் எழுதியிருக்கிறேன் என்றுதான் சொல்லவேண்டும். இதை வாசிக்கும்போது நீங்களும் இதனை உணர்ந்துகொள்வீர்கள். ஏற்கெனவே சொன்னது போல ஒவ்வொரு நாடகப் படைப்பும் அது மேடையேறும்போதுதான் அதனுடைய நோக்கம் முழுமையடைகிறது. இந்த நாடகத்தின் மேடையேற்றத்துக்கு என் அனுமதி தேவையில்லை. மேடையேற்றம் குறித்த தகவல் கிடைத்தால் மகிழ்வேன். வாய்ப்பிருப்பின் பார்வையாளனாகப் பங்கேற்பதில் பெருமகிழ்ச்சி அடைவேன்.

பென்னேசன்

3. பாடம்

பிரெஞ்சில் ‘La Leçon’ ஆங்கிலத்தில்
‘The Lesson’

பிரெஞ்சு மூலம்: யூஜின் யானஸ்கோ
(Eugene Ionesco)

தமிழில் - பென்னேசன்

பேராசிரியர் ஞானத்தின் வீடு.

அரங்கம் ஒளி பெற்றதும் மேடையில் மரச்சட்டங்களால் ஆன symbolised வீட்டின் செட். வீடு முழுக்க புத்தகங்கள் இறைந்து கிடக்கின்றன. உட்காரும் நாற்காலிகளின் மேல், முக்காலிகளின் மேல், மேசையின் மேல் என எங்கும் புத்தகக்குவியல், தரையிலும் பல புத்தகங்கள் இறைந்து கிடக்கின்றன.

வீட்டின் உள்ளே பாத்திரங்கள் உருளும் சத்தம் வலுவாகவும் தொடர்ச்சியாகவும் கேட்கிறது. வீட்டின் இடப்பக்க வாயிலில் 18 வயது பெண் ஒருத்தி கையில் இரண்டு பெரிய சூட்கேஸ்களையும் தோளில் பெரிய பையையும் சுமந்துகொண்டு நிற்கிறாள். (இவள் பெயர் வித்யா என்று வைத்துக்கொள்வோம்.) வித்யா அழைப்பு மணியை அழுத்திக் காத்திருக்கிறாள். பதில் இல்லை. குரல் கொடுக்கிறாள், காத்திருக்கிறாள். உள்ளே இருந்து குரல் கேட்கிறது. இது அன்னம்மாவின் குரல், அன்னம்மா பேராசிரியர் ஞானத்தின் வீட்டு வேலைக்காரி. 'இதோ வர்றேன்....' என்று உள்ளே இருந்து குரல் கொடுத்துக்கொண்டே மேடையில் பிரவேசிக்கிறாள்.)

அன்னம்மா: வர்றேன் இல்லே? என்ன வேணும்?

வித்யா: (தயங்கியபடி) ப்ரொபஸர் இல்லே. நான் அவருடைய புது ஸ்டுடண்ட், என் பேர் வித்யா. அவர் கிட்டே பாடம் சொல்லிக்க வந்திருக்கேன். அவரை கொஞ்சம்..

அன்னம்மா: நீதானா அது? இதை முன்னாடியே சொல்றதுக்கென்ன? நான் எவ்வளவு நேரமா கேட்டுண்டு இருக்கேன். இந்த ப்ரொபஸர் மாதிரியே அவரைத்தேடி வர்றவாளும் அசமஞ்சமா இருக்கா. சரி உள்ளே வா, அவரைக் கூப்பிடறேன்.

(வித்யாவை உள்ளே அழைத்துச்செல்கிறாள். உட்கார முடியாதபடி நாற்காலிகளின் மேல் புத்தகங்கள் குவிந்து இருப்பதால் வித்யா தயங்கி நிற்கிறாள். அன்னம்மா அவைகளை புறம் தள்ளி ஒதுக்கிவிட்டு அவளை உட்கார வைக்கிறாள்.)

அன்னம்மா: உட்காரு...அவர் இப்ப வந்துடுவார்.

(உள்ளே அவரை அழைத்தபடி மறைகிறாள். அன்னம்மா மீண்டும் வெளியே வருகிறாள். கையில் துடைப்பம். தரையில் குவிந்து கிடக்கும் புத்தகங்களைத் துடைப்பத்தால் பெருக்கித் தள்ளுகிறாள். வித்யாவை அடுத்த நாற்காலிக்கு மாறச் சொல்லிப் பெருக்குகிறாள். வித்யா அடுத்த நாற்காலிக்கு மாறியதும் மீண்டும் பழைய நாற்காலியில் உட்கார வைத்துப் பெருக்குவதைத் தொடர்கிறாள். வித்யா தன் பெட்டியிலிருந்து சில பெரிய புத்தகங்களை எடுத்துப் புரட்டிப் பார்க்கத் தொடங்குகிறாள்.)

அன்னம்மா: *(தரையைக் கூட்டியவாறு)* ஆமாம்...என்ன படிக்கப்போறே? *(வித்யா அவளைக் கவனிக்காது படிப்பதைத் தொடர்கிறாள்.)* Comparative Literature-ஆ? அதுலேதான் இப்ப வதவதன்னு டாக்டரேட்கள் குப்பையா குவிஞ்சு கிடக்கே... *(பதில் இல்லை)* Philology-யா? அதுக்கு நிறைய home work field study எல்லாம் பண்ண வேண்டி இருக்குமே? Aesthetics in folk idioms பண்ணலாமே.... இன்னும் சொல்லப்போனா folklore ஆராய்ச்சி செஞ்சா நெறைய கிடைக்குமே.... பவுண்டேஷன்களோட அதுலே கிராண்டும்..

வித்யா: *(எரிச்சலாகி)* ப்ரொபஸரை கொஞ்சம் கூப்பிடறீங்களா?

அன்னம்மா: *(கடுமையாகி)* அவர் குளிச்சி இப்போ டிரஸ் மாத்திண்டிருக்கார். உன் அவசரத்துக்காக அவர் அண்டிராயர் நாடாவை பிடிச்சி இழுத்துண்டு வரமுடியாது. எது எப்படியோ...இந்த பிலாலஜி எல்லாம் ரொம்ப டென்ஷனான விஷயம். நீயும் டென்ஷனாகி அவரையும் தேவையில்லாம டென்ஷனாக்காம பார்த்துக்கறது உன் வேலை. ஆமாம் சொல்லிட்டேன்.

(மீண்டும் ப்ரொபஸரை கூப்பிட்டபடியே உள்ளே நுழைகிறாள். ப்ரொபஸர் ஞானம் பிரவேசிக்கிறார். ப்ரொபஸரைப் பார்த்ததும் வித்யா வணங்கியபடி எழுந்து நிற்கிறாள்.)

ப்ரொபஸர்: குட் மார்னிங்....வணக்கம்... உட்காருங்க... நீங்கதான் புதுசா வந்திருக்கிற ஸ்டுடண்ட். Am I right?

வித்யா: Exactly, sir என் பேர் வித்யா. நீங்க போன்லே சொன்ன மாதிரி சரியான நேரத்துக்குத்தான் வந்திருக்கேன்னு நினைக்கிறேன்.

ப்ரொபஸர்: Perfectly punctual ஆனால் நான்தான் கொஞ்சம் லேட் பண்ணிட்டேன் என்னை நீங்க மன்னிக்கணும்.

வித்யா: நீங்க வேறே சார்... என் கட்டே போய்.. உங்க முன்னாடி நான் சின்னப்பொண்ணு.

ப்ரொபஸர்: அது சரி... வீட்டைக் கண்டுபிடிக்கிறதுலே ஒண்ணும் சிரமம் இல்லியே?

வித்யா: இல்லே சார்.... யாரைக்கேட்டாலும் உங்க பேரைச் சொன்னாலே கரெக்டா கொண்டு வந்து விடறாங்க சார்.

ப்ரொபஸர்: இருக்கும்...முப்பது வருஷமா இதே வீட்டுலே இருக்கேன் இல்லியா? அதுசரி... இந்த ஊர் உனக்கு பிடிச்சிருக்கா?

வித்யா: பிடிக்கலேன்னு சொல்ல முடியாது சார்... பரவாயில்லே.

ப்ரொபஸர்: ம்...ஆரம்பத்துலே அப்படித்தான் இருக்கும். நான்கூட முதல்லே ஏதாவது பெரிய சிட்டியிலே செட்டில் ஆகணும்னுதான் நினைச்சேன்.

வித்யா: எங்கே? சென்னையிலா சார்? ஒரு காலத்துலே மெட்ராஸ்னு சொல்லிக்கிட்டிருந்தாங்களே அதுவா? The capital of Tamil Nadu. அங்கேகூட குழந்தைங்க கிட்டேயும் நாய்கள் கிட்டேயும் இங்கிலீஷ்லேதான் பேசுவாங்க. இங்கிலீஷ்லே வழி கேட்டாத்தான் சரியா சொல்வாங்க. கேட்க ரொம்ப அழகா இருக்கும்.

ப்ரொபஸர்: பிரமாதம். நிறைய தெரிஞ்சி வச்சிருக்கியே. அதுசரி, நீ எந்த ஊர்லேயிருந்து வர்றே?

வித்யா: ஸார், நான் கிருஷ்ணகிரி.

ப்ரொபஸர்: *அது எங்கே?*

வித்யா: இப்போ தர்மபுரி மாவட்டத்துலே இருக்கு. முன்னே சேலம் மாவட்டத்துலே இருந்தது. இப்போ கிருஷ்ணகிரி மாவட்டம் தனியா ஆயிடுச்சு. அப்போ சேலம் மார்க்கெட்டுக்கு கிருஷ்ணகிரியிலேர்ந்துதான் மாம்பழம் போகும். ஆனா சேலம் மாவட்டத்துலே கிருஷ்ணகிரி இருந்ததாலே இப்பவும் சேலத்து மாம்பழம்னுதான் சொல்றாங்க. இதேமாதிரி இன்னொரு விசேஷம். உள்ளூர்க்காரங்க யாரும் ஜெயிச்சு எங்க ஊர்லே இதுவரைக்கும் எம்.பி. ஆகலே. எப்பவும் வெளியூர்க்காரங்கதான் எங்க எம்.பி. அதனாலே ஊரும் ஒரு வளர்ச்சியும் இல்லாமே செழிப்பா இருக்கு.

ப்ரொபஸர்: Beautiful. என்ன ஒரு அற்புதமான geographical knowledge? இந்த மாதிரி எல்லா துறையிலேயும் ப்ரில்லியண்ட் ஆன ஒரு ஸ்டுடண்டைத்தான் நான் எதிர்பார்த்துக்கிட்டு இருந்தேன். பிரமாதம்.

வித்யா: சார். இப்படியெல்லாம் தயவுசெய்து புகழாதீங்க கூச்சமா இருக்கு. நான் கத்துக்கவேண்டியது இன்னும் எவ்வளவோ இருக்கு.

(இருவரும் பேசிக்கொண்டு இருக்கும்போது அன்னம்மா மேடையில் வந்து எதையோ தேடுகிறாள். ப்ரொபஸரையும் வித்யாவையும் மாறி மாறி நகரச்சொல்லி தேடுகிறாள். ப்ரொபஸர் எரிச்சல் அடைகிறார்.)

ப்ரொபஸர்: என்ன தேடற?

அன்னம்மா: எதைத் தொலைச்சேன்னு தேடிண்டு இருக்கேன். உங்க வேலையைப் பாருங்க.

ப்ரொபஸர்: *(வித்யாவிடம்)* I am really sorry for this stupid interruption. நாம இப்போ எங்கே இருக்கோம்?

வித்யா: நெ.21, பாணக்காரத்தெரு...

ப்ரொபஸர்: ஆங்...அது இல்லே. நீ ஒரு பிரகாசமான மாணவி. அப்போ பிரிலிமினரி டெஸ்ட் எல்லாம் இன்னிக்கே பண்ணலாம். நாள் நல்லா இருக்கு.

மழையும் லேசா தூரற மாதிரி இருக்கு. ஆமாம் இப்போ ஏது மழை?

வித்யா: ஆமாம் சார் rainy seasonனும் இல்லே சம்மர்ல மழை? அது அப்படித்தான். இப்போ எல்லாமே மாறி இருக்கு, winterலே வெயில் அடிக்கும். சம்மர்லே மழை கொட்டும். மொத்தம் நாலு ஸீஸன். Summer, winter, spring அப்புறம்....

ப்ரொபஸர்: Yes. Something starting like automobile.

வித்யா: அது வந்து... ஆங்....Autumn Sir.

ப்ரொபஸர்: Beautiful பிரமாதம் Excellent answer. எனக்கு ரொம்ப நம்பிக்கை இருக்கு. நீ ரொம்ப ரொம்ப நல்ல ஸ்டுடண்டா வருவேன்னு. You are extremely intelligent, well informed with excellent memory.

வித்யா: ஸார்... எனக்கு நிஜமாகவே ஸீஸன்ஸ் பத்தி கொஞ்சம் தெரிஞ்சிருக்கா?

ப்ரொபஸர்: ஆல்மோஸ்ட். டென்ஷன் ஆகாதே. கொஞ்சம் கொஞ்சமா எல்லாம் தெரிய ஆரம்பிக்கும். ஒருநாள் நீ கண்ணை முடிக்கிட்டே நாலு பருவ காலங்களைப் பத்தியும்கூட கட கடன்னு ஒப்பிக்க முடியும். எனக்கு நம்பிக்கை இருக்கு. அதுசரி. உன்னோட future plans என்ன?

வித்யா: ஸார்... நான் doctorate அப்ளை பண்ணி இருக்கேன். இன்னும் மூணு மாசத்திலே இண்டர்வ்யூ இருக்கு. என்னோட பேரண்ட்ஸ் ரொம்ப encourage பண்றாங்க. எனக்கு அவங்க முழு சப்போர்ட்டும் இருக்கு.

ப்ரொபஸர்: பிரமாதம். நீ எந்த சப்ஜெக்ட்லே டாக்டரேட் பண்ணணும்னு விரும்பறே?

வித்யா: எங்க அப்பா அம்மா நான் உலகத்துலே இருக்கிற எல்லா சப்ஜெக்ட்லேயும் டாக்டரேட் வாங்கி ஆகணும்னு ஆசைப்படறாங்க.

ப்ரொபஸர்: அது ஒண்ணும் இப்போ அவ்வளவு கஷ்டம் இல்லே. அதுசரி நீ ஸ்கூல் பைனல்ஸ் பாஸ் பண்ணியாச்சா?

வித்யா: Science and Literatureல *41* பர்செண்ட். சர்டிபிகேட் இருக்கு. பார்க்கிறீங்களா?

ப்ரொபஸர்: ப்ரில்லியண்ட். உன் வயசுக்கு இது அதிகம்தான்.

அன்னம்மா: கிடைச்சாச்சு. நீங்க டென்ஷன் ஆகாதீங்கோ.

ப்ரொபஸர்: (பொருட்படுத்தாது) வெரி குட் வித்யா தேவைக்கு அதிகமான புத்திசாலித்தனமும் grasping power இரண்டும் இருக்கு. அதனாலே நீ சாதிக்கலாம்னு நினைக்கிறேன். உனக்கு வயசும் இருக்கு. நினைக்கிறதையெல்லாம் சுலபமா...

வித்யா: ஸார்... நீங்க இவ்வளவு புகழறது எனக்கு ரொம்ப கூச்சமா இருக்கு.

ப்ரொபஸர்: பரவாயில்லே டென்ஷன் ஆகாதே. ஏற்கெனவே சொன்ன மாதிரி Preliminary Questions லேயிருந்து ஆரம்பிப்போமா? ஆட்சேபணையில்லேன்னா இந்த சேருக்கு மாத்திக்க.

வித்யா: கண்டிப்பா ஸார் (இடம் மாறி உட்காருகிறார்கள்.)

ப்ரொபஸர்: நீ எல்லா கேள்விகளுக்கும் தயார் பண்ணிக்கிட்டுத்தான் வந்து இருக்கே இல்லியா?

வித்யா: ஆமாம் ஸார். எல்லா புத்தகமும் எடுத்துக்கிட்டு வந்திருக்கேன். (பெட்டியிலும் பையிலும் இருக்கும் புத்தகங்களை எடுத்து நடுவில் இருக்கும் டீப்பாயின் மீது அடுக்குகிறாள். இருவருக்கும் நடுவில் அவை திரையாக இருக்கின்றன. சிறிது நேரத்துக்குப் பிறகு ப்ரொபஸர் அவைகளை இரு அடுக்குகளாக மாற்றுகிறார். இப்போது கொஞ்சம் வசதியாக இருக்கிறது.)

ப்ரொபஸர்: வெல், இப்போ நான் உனக்கு இதுவரைக்கும் தெரிந்த விஷயங்களைப் பத்தி சில கேள்விகள் கேட்டு உனக்கு என்ன தெரியும்னு சோதிச்சுப் பார்க்கப் போறேன். இன்னும் கொஞ்சம் ஆழமாபோக இது உதவும்னு நினைக்கிறேன். என்ன சொல்றே?

வித்யா: கண்டிப்பா.

ப்ரொபஸர்: அப்போ நாம basic arithmaticலேருந்து ஆரம்பிப்போமா? சரி. கணக்குலே கூட்டல்லே நீ எவ்வளவு strong இருக்கேன்னு பார்ப்போமா?

வித்யா: கூட்டல்லே.....வந்து... கொஞ்சம் vague ஆ... confused ஆ..

(அன்னம்மா மீண்டும் பிரவேசிக்கிறாள். எதையோ தேடுவதான பாவனை. ப்ரொபஸர் எரிச்சல் அடைகிறார்.)

ப்ரொபஸர்: சரி, கணிதம் என்பது ஒரு புதுவகை விஞ்ஞானம். ஒரு நவீன விஞ்ஞான வகை சார்ந்தது. அதனைச் சிலர் விஞ்ஞானம என்பதைவிட ஒரு வகையான மார்க்கம் என்றும் அழைக்கிறார்கள். இது ஒருவகை தீர்வும் வழி முறையும் ஆகும். (அன்னம்மாவிடம்) என்ன திரும்பவும் தொலைச்சதை தேடிக்கிட்டு இருக்கீங்களா?

அன்னம்மா: இல்லே. கிடைச்சதை திரும்ப தொலைச்சிட்டு தேடிக்கிட்டு இருக்கேன் கிடைச்சுடும்.

ப்ரொபஸர்: சீக்கிரம். தயவுசெய்து தொந்தரவு பண்ணாதீங்க.

அன்னம்மா: போறேன் போறேன். ஆனா நான் சொல்றதை தப்பா எடுத்துக்காதீங்கோ. தயவு பண்ணி ஜாக்கிரதையா இருங்கோ. ரொம்ப exite ஆகவேண்டாம். ஆமாம் சொல்லிட்டேன்.

ப்ரொபஸர்: என்ன இது பைத்தியக்காரத்தனமா?

அன்னம்மா: போறும் இந்தக் கொழந்தைக்கு தயவுசெய்து கணக்குலே இருந்து ஆரம்பிக்காதீங்கோ. இந்தக் கணக்குப் பாடம் யாருக்கு என்னிக்கு நல்லது பண்ணியிருக்கு. நீங்க மெனக்கெடறதும் ஒடம்பைக் கெடுத்துக்கறதும்தான் மிச்சம்.

ப்ரொபஸர்: அன்னம்மா நீங்க இல்லாததுக்கெல்லாம் பயப்பட ஆரம்பிச்சிட்டீங்க. எனக்கு என்னைப் பார்த்துக்கத் தெரியும். வயசாகலையா? நான் என்ன கொழந்தையா என்ன? நீங்க போயிட்டு வாங்க.

அன்னம்மா: ஆனா நீங்க இந்த தரித்திரக் கணக்குலே இருந்து பாடம் ஆரம்பிக்கலேன்னா ரொம்பப் புண்ணியமாப் போகும்.

ப்ரொபஸர்: *(கோபமாக)* நான் என்ன பண்ணணும்னு எனக்குத் தெரியும். நீங்க போகலாம்.

அன்னம்மா: அது சரி நீங்க படிச்சவர், ப்ரொபஸர் நான் வேலைக்காரிதானே? ஆனா நான் உங்களை எச்சரிக்கை பண்ணலைன்னு அப்புறம் கொறை சொல்லப்படாது.

ப்ரொபஸர்: உங்க எச்சரிக்கையோ அட்வைஸோ எனக்குத் தேவையில்லை.

அன்னம்மா: உங்க இஷ்டம். *(கோபமாக உள்ளே போகிறாள்.)*

ப்ரொபஸர்: *(வித்யாவிடம்)* Again sorry for this stupid interruption. Anyway, அன்னம்மாவும் பாவம். என் healthலே ரொம்பவும் அக்கறை காட்டுறாங்க. நான் exhaust ஆகக் கூடாதுன்னு நினைக்கிறாங்க.

வித்யா: நல்லதுதான் சார். உங்க மேலேயும் அக்கறை காட்டுறவங்க வேணுமில்லையா? அவங்களைப் பாத்தா ரொம்ப devoted ஆன லேடியா தெரியறாங்க. இந்த மாதிரி servants இந்த காலத்துலே கிடைக்கிறது ரொம்ப கஷ்டம் சார்.

ப்ரொபஸர்: அதுக்குன்னு அளவு மீறிப் போறாங்க. இவ்வளவு டென்ஷன் ஆக்கிக்கறது மடத்தனமா இல்லே? O.K. forget it. நம்ப கணக்குக்கு போகலாமா?

வித்யா: நான் தயார் ஸார்.

ப்ரொபஸர்: நான் கேக்கிற கேள்விகள் கொஞ்சம் கஷ்டமாகவும் சிக்கலாகவும் இருக்கும் பரவாயில்லையா?

வித்யா: பரவாயில்லை நான் தயார் ஸார்.

ப்ரொபஸர்: Very good. *(மிகவும் யோசித்து)* ம்...ஒண்ணும் ஒண்ணும் எவ்வளவு?

வித்யா: ஒண்ணும் ஒண்ணும்....ரெண்டு

ப்ரொபஸர்: *(வித்யாவின் ஞானத்தில் ஆச்சரியம் மேலிட்டவராக)* Beautiful. நீ நிஜமாகவே படிப்பிலே ரொம்பவும் அட்வான்ஸ்டா இருக்கே. நீ டாக்டரேட் வாங்கறதுலே எந்த சிரமமும் இருக்கும்னு எனக்குத் தோணலே.

வித்யா: ரொம்ப நன்றி ஸார். இதை உங்க உங்க வாயாலே கேட்க அற்புதமா இருக்கு ஸார். வசிஷ்டர் வாயாலே மகரிஷின்ற மாதிரி.

ப்ரொபஸர்: இன்னும் கொஞ்சம் அட்வான்ஸ்டா போகலாமா? ஒண்ணும் ரெண்டும் எவ்வளவு?

வித்யா: மூணு.

ப்ரொபஸர்: மூணும் ஒண்ணும்?

வித்யா: நாலு.

ப்ரொபஸர்: நாலும் ஒண்ணும்?

வித்யா: அஞ்சு.

ப்ரொபஸர்: அஞ்சும் ஒண்ணும்?

வித்யா: ஆறு.

ப்ரொபஸர்: ஆறும் ஒண்ணும்?

வித்யா: ஏழு.

ப்ரொபஸர்: ஏழும் ஒண்ணும்?

வித்யா: எட்டு.

ப்ரொபஸர்: ஏழும் ஒண்ணும்?

வித்யா: எட்டு.

ப்ரொபஸர்: Very good. ஏழும் ஒண்ணும்?

வித்யா: திரும்பவும் எட்டுத்தான்.

ப்ரொபஸர்: Beautiful. ஏழும் ஒண்ணும்?

வித்யா: நாலாவது முறையா எட்டு. சில சமயம் ஒன்பதுகூட ஆகலாம்.

ப்ரொபஸர்: பிரமாதம். Congratulations வித்யா, இனி மேலே தொடரவேண்டாம். கணக்குலே நீ பொளந்து கட்டிட்டே. சரி நீ tired ஆகலையா? ஆகலைன்னா சொல்லு. நாம கழித்தல் கணக்குலே இறங்கலாம். Tired ஆகலையா? சரி.... நாலுலே 3 போனா எவ்வளவு?

வித்யா: நாலுலே 3 போனா.... நாலுலே 3 போனா.....

ப்ரொபஸர்: ஆமாம். அதேதான். Four minus three?

வித்யா: Four minus three.. வந்து... Seven ஏழு...

ப்ரொபஸர்: extremely sorry to contradict you. நாலுலே 3 போனா ஏழு ஆகாதும்மா நீ குழப்பிக்கிறே. 4-ஐயும் 3-ஐயும் கூட்டினாத்தான் ஏழு வரும். இது கூட்டல் கணக்கு இல்லே கழித்தல். இப்ப நீ கூட்ட வேண்டாம் கழிக்கணும்.

வித்யா: (புரியச் சிரமப்பட்டு) அப்படியா ஸார்...

ப்ரொபஸர்: 4லில் 3 போனா...... That is Three from Four that makes how many?

வித்யா: Four?

ப்ரொபஸர்: இல்லேம்மா, இது சரியான விடை கிடையாது.

வித்யா: அப்ப மூணா?

ப்ரொபஸர்: அதுவும் இல்லே. தயவுசெய்து என்னை மன்னிக்கணும். அது இல்லே.

வித்யா: நாலிலிருந்து மூணு. அதாவது 3ஐ 4இல் இருந்து எடுக்கணும். That is Four minus Three.. ஒரு வேளை பத்தா ஸார்?

ப்ரொபஸர்: ஐயோ கண்ணு கொழந்தை...! Guess பண்ணப்படாது. அதுக்கான reason சொல்லணும். இப்ப நாம ரெண்டு பேரும் சேர்ந்து இந்த பிரச்சினையை solve பண்ண முயற்சி பண்ணுவோம். உனக்கு தெரியுமா? சரியா ஒண்ணு ரெண்டு எண்ணத் தெரியுமா?

வித்யா: ஓ, ஒண்ணு, ரெண்டு, மூணு, தீன், ஓந்து... எரடு... மூரு... ஒக்கட்டி, One, two, three ஏக்..

ப்ரொபஸர்: very Good, நல்லா எண்ணத் தெரிஞ்சு இருக்கு இப்படி எதுவரைக்கும் எண்ண முடியும்?

வித்யா: Upto infinity, Sir.

ப்ரொபஸர்: It is impossible, then.

வித்யா: அப்போ பதினாறு வரைக்கும் எண்ணலாமா?

ப்ரொபஸர்: இது ரொம்ப அதிகம் சரி எண்ணிக்கிட்டே போ...

வித்யா: ஒண்ணு... ரெண்டு... மூனு.. நாலு...

ப்ரொபஸர்: Stop. இதுலே எந்த நம்பர் பெரிசு? மூணா? நாலா?

வித்யா: (தீவிரமாக யோசித்தபடி) மூணா? நாலா? எது பெரிய நம்பர்? எந்த வகைலே பெரிசு ஸார்?

ப்ரொபஸர்: சில எண்கள் மற்ற எண்களை விட சிறுசாக இருக்கு, அதிகமான கணங்கள் இருக்கு எண்கள்லே இல்லியா?

வித்யா: சின்ன எண்களை விடவா?

ப்ரொபஸர்: அதுலே என்ன சந்தேகம்? சின்ன எண்கள் சின்ன யூனிட்களால் ஆக்கப்பட்டு இருக்கு. If all the units are very small, there may be more units in the small numbers than in the bigger ones. That is if they are not the same units.

அப்போ சின்ன எண்கள் இருக்கலாம் இல்லையா? பெரிய எண்களைவிட பெரிசா இருக்கலாம். நாம்ப இப்ப அதுலே போகல்லே. அது ரொம்ப அட்வான்ஸ்டான விஷயம். நான் என்ன சொல்ல நினைச்சேன்னா எண்களை மீறியும் சில விஷயங்கள் இருக்கு. அளவு இருக்கு. like வாத்துக்கள், தேங்காய்கள், கழுதைகள், மந்திரிகள், இப்படி போயிக்கிட்டே இருக்கும். Let us just suppose make it more easier. நாம் இப்போ பேசிக்கிட்டு இருக்கிற எண்கள் எல்லாம் ஒரே ஒரே யூனிட்களை கொண்டதாக வெச்சிக்கலாம். எண்களும் ஒரே அளவு யூனிட் கொண்ட பட்சத்தில் எல்லா அதிக யூனிட்களைக் கொண்ட எண்கள் மற்ற எண்களை விட பெரியது என்று கொள்ளலாம். (முச்சு விடுகிறார்) அப்போ எது அதிகமா இருக்கோ அதுதான் மற்றதை விடப் பெரிசு இல்லியா?

வித்யா: ஸார் நீங்க Quantity ஐ Quality யோட equate பண்றீங்க. இது கொஞ்சம் தியரிட்டிகலா இருக்கு. நாம இவ்வளவு டீப்பா தியரிக்கு போகவேண்டாம்.

ப்ரொபஸர்: சரி விடு. நாம ஒரு குறிப்பிட்ட example ஐ எடுத்துக்கிட்டு மேல போவோம். நம்ம கிட்டே நாலு இருக்கு 3 இருக்கு. Each one having a number எது பெரிசு? பெரிய எண்ணா? சின்னதா?

வித்யா: என்னை மன்னிக்கணும் சார். பெரிய எண் அப்படின்னா என்ன சார்? அடுத்த எண்ணை விடக் கொஞ்சம் சின்னதா உள்ள எண்ணா?

ப்ரொபஸர்: அதேதான். நீ அற்புதமா புரிஞ்சிக்கிட்டிருக்கே.

வித்யா: அப்போ நாலா இருக்கணும்

ப்ரொபஸர்: அப்போ நாலு என்ன? 3ஐ விடப் பெரிசா? சின்னதா?

வித்யா: சின்னது.... இல்லே பெரிசு....

ப்ரொபஸர்: Excellent answer. 3க்கும் 4க்கும் நடுவிலே எத்தனை யூனிட் வித்தியாசப்படுது அல்லது 4க்கும் 3க்கும் உனக்கு சௌகரியப்படறதா இருந்தா...

வித்யா: ஸார்... 3க்கும் 4க்கும் நடுவிலே எந்த யூனிட்டும் இல்லே. நாலு மூணுக்கு அடுத்ததா வருது. 3க்கும் 4க்கும் நடுவிலே ஒண்ணும் இல்லே

ப்ரொபஸர்: ஒரு நிமிஷம்.... இப்ப எனக்கே புரிஞ்சதான்னு சந்தேகமா இருக்கு. ஒருவேளை நான் உனக்கு விளங்கற மாதிரி சொல்லல்லியோ? ஒருவேளை என்னுடைய தப்பாகூட இருக்கலாம்

வித்யா: ஐயையோ... நீங்க வேறே சார்.. இது முழுக்க முழுக்க என்னோட தப்புத்தான்.

(அன்னம்மா வருகிறாள்)

ப்ரொபஸர்: (எரிச்சலுடன்) என்ன... திரும்பவும் எதையாவது தேடணுமா?

அன்னம்மா: ஐயையோ... அதெல்லாம் ஒண்ணுமில்லே. மண்டை காய ஆரம்பிச்சிருக்குமே... காபி எதாவது சாப்பிடறேளான்னு கேக்க வந்தேன்.

ப்ரொபஸர்: அதெல்லாம் ஒண்ணும் வேணாம். அது சரி அன்னம்மா...இந்தப் பொண்ணுக்கும் விளங்கறா மாதிரி ஒரு கேள்வி. கவனிக்கணும்

அன்னம்மா: ஐயையோ... என்னை விடுங்கோ. ஏண்டா பிராமணா கல்யாணம் ஆகலையான்னு கேட்டா நீயே எம் பொண்டாட்டின்னு சொன்ன கதையா இல்லே இருக்கு. நான் போய் எதையாவது தேடறேன். அதுவே தேவலாம். (உள்ளே போகிறாள்.)

ப்ரொபஸர்: (வித்யாவிடம்) சரி.... வித்யா.... இப்போ இப்படி வச்சிக்கலாம். இப்போ எங்கிட்டே 3 தீப்பெட்டி இருக்கு.

வித்யா: இல்லையே சார்.

ப்ரொபஸர்: இல்லை. இருக்கற மாதிரி வச்சுக்குவோம் என்ன? என் கையிலே 3 தீப்பெட்டி இருக்கு.

வித்யா: இல்லே சார்.

ப்ரொபஸர்: இப்போ ஒரு பேச்சுக்கு. என் கையிலே 3 தீப்பெட்டி இருக்கு. (அவளைப் பார்க்கிறார். அவள் வெறும்னே வெறிக்கிறாள்.) இன்னொண்ணு சேர்த்துக்கறேன். இப்ப 4 ஆகுது இல்லியா? இப்பத்தான் ஜாக்கிரதையா கவனிக்கணும். இப்ப 4 இருக்கு, நாலு தீப்பெட்டிகள்லேருந்து ஒரு தீப்பெட்டியை எடுக்கறேன். இப்ப எவ்வளவு பாக்கி இருக்கு?

வித்யா: அஞ்சு.

ப்ரொபஸர்: இல்லேம்மா அது தப்பு. உன் மண்டையிலே கூட்டலே முழுக்க நிறைஞ்சு இருக்கு. நாம் சமயத்துலே கழிக்கவும் வேணும் சேர்தல் மட்டுமே பத்தாது. கழித்தல் கூட்டுதல் எல்லாமே இருக்கணும். முன்னேற்றம், பிரிதல் இதுதான் வாழ்க்கை தத்துவம் நாகரிகம் விஞ்ஞானம் எல்லாமே இதுலே அடங்கி இருக்கு.

வித்யா: ஆமாம் ஸார்.

ப்ரொபஸர்: சரி, நாம நம்ம தீப்பெட்டிக்கு திரும்பப் போவோம். என்கிட்டே நாலு தீப்பெட்டி இருக்கு. இருக்கா? அதுலே நான் ஒண்ணை எடுத்துக்கறேன். இப்போ எங்கிட்டே.....

வித்யா: தெரியாது ஸார்.

ப்ரொபஸர்: Come on. கொஞ்சம் யோசிக்கணும். நீ தேவையான intellect effort எடுத்துக்கிட்டு முயற்சி பண்ணா உன்னாலே ஜெயிக்கவும் முடியும்னு எனக்குத் தெரியும். அப்புறம் என்ன?

வித்யா: எனக்குத் தோணலே ஸார். நிஜமாகவே தெரியலே ஸார்.

ப்ரொபஸர்: சரி.. டென்ஷன் ஆகக்கூடாது. இப்போ நாம கொஞ்சம் சுலபமான உதாரணமா பார்ப்போம். இப்போ உனக்கு ரெண்டு மூக்கு இருந்து நான் ஒண்ணைக் கிள்ளி எடுத்தேன்னா என்ன இருக்கும்?

வித்யா: ஒண்ணும் இருக்காது ஸார். ரத்தம் வரும்.

ப்ரொபஸர்: What do you mean?

வித்யா: ஆமாம் சார். இப்போ நீங்கக் கிள்ளி எடுக்கல்லே அதனாலே ஒண்ணு இருக்கு. அதையும் நீங்கக் கிள்ளி எடுத்தா ஒண்ணும் இருக்காது இல்லையா?

ப்ரொபஸர்: உனக்கு நான் சொன்ன உதாரணம் சுத்தமா புரியலேன்னு நினைக்கிறேன். சரி இன்னும் சுலபமான ஒரு உதாரணம் சொல்றேன். உனக்கு ரெண்டு....

வித்யா: ஐயோ சார்.....

ப்ரொபஸர்: அது இல்லேம்மா, சரி இப்படி வச்சிக்குவோம். ஸப்போஸ் உனக்கு ஒரு காது இருக்குன்னு வச்சிக்குவோம்.

வித்யா: சரி... அப்புறம்..

ப்ரொபஸர்: நான் இன்னொரு காதை ஒட்ட வைக்கிறேன். இப்போ உனக்கு எவ்வளவு காதுகள் இருக்கும்?

வித்யா: ரெண்டு.

ப்ரொபஸர்: குட், நான் இப்போ இன்னொரு காது ஒட்ட வைக்கிறேன். இப்போ எவ்வளவு இருக்கும்?

வித்யா: *3 காதுகள்.*

ப்ரொபஸர்: *சரி நான் அதுலே ஒண்ணை தனியா எடுத்துடறேன். இப்போ எவ்வளவு இருக்கும்?*

வித்யா: *ரெண்டு.*

ப்ரொபஸர்: *க்ரேட்... இப்போ நான் இன்னொரு காதையும் எடுத்துடறேன் இப்போ எவ்வளவு இருக்கும்?*

வித்யா: *ரெண்டு.*

ப்ரொபஸர்: *இல்லேம்மா உன்கிட்டே பாக்கி ரெண்டு காதுகள் இருக்கும். அதுலே நான் ஒண்ணை எடுத்துர்றேன். அப்ப எவ்வளவு பாக்கி இருக்கும்?*

வித்யா: *ரெண்டு.*

ப்ரொபஸர்: *நான் அதுலே ஒண்ணை கிள்ளி எடுத்துடறேன். அப்ப எவ்வளவு பாக்கி இருக்கும்?*

வித்யா: *ரெண்டு.*

ப்ரொபஸர்: *இல்லை ஒண்ணு.*

வித்யா: *ரெண்டு.*

ப்ரொபஸர்: *ஒண்ணு.*

வித்யா: *ரெண்டு.*

ப்ரொபஸர்: *ஒண்ணு.*

வித்யா: *ரெண்டு.*

ப்ரொபஸர்: *(விரக்தியடைந்தவராக) இல்லே. இல்லே. இல்லவே இல்லே. சரி என் இந்த உதாரணம் உன்னாலே ஏத்துக்க முடியாததா இருக்கு போல இருக்கு. இப்ப வேறே மாதிரி சொல்றேன்.*

வித்யா: *யெஸ் ஸார்.*

ப்ரொ: *உன்கிட்டே..*

வித்யா: *(படு அவசரமாக மறித்து) பத்து விரல்கள் இருக்கு.*

ப்ரொ: fine. உனக்கு பிடிச்சிருந்தா அப்படியே உன்கிட்டே பத்து விரல்கள் இருக்கு. அதுலே அஞ்சு விரல் எடுத்துட்டா எவ்வளவு இருக்கும்?

வித்யா: பத்து ஸார்.

ப்ரொ: இல்லேம்மா அது தப்பு.

வித்யா: நீங்கதானே சொன்னீங்க. என்கிட்டே பத்து விரல்கள் இருக்குன்னு.

ப்ரொ: நான் அப்புறம் சொன்னேன். அதுலே 5 விரல்களை..

வித்யா: என்கிட்டே 5 விரல்கள் கிடையாது சார். பாருங்க 10 விரல்கள்தான் இருக்கு.

ப்ரொ: நாம் இப்போ வேறே வேறே மாதிரி போகலாம். கழித்தல் கணக்குக்கான சௌகர்யத்துக்காக நாம figure களை 5க்குள்ளே restrict பண்ணிக்கலாம். கொஞ்சம் உனக்குப் பொறுமை வேணும். உனக்கு உதவி செய்யத்தானே நான் இங்கே இருக்கேன்.

(ப்ரொபஸர் கற்பனையான கரும்பலகையில் எழுத ஆரம்பிக்கிறார். வித்யாவுக்கு சௌகரியமாக அவள் அருகில் நகர்த்தி வைக்கிறார்.)

ம்... இப்ப கவனி.

(அன்னம்மா பிரவேசிக்கிறாள். கடுகடுப்பாக இருக்கிறாள்.)

அன்னம்மா: நான் அப்பவே முட்டிண்டேன் இந்தக் கணக்கெழவே வேணாம்னு. இப்போ ரெண்டு பேரும் டென்ஷனாகி ஓடம்பு கெட்டுப்போய் என்ன எழவுக்கு இதெல்லாம்?

ப்ரொ: அன்னம்மா.. இதெல்லாம் உங்க மண்டைக்கு ஏறாத விஷயம். நீங்க உங்க வேலையைப் பாருங்க.

அன்னம்மா: எங்கிட்டே சொல்லாதீங்கோ. இதுக்கு எதுக்கு டாக்டரேட்டும் புடலங்காயும்? குத்து மதிப்பா கண்ணை மூடிக்கிட்டுச் சாமான்களைப் போட்டு சமையல் பண்றவளாக்கும்.

எனக்கெதுக்கு? குருவாச்சு... சிஷ்யை ஆச்சு. ஏண்டிம்மா அவர்தான் கதர்றாறே நீயாவது சிஷ்யை ஆச்சே ஒத்துக்கப்படாதா?

வித்யா: இல்லை ஆண்ட்டி...

ப்ரொ: அன்னம்மா (வித்யாவிடம்) நீ சும்மா இரு. குரு சிஷ்ய உறவே இப்படித்தான். குடுக்கறது வாங்கறது எல்லாம் உண்டு இல்லையா. சரி சரி உள்ளே பாருங்க. ஏதோ தீயற வாசனை வருது.

அன்னம்மா: அங்கே இல்லே இங்கேதான். கணக்கு தீயறது எனக்கென்ன. (உள்ளே போகிறாள்.)

ப்ரொ: (கரும்பலகையில் பாவனையில் ஒண்ணு, ரெண்டு, தெரியுதா? (வித்யாவிடம்) சரி அதை விடு. (ஒரு கோட்டினை வரைய ஆரம்பிக்கிறார் மூணு, நாலு நாலு கோடுகள்.)

வித்யா: தெரியுது ஸார்.

ப்ரொ: இவை எல்லாம் குச்சிகள் புரியுதா. இது ஒரு குச்சி, இது 2 குச்சிகள், இது 3 குச்சிகள் இப்போ நாலு குச்சிகள். இதெல்லாம் என்ன? எண்கள் நம்பர்ஸ் figures நீ ஒரு குச்சியை எண்ணும்போது அது ஒரு யூனிட் என்னது?

வித்யா: ஒரு யூனிட்.

ப்ரொ: அதுதான். ஒண்ணு figures இல்லே Numbers. One Two, Three, Four, Five elements of numeration என்ன?

வித்யா: (தயக்கத்துடன்) ஆமாம் ஸார். சங்கதிகள் அந்தக் குச்சிகள் எல்லாம் எண்கள். யூனிட்கள்.

ப்ரொ: At one and the same time, that is to say, in point of fact, the whole of arithmatic.

வித்யா: Yes, Sir. Very Good Sir, Thank You Sir.

ப்ரொ: அப்ப நீ இந்தச் சங்கதிகளை வச்சு எண்ண ஆரம்பி. கூட்டணும் கழிக்கணும்.

வித்யா: (ஞாபகப்படுத்திக் கொள்வது போல்) இந்தக் குச்சிகள்லாம் எண்கள் figures units.

ப்ரொ: Very good. அப்படித்தான் வெச்சிக்கோயேன். அப்புறம்?

வித்யா: நாம் 3 உருப்படிகள்லே ரெண்டு உருப்படிகளைக் கழிக்கலாம். ஆனால் ரெண்டு ரெண்டை மூணு மூணால் கழிக்க முடியுமா? உருவங்களை நாலு எண்களால் கழிக்க முடியுமா? அப்புறம் 3 எண்களை ஒரு உருப்படியால் கழிக்க முடியுமா?

ப்ரொ: முடியாதும்மா... கண்டிப்பா முடியாது.

வித்யா: ஆனால் ஏன்?

ப்ரொ: ஏன்னா...

வித்யா: (மறித்து) ஏன்னா அதுவெல்லாம் ஒண்ணேத்தான்.

ப்ரொ: அதெல்லாம் அப்படித்தாம்மா. அதை விரிவா விளக்க முடியாது. இது உனக்குள்ளே இருக்கிற sense ஐ பொறுத்து இருக்கு. உனக்குள்ளே அந்த sense இருக்கோ இல்லையோ.

வித்யா: அப்ப இதுக்கு என்னதான் வழி சார்?

ப்ரொ: இதோ பாரும்மா.. இந்த அடிப்படை கணித விதிகளைப் புரிஞ்சிக்கலைன்னா உன்னாலே இந்த சப்ஜெக்ட்லே ஒண்ணும் பண்ண முடியாது. டாக்டரேட் என்ன, உன்னாலே ஒரு நர்சரி டீச்சராகக் கூட ஆகமுடியாது. நான் ஒத்துக்கறேன் இது நாம நினைக்கிற மாதிரி அவ்வளவு சுலபம் கிடையாது abstract ஆகத்தான் இருக்கும். ஆனா இந்த ஆரம்பப் பாடத்தை நீ உருப்படியா கத்துக்கலேன்னா உன்னாலே எந்த மனக்கணக்கும் போட முடியாது. உதாரணத்துக்கு how much is a Three billion, Seven hundred and fifty five million, Nine Hundred and Fifty one multiplied by five billion one hundred and Sixty two million, three hundred and and three thousand five hundred and eight இதை நீ எப்படி மனக்கணக்குலே பெருக்குவே?

வித்யா: (மிக வேகமாக) இதோட பெருக்கல் சார் Nineteen Quintillion, three hundred and ninety Quadrillion, two trillion, eight hundred and forty four billion, two hundred and nineteen million, hundred and sixty four thousand, five hundred and eight.

ப்ரொ: *(எகிறி விழுந்தவராக) நோ... நோ... அப்படி இருக்காது.* That be Nineteen Quintillion, three hundred and ninety quadrillion, two million, eight hundred and forty four billion, two hundred and nineteen million, a hundred and sixtyfour thousand five and nine.

வித்யா: *இல்லே சார்.* Five Hundred and eight.

ப்ரொ: *(கலவரம் அடைந்தவராக) ஆமாம் ஆமாம். உன் விடைதான் சரி. உன்னுதுதான் சரியான பெருக்கல் (முணுமுணுத்தவாறு)* Quintillion, Quadrillion, bil)ion, billion, million, a hundred and sixty four thousand five hundred and eight *(அதீத வியப்புடன்) எப்படிம்மா இது? உன்னாலே அடிப்படை கணித விதியை புரிஞ்சிக்க முடியாதப்ப இவ்வளவு பெரிய பெருக்கல் கணக்குக்கு எப்படி விடை கண்டுபிடிக்க முடிஞ்சது?*

வித்யா: *இது ரொம்ப கலபம் சார். சின்னக் கணக்குகளுக்கு கடுமையா யோசிச்சி அதுக்கான ஆதாரங்களையும்* logic *ஐயும்* reasoning *ஐயும் எப்பவும் நம்ப முடியாதுங்கறதாலே நான் பெருக்கல் கணக்குலே உள்ள எல்லா* combination *ஐயும் மனப்பாடம் பண்ணி வச்சிருக்கேன் ஸார்.*

ப்ரொ: *ஆனால் இந்த பெருக்கல்லே* combination*க்கு முடிவே இல்லியேம்மா.* They are infinite.

வித்யா: *எப்படியோ கஷ்டப்பட்டு நெட்டுரு பண்ணி வச்சிருக்கேன் சார்*

ப்ரொ: *அபாரம். அமானுஷ்யமா இருக்கு. ஆனால் இதனாலே எல்லாம் நான் திருப்தி அடைஞ்சதா நீ நினைக்கக்கூடாது. என்னுடைய பாராட்டோ அல்லது தட்டிக் கொடுக்கறதோ இல்லாமேதான் இதை நீ செஞ்சாகணும். இதுலே எது முக்கியம்னா கணக்குலே நீ*

எண்ணிக்கையிலே பலமா இல்லாம வெறும் மனப்பாடம் பண்றதை நம்பி இருக்க முடியாது. கணக்குக்கு அடிப்படை எண்ணிக்கை கூட்டல், கழித்தல் ஒரு தர்க்க சிந்தனையோட சரியான வழிமுறையோட பண்றது ரொம்ப அவசியம். நீ என்ன செய்யறேன்றதை புரிஞ்சு செய்யனும் அப்பதான் சரியான விடை கிடைக்கும். Memory is a deadly enemy to mathematics. அதுலே சில சௌகர்யங்கள் இருந்தாலும் கணக்குன்னு வர்றப்ப நெட்டுரு போடறது ரொம்ப மோசமான விஷயம். நான் இதுலேயெல்லாம் திருப்தியாகலே. இது பத்தாது.

வித்யா: *(நொறுங்கிப் போனவளாக)* நோ... சார்...

ப்ரொ: சரி. இந்தக் கணக்கை கொஞ்ச நேரத்துக்கு மறந்துடுவோம். நாம இப்ப வேறே ஒரு exercise க்கு வருவோம்.

வித்யா: யெஸ்... ஸார்.

(அன்னம்மா பிரவேசிக்கிறாள். ப்ரொபஸரின் பின் பக்கமாக நின்று)

அன்னம்மா: கேளுங்கோ.....

ப்ரொ: *(கவனிக்காதபடி)* இது ரொம்ப பரிதாபம்மா... நீ Special mathematics லே ரொம்ப அட்வான்ஸ்டா இருக்கே..

அன்னம்மா: இங்கே பாருங்கோ ஒரு நிமிஷம்.

ப்ரொ: எனக்கென்னமோ சந்தேகம்தான். நீ எல்லா சப்ஜெக்ட்லேயும் டாக்டரேட் வாங்குவியான்னு.

வித்யா: Oh what a shame sir.

ப்ரொ: அட்லீஸ்ட் நீ *(அன்னம்மாவிடம்)* கொஞ்சம் தனியா விடுங்களேன். இது என்ன இம்சை? நீங்க சமையல் அறையிலே வேலையைப் பாருங்க. இல்லே எதையாவது தொலைச்சுட்டுத் தேடுங்க *(வித்யாவிடம்)* ஆனால் உன்னை ஒரு partial ஆன doctorate ஆவது தயார் செய்தாகணும்.

அன்னம்மா: ஒரு நிமிஷம்தான் கேளுங்களேன்..

ப்ரொ: (நொந்தபடி) அடக் கண்றாவியே. என்னைக் கொஞ்சம் தனியாத்தான் விடுங்களேன். என்ன எழவு வேணும் உங்களுக்கு? (வித்யாவிடம்) உனக்கு நிஜமாகவே ஒரு partial doctorate பண்ணணும்னு ஆசையிருந்தா என்னாலே உன்னைத் தயார் பண்ணமுடியும் என்ன சொல்றே?

வித்யா: தயவு செஞ்சு சார்.... ப்ளீஸ்...

ப்ரொ: the essentials of language study especially the comparative philology.

அன்னம்மா: என்னைக்கேட்டா எதுக்கு இந்த எழவெல்லாம்னு அப்போ புடிச்சி கத்திண்டிருக்கேன்.

ப்ரொ: அன்னம்மா... நீங்க ரொம்பத்தான் எல்லை மீறிப் போயிக்கிட்டே இருக்கீங்க.

அன்னம்மா: எல்லாத்தையும்விட்டு இந்த Philology சனியன் என்னத்துக்கு? இருக்கறதிலேயே மோசமான விஷயம் அதுதாம்பேன்.

வித்யா: (ஏளனமாக சிரித்தபடி) மோசமான விஷயமா? Philology யா? என்ன உளர்றீங்க?

ப்ரொ: (அன்னம்மாவிடம்) This is too much. தயவுசெய்து உள்ளே போங்க.

அன்னம்மா: நல்லது, ரொம்ப நல்லது. நான் போறேன். ஆனால் நான் உங்களை எச்சரிக்கை பண்ணலே ஞாபகப்படுத்தலேன்னு அப்புறம் புலம்பப்படாது சொல்லிட்டேன்.

ப்ரொ: அன்னம்மா, நான் குழந்தை இல்லே, எனக்கு 21 வயசாகி 30 வருஷம் ஆகுது.

வித்யா: சரியா சொன்னீங்க சார்.

அன்னம்மா: எனக்கென்ன போறேன். வேலியிலே போற ஓணானை எங்கேயோ எடுத்து விட்டுக்கறேள். அப்புறம் கெடந்து கொடையறதுன்னு வீடெல்லாம் விழுந்து பிரளப்படாது ஆமாம் சொல்லிட்டேன்.

(உள்ளே செல்கிறாள்.)

ப்ரொ: *(வித்யாவிடம்)* என்ன. ஆரம்பிக்கலாமா?

வித்யா: ப்ளீஸ் ஸார்.

ப்ரொ: நான் எழுதி தயார் பண்ணி இருக்கிற இருக்கிற இந்த குறிப்புகளை ரொம்ப கவனமா கேட்டு மனசுலே பதிய வைக்கணும்.

வித்யா: கண்டிப்பா சார்.

ப்ரொ: இந்த வரப்போற பத்து நிமிஷத்துலே comparative philology of Tamil Language பற்றி தெரிஞ்சிக்கப் போறே.

வித்யா: வாவ்... சூப்பர் சார். *(படபடவென்று கை தட்டுகிறாள்.)*

ப்ரொ: Silence. என்ன இது அல்பத்தனமா?

வித்யா: I am sorry Sir.

ப்ரொ: அமைதியா இரு. *(மிகவும் தீவிரமடைகிறார். புத்தகக் குவியல்களின் நடுவில் பரபரப்புடன் தேடி ஒரு மிகப் பிரமாண்டமான காகிதச் சுருள் ஒன்றை எடுக்கிறார், எடுத்துப் பரபரப்புடன் தேடி மிகவும் பெரிதுபடுத்தப்பட்ட நாடகத் தொனியில் வாசிக்கிறார்.)* இப்போ திராவிட மொழிகள் பற்றிக் கொஞ்சம் பார்ப்போம்.

வித்யா: மொழியின் தோற்றத்திலிருந்து போகலாமா? Origin of languages.

ப்ரொ: அதுக்கு இந்த சுருள் பத்தாது. இப்ப உன் டாக்டரேட்லே concentrate பண்ணுவோம். Don't try to blow your too little knowledge. O.K.?

வித்யா: ரைட் சார்.

ப்ரொ: *(காகிதச் சுருளை அமைதியாக கீழே விட்டுக்கொண்டே இருக்கிறார். வித்யா பொறுமை இழக்கிறாள். ப்ரொபசர் கண்டுபிடித்து விடுகிறார்.)* வட இந்தியாவில் பிராகிருதம், பாலி முதலிய மொழிகள் செல்வாக்குப் பெற்றபிறகு பழந்திராவிட மொழி தென்னிந்திய அளவில்

குறுகிவிட்டது. காலப்போக்கில் இந்தியாவிலும் ஆட்சி வேறுபாடு, ஆறு மலைகளின் எல்லை வரையறை முதலான காரணங்களாலும் ஒரு பகுதியில் வாழ்ந்த திராவிட மக்கள் பேசிய மொழிக்கு இடையே வேற்றுமை வளர்ந்தது. போக்குவரத்துக் குறைந்த அந்தக் காலத்தில் வேற்றுமை குறைவது எளிது. அதனால் தெற்கே இருந்தவர்கள் பேசிய மொழி தமிழ் என வேறுபட்டது. திருப்பதி மலைக்கு வடக்கே வாழ்ந்த மக்கள் பேசிய மொழி தெலுங்கு எனப்பட்டது. மைசூர்ப் பகுதியில் பேசிய திராவிட மொழி கன்னடம் என வேறுபட்டது. தென்மேற்கே கேரளத்தில் இருந்தவர்கள் மொழி மலையாளம் என அறியப்பட்டது. இம்மொழிகளைக் குறிக்கும் திராவிடம் என்ற சொல் பிற்காலத்தில் ஏற்பட்டது. அது தமிழ் என்ற சொல்லின் திரிபே. தமிழ், தமிள, த்ரமிள, த்ரமிட, திரபிட, திராவிட என்று திரிந்தமைந்த சொல். *(வித்யா மிகப் பலமாக இருமுகிறாள். ப்ரொபஸர் படிப்பது தடைபடுகிறது. அவர் எரிச்சலுடன் நிமிர்கிறார்.)* பார் இப்போதான் நீ கவனமா கேக்கணும். இருமலோ தும்மலோ அல்லது எது வந்தாலும் பலமா அடக்கிக்கணும். ஏன்னா இது உன் டாக்டரேட்டுக்கு முக்கியமான விஷயம்.

வித்யா: எஸ் ஸார்.

ப்ரொ: சரி. நாம இப்போ பொதுவான விஷயத்துலேயே அதிகமா கவனம் செலுத்தவேண்டாம். கொஞ்சம் அட்வான்ஸ்டா முன்னேற முயற்சி எடுப்போமா?

வித்யா: *(வருத்தத்துடன்)* கண்டிப்பாக சார்.

ப்ரொ: இல்லேன்னாலும் பரவாயில்லே. முன்னே சொன்ன சப்ஜெக்டுக்கு அப்புறம் வந்தாலும் வருவோம் யார் கண்டா?

வித்யா: *(கொஞ்சம் சந்தோஷத்துடன்)* ஆமாம் சார்.

ப்ரொ: கவனமா கேட்டுக்கோம்மா.... ஒவ்வொரு மொழியும் இதை சாகிற வரைக்கும் மறக்கக்கூடாது.

வித்யா: இல்லே சார். நீங்க செத்தாலும் உங்க கல்லறையிலே பொறிச்சு வைப்போம்.

ப்ரொ: கருமம், இது ரொம்ப அடிப்படையான விஷயம். எந்த ஒரு மொழியும் பேசும் முறைகளால் வேறுபட்டது. அதாவது பலவித ஒலிக்கலவைகளால் ஆக்கப்பட்டது.

வித்யா: Phonemes.

ப்ரொ: ஆமாம் அதைத்தான் சொல்ல வந்தேன். ரொம்ப தெரியும்னு காமிச்சிக்க வேண்டாம். பொத்திக்கிட்டு நான் சொல்றதை கவனிச்சாப் போதும்.

வித்யா: சார்..

ப்ரொ: குறுக்கே பேசாதே. (மீண்டும் காகிதச் சுருளில் தேடுகிறார். அன்னம்மா வருகிறாள்.)

அன்னம்மா: என்ன தேடுறேள்....

(ப்ரொபஸர் பதில் சொல்லாமல் தேடுவதைத் தொடர்கிறார். வித்யா கிடைத்த இந்த சந்தர்ப்பத்தில் கண்ணயர ஆரம்பிக்கிறாள்.)

அன்னம்மா: கேக்கிறேன் இல்லே? என்ன தேடறேள்.

ப்ரொ: அன்னம்மா நான் சொன்னா உங்களுக்குப் புரியாது. உங்க வேலையைப் பாருங்க.

அன்னம்மா: நான் பேஷாப் பாக்கறேன். ஒரு நிமிஷம் இங்கே பாருங்கோ. அஞ்சறைப்பொட்டியிலே பெருங்காயம் மடிச்சி வச்சிருந்த காகிதம். உங்க கையெழுத்தா இருந்தது. உங்களைக் கேட்டுட்டு கசக்கிப் போடலாம்னு பார்த்தேன். (ப்ரொபஸர் வாங்கிப் பார்க்கிறார்.)

ப்ரொ: ஆஹா.. இதேதான். ரொம்ப நன்றி. நீங்க போகலாம்.

அன்னம்மா: கொழந்தே பேஷாப் பாடம் கேக்கறது. (போகிறாள். ப்ரொபஸர் வித்யாவை உலுக்கி எழுப்புகிறார்.)

ப்ரொ: ம்.. இப்ப கொஞ்சம் அட்வான்ஸ்டான விஷயம். எழுத்து எப்படி பிறக்குதுன்னு பார்ப்போம்.

'நிறையுயிர் முயற்சியி னுள் வளி துரப்ப

எழுந்தணுத் திரளுங் கண்ட முச்சி

முக்குற் றிதழ்நாப் பல்லணத் தொழிலின்

வெவ்வே றெழுந்தொலி யாய் வரல் பிறப்பே'

அதாவது, இதை பொருள் விளங்க கலபமா சொல்லணும்னா..

விகாரப்படாது தன்னியல்பினின்ற உயிர் மொழிவலென்னு முள்ளந்தோற்றி முயல உண்ணின்ற வள கடாவ ஆண்டு நின்ற ஒளியணு வீட்டம் விசைத்தெழுந்து நெஞ்சே மிடற உச்சியே முக்கேயன்றிந் நான்கிடத்தையும் முதலடைந்து இதழே வரவே பல்லே அண்ணமே என்றிந் நாலிடத்தையும் பின்பு அடைய இவற்று முயற்சி பிகற்பத்தாற் பல்வேறு வகைப்பட்ட எழுத்தொலியாய்ப் புலப்படல் எழுத்துகளது பிறப்பாம். என்ன சுலபமா புரிஞ்சதா?

வித்யா: இது பவணந்தி அடிகளோட நன்னூல் தானே சார்?

ப்ரொ: குறுக்கே பேசக்கூடாது கேக்கணும். ஒலிகள் அவை பறக்கக் கிளம்பும் முன்னேயே அதன் இறகுகளைப் பிடித்து நிறுத்தவேண்டும் இல்லையென்றால் அவை செவிடன் காதில் ஊதிய சங்கின் கதியை அடைய நேரிடும். இப்போ நீயே பேச முயற்சி பண்ணா என்ன செய்வே? நல்லாக் கவனி. காத்தை அடிவயித்திலிருந்து எழுப்பி உன் தொண்டைக்குக் கொண்டு வந்து நாக்கு வழியா காத்து பல்லை உரசி உதடு வழியா வழிய விடுறே இல்லியா? அப்ப நாக்கு... பல்லு... உதடு...

வித்யா: (வேதனையுடன்) சார்..

ப்ரொ: குறுக்கே பேசாதே.

வித்யா: சார், எனக்கு பல்லு வலி.

ப்ரொ: இந்த சின்ன அல்பமான விஷயம் நீ தெரிஞ்சிக்கப் போற அதி பிரமாண்டமான விஷயத்துக்கு குறுக்கே வரப்படாது. கவனி.

வித்யா: இல்லே சார். பல்வலி உயிர் போகுது.

ப்ரொ: உயிரே போனாலும் இதைக் கேட்டுட்டுத்தான் நீ சாகணும். இது ரொம்ப முக்கியமான விஷயம்.

வித்யா: (வேதனையுடன்) யெஸ் ஸார்.

ப்ரொ: ம்... நான் என்ன சொல்லிக்கிட்டிருந்தேன்? ம்... மொழி... சொல்...வார்த்தை.. யெஸ் இப்ப தமிழ்லேயே பாரு பழம் என்கிற வார்த்தை. ப... ன்னு சொல்றப்ப என்ன பண்றே?

வித்யா: சார் எனக்குப் பல் வலி.

ப்ரொ: ப....இப்ப உதடு பிரியுது. அதாவது வாய் திறக்கிறே. ழ இப்போ..

வித்யா: பல்லு வலி... உயிர் போகுது.

ப்ரொ: போகட்டும். ழ..... ன்றப்ப உள்ளே ஏதோ இருக்கு இல்லையா?

வித்யா: பல் வலி.

ப்ரொ: ம்... இப்போ ம்...ன்றே உதடு மூடுது. அதாவது வாய் மூடிக்கிது. அப்ப ப.... ழ......ம் வாய் திறக்கிறே, வாய்க்குள்ளே போடறே. வாயை மூடி முழுங்குறே. பழம் எப்படி?

வித்யா: சார் எனக்குப் பல் வலி

ப்ரொ: நல்லா கவனி. Let us continue. அதேமாதிரி ஒலிக்கூட்டங்களால் அமைந்த சொல் சொற்கூட்டால் அமைந்த வார்த்தைகள் மொழிக்கு மொழி மாறுபடும். இப்போ தமிழ்லே கடைக்குப் போய் வாங்கி வான்னு சொல்றோம். கன்னடத்துலே ‘அங்கிடினல்லிந்த த கொண்டு பா’...ன்னு சொல்றோம். தமிழ்லே ‘வாங்கி வா.’ கன்னடத்துலே ‘த கொண்டு பா.’ அப்படின்னா ‘எடுத்துக்கிட்டு வா.’ அப்ப என்ன ஆகும்?

வித்யா: கடைக்காரன் கட்டிப்போட்டு உதைப்பான். சார் எனக்குப் பல்வலி.

ப்ரொ: நான் அதைச் சொல்லலே. வார்த்தைகளின் பொருள் எப்படி மாறுது பாத்தியா?

வித்யா: எனக்குப் பல் வலி பிராணன் போகுது.

ப்ரொ: பரவாயில்லே, இப்போ அதே மாதிரி என் தாய் மண் தமிழ்நாடு. இதை கன்னடத்துலே எப்படி ட்ரான்ஸ்லேட் செய்வே?

வித்யா: சார் தமிழ்நாட்டுக்கு கன்னடத்துலே என்ன சார்?

ப்ரொ: தமிழ்நாட்டுக்கு கன்னடத்துலே கர்நாடகா, தெலுங்கிலே ஆந்திர பிரதேசம்,மலையாளத்துலே கேரளா இப்படிப் போகுது புரியுதா?

வித்யா: எனக்கு பல் வலி உயிர்போகுது.

ப்ரொ: இப்ப தமிழ்லே அது முக்கியமில்லே. தமிழ்லே ஒண்ணு, இங்கிலீஷ்லே ஒன், தமிழ்லே எட்டு, இங்கிலீஷலே எய்ட். என்ன ஒரு similarity பார்த்தியா? இப்ப ரொம்ப கவனமா கேக்கணும்.

வித்யா: சார் எனக்கு..

ப்ரொ: பல் வலி.

வித்யா: பரவாயில்லே கன்டின்யூ பண்ணுங்க.

ப்ரொ: Very good. What distinguishes the langauges is neither the words, which are all absolutely the same nor the structure of the sentences which is similar in each case nor the intonation which offers us variation, nor the rhythm of the speech.

வித்யா: I have got the tooth ache.

ப்ரொ: Please listen to me. என்னை மண்டை காய வைக்கிறே.

வித்யா: தயவுசெய்து போதும் சார். எனக்கு பல்வலி உயிர் போகுது.

ப்ரொ: உன் பல் வலி நாசமாக போகட்டும். இப்ப என்னை கவனிக்கிறியா இல்லையா?

வித்யா: ஸாரி சார் ட்ரை பண்றேன் சார்.

ப்ரொ: சரி. எது வித்தியாசப்படுத்துது? தமிழ்லே பால் கன்னடத்துலே ஹாலு. தமிழ்லே பல்.. கன்னடத்துலே ஹல்லு...

வித்யா: என் பல் வலி... ஐயோ...

ப்ரொ: இந்த வித்தியாசங்கள் பழக்கத்துலேதான் அகப்படும்.

வித்யா: (வேதனையுடன்) அப்படியா சார்?

ப்ரொ: ஆமாம். இதுக்கான தனி விதி ஒண்ணும் இல்லே. எல்லாத்துக்கும் ஒரு சாமர்த்தியம் வேணும். அந்தச் சாமர்த்தியம் பழக நிறைய படிக்கணும்.

வித்யா: பல் வலி.

ப்ரொ: இதப்பார்... நீ சரியா கவனிக்க மாட்டேங்கறே. ஆத்திரத்தைக் கிளப்ப முயற்சி பண்றே. உனக்கு வேணும்னா I repeat, உனக்கு வேணும்னா ஒரு மொழியின் வார்த்தையை இன்னொரு மொழியின் வார்த்தையோட எப்படி ஒப்பிட்டு அதோட ஒலி தொனியிலே இருக்கிற வித்தியாசங்களை எப்படி அளவிடறதுன்னு நாம பார்ப்போம். ஆனா நீ சரியா கவனிக்கலே.

வித்யா: சார் எனக்கு பல் வலி.

ப்ரொ: நான் சொன்ன மாதிரி ஒவ்வொரு மொழி பேசும் பிராந்தியத்துக்கும் அந்த மொழி பேசும் கலாசாரம் பண்பாடு இதனைச் சார்ந்து அந்த மொழியின் ஒலிக்கூட்டமைப்பு தனக்கான சொற்களை அடையாளம் கண்டு தன்னை நிறுத்திக் கொள்ளும்.

வித்யா: போதும் சார்.... எனக்கு..

ப்ரொ: பல் வலி. பல்லு.. பல்லு... பல்லு... எல்லாத்தையும் கழற்றி கைலே கொடுக்கப்போறேன். இப்ப இன்னொரு உதாரணம் புதுவகை

எழுத்துவாதிகள், பின் நவீனத்துவவாதிகள் எப்படி இதை அணுகுவாங்க. Magical realism ஆளுங்க எப்படி இந்த பிரச்சினையை குழப்புவாங்க. Structuralist கோஷ்டி இதை எப்படிப் பார்க்கும். அதுக்கு புதுவகை எழுத்துன்னா என்ன? பின் நவீனத்துவம்னா என்ன? மேஜிகல் ரியாலிஸம்னா என்னனு பார்க்கணும். ஒரு மொழியின் வார்த்தைகளை எப்படிக் கட்டுடைப்பது? எப்படிப் பிளப்பது..

வித்யா: ஐயோ என் பல்லு..

ப்ரொ: மரியாதையா சும்மா இரு. இல்லே மண்டையைப் பிளந்துடுவேன்.

வித்யா: சொட்டை செய்டா பாக்கலாம்.

(ப்ரொபசர் அவள் கையை வலுவாக முறுக்குகிறார்.)

ப்ரொ: மரியாதையா கம்முனு கிடக்கணும். கவனமா கேக்கணும். (தள்ளுகிறார்)

வித்யா: (முனகுகிறாள்) பல்வலி

ப்ரொ: அப்புறம் பாஷையிலும் வர்க்க வித்தியாசங்கள் அடிப்படையா இயங்கிச் செயல்பட ஆரம்பிச்சது. என்ன?

வித்யா: வர்க்க வித்தியாசங்கள்?

ப்ரொ: மேல் தட்டு வர்க்கத்துக்காரங்க சம்ஸ்கிருதத்தை தேவபாஷையா ஏத்துக்கிட்டப்ப கீழ் வர்க்கத்துக்காரங்க தமிழ்லே பேசினாங்க. தேவபாஷை இங்கிலீஷா மாறினப்போ கீழ் வர்க்கத்துக்காரங்களும் தமிழை நீச பாஷையா ஒதுக்க ஆரம்பிச்சாங்க. என்ன புரியுதா?

வித்யா: புரியுது... புரியுது.. (உரக்க) நான் என்ன பண்ணணும்?

ப்ரொ: இவ்வளவு கூச்சல்கூடாது. (கோபமாக) இப்ப என்ன நடக்குது? தமிழ்நாட்டு நாய்கூட இங்கிலீஷ்லே கூப்பிட்டாத்தான் வாலாட்டுது. அம்மா மம்மி ஆயாச்சு. அப்பா டாடி

ஆகியாச்சு. தமிழ்லே எவ்வளவு அருமையான வார்த்தைகளை இழந்துக்கிட்டு வர்றோம் தெரியுமா? கால் ஆட்டறதை நிறுத்து. மரியாதையா நான் சொல்றதை கவனமா கேக்கணும்.

வித்யா: எனக்குப் பல் வலி.

ப்ரொ: No manners. இப்படியே நாம தொடர முடியாது... முடியாது.... முடியாது.

வித்யா: ஸாரி சார். நான் கவனமா கேட்டுக்கிறேன்.

ப்ரொ: சரி. இப்ப எல்லா பாஷைகளையும் அடையாளம் தெரிஞ்சிக்க முக்கியமா வேண்டியது அந்தப் பாஷைக்கான சரியான உச்சரிப்பைத் தெரிஞ்சிக்கிறது. அதுக்கு நல்ல பயிற்சி வேணும். இன்னொரு முக்கியமான விஷயம் உச்சரிப்பு மாறினா அந்த வார்த்தையோட அர்த்தமே மாறிப்போகிற ஆபத்தும் உண்டு. உதாரணத்துக்கு மதுரையிலே என்ன நடந்தது? பாண்டியன் நெடுஞ்செழியன் கோவலனைக் கொண்டு வான்னுதான் சொன்னான். மதுரை சிப்பாய்கள் அவங்க ஊர் உச்சரிப்பு பழக்கத்துலே கொண்டுட்டு வந்துட்டாங்க. சிலப்பதிகாரக் கதையே மாறிப்போச்சு. இதுலே இருந்து என்ன தெரியுது? அதனாலே பாஷையின் சரியான உச்சரிப்பை சரிய தெரிஞ்சிக்கிறது பல விபத்துக்கள்லேருந்து தப்ப உதவி பண்ணும். சரி. இப்ப சரியான உச்சரிப்பு பழக பழைய முறையையே உபயோகிப்போம். நாம் இப்ப நான் கத்தின்ற வார்த்தையை எல்லா மொழியிலும் உனக்கு உச்சரிக்க சொல்லித்தர்றேன். சரியா?

வித்யா: உங்க இஷ்டம் சார்...

ப்ரொ: (அன்னம்மாவைக் கூப்பிடுகிறார்) அன்னம்மா... அன்னம்மா.... எங்கே போய்த் தொலைஞ்சீங்க. (உள்ளே செல்கிறார். வித்யா தனியாக அமர்ந்து பல்வலியின் வேதனையுடன் வெறித்துப்பார்க்கிறாள். வெளியில் இருந்து

ப்ரொபஸரின் குரல்) அன்னம்மா நான் கரடியா கத்தறேனில்லே? கூப்பிட்டா வரமாட்டேன்றீங்க. இந்தப் பொண்ணுக்கு ஒரு எழவும் புரியமாட்டேங்குது.

அன்னம்மா: இப்படியெல்லாம் டென்ஷன் ஆகாதிங்கோ. இது எதுலே போய் முடியும்னு உங்களுக்கே தெரியுமில்லே. இவ்வளவு தூரம் போகாதீங்கோ. எதாவது ஆகப்போகுது. தயவுசெய்து நிறுத்திக்கோங்கோ.

ப்ரொ: எனக்கு எப்ப நிறுத்தணும்னு தெரியும்.

அன்னம்மா: எப்பவும் இப்படித்தான் சொல்வேள். ஆனா நிறுத்தினதில்லை.

வித்யா: ஐயோ என் பல் வலி.

அன்னம்மா: என்ன சொன்னேன்? பாருங்கோ இதுதான் ஆரம்பம்.

ப்ரொ: என்ன உளர்றீங்க?

வித்யா: ஆமாம் என்ன உளர்றீங்க? எனக்குப் பல் வலி உயிர்போகுது.

அன்னம்மா: பார்த்தேளா இதுதான் என்ன நடக்கப் போறதுங்கறதுக்கான மோசமான அறிகுறி. எனக்கெதுக்கு வம்பு நான் போறேன். (உள்ளே போகிறாள்.)

ப்ரொ: அறிகுறி? What non-sense? போகாதீங்க. நான் உங்களைக் கூப்பிட்டது கத்தியைத் தேடிக் கொடுக்க. இங்கிலிஷ், தமிழ், கன்னடம், தெலுங்கு மலையாளக் கத்திகளைத் தேடிக் கொடுக்க.

அன்னம்மா: என்ன எழவு இது? அதுகளை நான் எங்கே போய்த் தேடுவேன்?

(ப்ரொபஸர் கடுப்பாகிறார். உடலைக் கோபமாக விரைத்துக் கொள்கிறார். திடீரென ஞாபகம் வந்தவராக புத்தகக் குவியலுள் தேடி மானசீகமான கத்தி ஒன்றை உருவி எடுக்கிறார். அதை கையில் பிடித்து இடமும் வலமும் வீசிப் பார்க்கிறார்.)

ஆஹா, கிடைச்சாச்சு. ஆனால் ஒரு கத்திதான் கிடைச்சிருக்கு. இதையே நான் எல்லா பாஷைக்கும் உபயோகப்படுத்திக்குவேன். வித்யா நீ பண்ண வேண்டியது என்னன்னா கத்தின்ற வார்த்தையை ஒவ்வொரு பாஷையிலும் சரியான உச்சரிப்போடு சொல்லப் பழகணும். கத்தியையே உன்னிப்பா கவனிச்சு நீ உச்சரிக்கவேண்டிய பாஷையைக் கற்பனை செய்துக்கணும்.

வித்யா: எனக்குப் பல் வலி.

ப்ரொ: *(கவனிக்காமல்)* எங்கே சொல்லு Kni. Kni. Ff ஜாக்கிரதையா கவனி. பார்வையை ஒரே இடத்துலே பதிச்சிக்கோ...

வித்யா: Kni

ப்ரொ: கத்.....தி.

வித்யா: கத்.....தி.

ப்ரொ: திருப்பிச் சொல்லு கத்....தி.

வித்யா: ஐயோ... போதும். எனக்கு தலை வலிக்குது... பல்லு வலிக்குது... மார் வலிக்குது.

ப்ரொ: knife.. கத்....தி கத்.....தி knife.

வித்யா: ஐயோ... காது.... உடம்பெல்லாம் வலி.

ப்ரொ: நல்லா கவனி... கத்... தி கத்தி knife.

வித்யா: ஐயோ காதே பிஞ்சு போகும் போல இருக்கு. என்ன கர்ண கடூரமான குரல்... கடவுளே..

ப்ரொ: சொல்லு... கத்தி.

வித்யா: முடியாது.... எனக்குக் காது வலி.

ப்ரொ: அறைஞ்சேன்னா காது பிஞ்சி போயிடும். அப்புறம் வலியே இருக்காது.

வித்யா: எங்கே அறைடா பார்க்கலாம்...

ப்ரொ: கான்ஸன்ட்ரேஷன். சிதற விடாதே. எங்கே சொல்லு கத்தி

வித்யா: *(வலி கலந்த கிண்டலில்)* இது என்ன துளுவா?

ப்ரொ: உன் இஷ்டப்படி... ஆமாம். துளுன்னே வச்சிக்கோ. நமக்கு நேரம் கிடையாது. சீக்கிரம் கத்துக்கோ. *(வித்யா வலியில் துடிக்கிறாள். அவள் படும் இம்சை அதிகரிக்கிறது.)*

வித்யா: ஐயோ...

ப்ரொ: திரும்ப சொல்லு. கத்தி... knife. Knife.

வித்யா: ஐயோ என் தலை. *(ஒவ்வொரு அங்கமாக வலியுணர்ந்து தடவிக் கொள்கிறாள்.)*

ப்ரொ: *(குழந்தையின் குதூகலத்துடன்)* கத்தி... கத்தி... கத்தி... *(ப்ரொபஸர் மானசீகமான கத்தியைக் குழந்தையைப்போல் ஆட்டி விளையாடுகிறார். அவர் ஆட்டம் குழந்தையின் நடன அசைவை ஒத்துள்ளது).* கத்தி... கத்தி.... *(வித்யா விலகிப் பின்னால் நகர்கிறாள்.)* எங்கே சொல்லு. கத்தி... க....த்....தி... கத்தி....

வித்யா: எனக்கு உடம்பெல்லாம் வலி. என் தொண்டை. என் கழுத்துலே... என் மார்லே... ஐயோ கத்தி.

ப்ரொ: கத்தி... கத்தி... கத்தி...

வித்யா: ஐயோ என் தொடை என் இடுப்பு... கத்தி

ப்ரொ: தெளிவாச் சொல்லு. க...த்....தி... கத்தி... கத்தி...

வித்யா: ஐயோ என் இடுப்பு... என் தொடை... கடவுளே உயிர் போகுதே.

ப்ரொ: ஜாக்கிரதை கத்தி பாய்ஞ்சிடும். கொன்னுடும்...

வித்யா: ஆமாம். கொன்னுடும்.

(ப்ரொபஸர் மானசீகக் கத்தியால் அவளை ஓங்கிக் குத்திக் கொல்கிறார்.)

ப்ரொ: *(உடைந்தவாறு)* My God.

(வித்யா அலறிக் கீழே சாய்கிறாள். ப்ரொபஸரின் அலறலும் சேர்ந்து ஒலிக்கிறது. ப்ரொபஸர் நாற்காலியில் தளர்வுடன் அமர்கிறார். பிறகு மெல்ல எழுந்து அவளருகில் செல்கிறார். மீண்டும் ஓங்கி இரண்டாவது குத்து. அவர் உடல் நடுங்குகிறது.)

ப்ரொ: (பதற்றத்துடனும் நடுக்கத்துடனும்) இந்த முண்டைக்கு இப்படித்தான் வேணும். இப்பத்தான் relief ஆ இருக்கு.

(தள்ளாடியபடி நாற்காலியில் அமர்கிறார். வித்யாவின் பிணத்தை வெறித்துப் பார்க்கிறார். பிறகு கையில் இருக்கும் கத்தியை வெறித்துப் பார்க்கிறார். பின் பிரமையிலிருந்து விடுபட்டது போல துக்கமான குரலில்.)

ஐயையோ. என்ன பண்ணிட்டேன். இப்போ என்ன ஆகும்? கண்ணு பாப்பா... வித்யாக்குட்டி... எழுந்திரிம்மா. (கையில் இருக்கும் மானசீகக் கத்தியை என்ன செய்வது என்று விளங்காதவராக) பாடம் முடிஞ்சதும்மா. எழுந்திரு. Come on Get up. எழுந்து வீட்டுக்குப் போம்மா. என் tution fees கூட அப்புறமா நீ குடுக்கலாம். (மௌனம்) ஐயோ.... செத்துப்போயிட்டியா? இந்த பாஷைகளாலான கத்தியால் குத்துப்பட்டு. ஐயையோ... அன்னம்மா... அன்னம்மா...சீக்கிரம் வாங்க... (அன்னம்மா பிரவேசிக்கிறாள்) வேண்டாம் வராதிங்க. நான் பெரிய தப்பு பண்ணிட்டேன். நீங்க வரவேண்டாம். புரிகிறதா? வரவேண்டாம். (அன்னம்மா பிணத்தையும் ப்ரொபஸரையும் வெறித்துப் பார்க்கிறாள்.)

ப்ரொ: வேண்டாம் அன்னம்மா வேண்டாம்.

அன்னம்மா: இப்போ உங்களுக்கு சந்தோஷம்தானே? உங்ககிட்டேயிருந்து யதேஷ்டமா பாடம் கத்துண்டாச்சு இல்லியா?

ப்ரொ: (மானசீகக் கத்தியைப் பின்னால் மறைத்தவாறு) ஆமாம் பாடம் முடிஞ்சது.

அன்னம்மா: (கடுமையாக) ரொம்ப சந்தோஷம்.

ப்ரொ: அன்னம்மா நானில்லே என்னை நம்புங்க. சத்தியமா நானில்லை

அன்னம்மா: அப்புறம் வேறே யாரு? நானா?

ப்ரொ: தெரியாது. ஒருவேளை...

அன்னம்மா: பிரம்ம ராக்ஷஸ் வந்துட்டுப் போனானோ?

ப்ரொ: இருக்கலாம். ஆனா நானில்லை.

அன்னம்மா: இது நடக்கறது இன்னிக்கு நாப்பதாவது தடவை. தினம் தினம் இதே கதை. உங்களுக்கு

வெக்கமாயில்லை. இப்படியே போனா ஸ்டுடண்ட்ஸே யாரும் மிஞ்சி இருக்கமாட்டா. அதுவும் ஒரு வகைக்கு நல்லதுதான்.

ப்ரொ: *(வெறுப்புடன்)* இது என் தப்பு இல்லை. அவளாலே எந்தப்பாடத்தையும் கிரகிச்சுக்க முடியலை, கத்துக்க முடியலை, ஒரு ஒழுக்கமே இல்லை. படு மோசமான மாணவியா இருந்தா. அவ கத்துக்க இஷ்டமும் படலை.

அன்னம்மா: பொய். அநியாயத்துக்கு புளுகாதீங்கோ.

ப்ரொ: *(கத்தியைப் பின்னால் வைத்தவாறு அவளை நெருங்குகிறார்.)* இதோ பார். நீ உன் வேலையைப் பார்த்துக்கிட்டு போகலாம். *(கத்தியை வேகமாக ஓங்குகிறார். அவள் விலகி அவர் அவர் கையைப் பிடித்து முறுக்கித் தள்ளி விடுகிறாள். அவர் கத்தியை நழுவவிட்டுத் தலைகுனிந்து நிற்கிறார்.)* என்னை மன்னிச்சிக்கோங்க.

அன்னம்மா: கொலைகாரப்பாவி. சண்டாளா... என்னையே கொல்லப் பார்த்தீரே.. நான் ஒண்ணும் உம்ம கிட்டே பாடம் படிக்க வரம் வாங்கி வந்த ஸ்டுடண்ட் இல்லே.

(அவர் சட்டைக் காலரைக் கொத்தாகப் பிடித்து உலுக்குகிறாள். அவர் குழந்தையைப்போல் தன்னை தற்காத்துக்கொள்ள முயற்சிக்கிறார்.)

அன்னம்மா: மரியாதையா அந்தக் கத்தியைக் கீழே போடுங்கோ *(வைக்கிறார்)* நான் அப்போ பிடிச்சு அடிச்சிண்டே இருக்கேன். இந்தக் கணக்கு எழவு வேண்டாம், Philology சனியன் வேண்டாம் விட்டுத்தள்ளுங்கோன்னு. கேட்டேளா? வாய் கிழிஞ்சதே முழம் முழமா என்ன ஆச்சு? கொலையிலேன்னா இழுத்து விட்டிருக்கு?

ப்ரொ: ஆமாம் நீங்க அப்பவே சொன்னீங்க.

அன்னம்மா: ஆமாம் இப்போ சொல்லுங்கோ. அப்போ எங்கே போச்சு இந்த ஞானம்?

ப்ரொ: எனக்கு அப்ப புரியலே. நீங்க Philology மோசம்னு சொன்னப்ப அது கத்துக் குடுக்கறதோ

கத்துக்கறதோ கஷ்டம்கிற அர்த்தத்துலே நீங்க சொல்றீங்கன்னு நினைச்சேன்.

அன்னம்மா: பொய், அசட்டாளம். என்னை முட்டாளாக்க முடியாது. நீர் என்ன சாதாரண கிருத்திருமம் புடிச்ச ஜென்மமா?

ப்ரொ: (அழுதுகொண்டே) நான் அவளை வேணும்னு கொல்லலே.

அன்னம்மா: இப்படிப் பண்ணிட்டமேன்னு வருத்தமாவது படறீரா?

ப்ரொ: சத்தியமா...உங்க மேலே ஆணையா.

அன்னம்மா: சரி விடுங்கோ. இப்ப என்ன பண்ணியாகணும்னு பார்ப்போம். ஆனா நீங்க திரும்பத் திரும்ப இதையே பண்ணப்படாது சொல்லிட்டேன்.

ப்ரொ: ஆமாம். கண்டிப்பா. ஆனா இப்ப என்ன செய்யறது அன்னம்மா

அன்னம்மா: என்ன பண்றது? சத்தமில்லாம கொல்லையிலே புதைக்க வேண்டியதுதான். ஆனா ஏற்கெனவே இருக்கிற முப்பத்தொம்பது பொணங்களை என்ன பண்றது. இதோட நாப்பதாச்சு. சரி சரி எனக்கு வேண்டிய சாஸ்திரிகள் ஒருத்தர் இருக்கார். அவருக்கு ரொம்ப வேண்டிய வெட்டியான் ஒருத்தன் இருக்கான். அவாளை வச்சு காரியத்தைக் கமுக்கமா முடிக்க வேண்டியதுதான். வெட்டியான் கிட்டே சொல்லி நாற்பது மாலைகள் ரகசியமா வாங்கி வரச்சொல்ல வேண்டியதுதான்.

ப்ரொ: Thank you, அன்னம்மா, Thank you very much.

அன்னம்மா: அதெல்லாம் இருக்கட்டும். வெட்டியான்கூட வேண்டாம். சாஸ்திரிகளும் வேண்டாம். அட்ஜஸ்ட் பண்ணிக்கலாம். ஏன் நீங்க ப்ரொபஸர்தானே? உங்களுக்கு எழவு மந்திரம் கண்டிப்பா தெரிஞ்சிருக்கணுமே? மாலையையும் நீங்களே வாங்கி வந்துடுங்கோ.

ப்ரொ: மாலையெல்லாம் வேண்டாம். இவ ட்யூஷன் ஃபீஸ் கூட கொடுக்கலே.

அன்னம்மா: அது சரி. பரவாயில்லே. பொணத்தைதுணியாலே முடுங்கோ. நாமளே தூக்கிண்டு போய்டுவோம். (Convocation gown ஐ எடுத்து போர்த்துகிறார். தொப்பியை எடுத்து வைக்கிறார்.)

ப்ரொ: அஜாக்கிரதையா இருந்தா நேரா ஜெயிலுக்குப் போக வேண்டியதுதான். மொத்தம் நாப்பது பொணங்கள். யாராவது இதெல்லாம் என்னன்னு கேட்டா என்ன பதில் சொல்றது?

அன்னம்மா: நீங்களா வாய் கொடுத்து ஏன் மாட்டிக்கப் போறேள்? அப்படியும் யாராவது கேட்டால் ஒண்ணுமில்லை புஸ்தகங்களையெல்லாம் ஓலைப்பாய்லே சுருட்டி வச்சிருக்கோம்னு சொல்லவேண்டியதுதான். இன்னொண்ணு பக்கத்துலே இருக்கறவாளுக்கும் இதெல்லாம் பழக்கமாயிடுத்தே.

ப்ரொ: அது சரி. (அன்னம்மா உள்ளேயிருந்து ஒரு துண்டு எடுத்துக்கொண்டு வந்து ப்ரொபஸரின் தோள் பட்டையில் குறுக்காகப் போர்த்துகிறாள். ஒரு பேட்ஜை குத்தி விடுகிறாள்.)

அன்னம்மா: ரொம்ப பயமாயிருந்தா இதை போட்டுண்டு வெளியே போங்கோ. இது ரொம்ப பாதுகாப்பான கட்சிக் கவசம். இது இருந்தா எதுக்கும் பயப்படத் தேவையில்லே.

ப்ரொ: ரொம்ப ரொம்ப நன்றி அன்னம்மா. உங்களுக்குத்தான் எவ்வளவு விஸ்வாசம்? உங்களுக்கு எப்படி நன்றி சொல்றதுன்னே தெரியலே

அன்னம்மா: அதெல்லாம் இருக்கட்டும். ஒரு கை புடிங்கோ.

ப்ரொ: பார்த்து அன்னம்மா பாவம் வலிக்கப் போகுது.

(வித்யாவை தூக்கிக்கொண்டு உள்ளே மறைகிறார்கள். மேடையில் வெளிச்சம் குறைகிறது. வெற்று மேடை. அழைப்பு மணி ஒலிக்கிறது. அன்னம்மா வெளியே வருகிறாள். ஒரு பெண் நிற்கிறாள்.)

அன்னம்மா: வர்றேன் இல்லே. என்ன வேணும்? குடும்பப் பட்டியல் எடுக்க வந்தியா?

மாணவி: இல்லை.

அன்னம்மா: காபி மேக்கர் விக்க வந்தியா... வேணாம். இருக்கு.

மாணவி: இல்லை.

அன்னம்மா: சானிடரி நாப்கின்னா? வேண்டாம்.

மாணவி: ஐயோ ஆண்ட்டி இல்லே. நாள் ப்ரொபஸர் ஞானத்தைப் பார்க்க வந்திருக்கேன். நான் அவருடைய புது ஸ்டுடண்ட்.

அன்னம்மா: நீதானா அது? இதை முன்னாடியே சொல்றதுக்கென்ன? சரி உள்ளே வா. அவரைக் கூப்பிடுறேன்.

(அன்னம்மா உள்ளே செல்கிறாள். மாணவி உட்கார்ந்து புத்தகம் புரட்ட ஆரம்பிக்கிறாள்.)

(நாடகம் நிறைவு.)

ஓம்சேரி என்.என்.பிள்ளை
(1 பிப்ரவரி 1924 – 22 நவம்பர் 2024)

தில்லியில் வாழ்ந்து 2024ல் மறைந்த மலையாள மொழி நாடக ஆசிரியர். நாவலாசிரியர், கவிஞர். ஒன்பது முழுநீள நாடகங்கள், எண்பதுக்கும் மேற்பட்ட ஓரங்க நாடகங்கள், நாவல்களை எழுதியிருக்கிறார். அவரது நாடகங்கள் வடிவிலும் மேடை நுட்பங்களிலும் துணிச்சலான சோதனைகளையும் அவற்றின் கருப்பொருள்களில் உள்ளார்ந்த அசாதாரணமான பார்வையும் கொண்டவை. இருமுறை கேரள அரசின் சாகித்ய அகாதமி விருது பெற்றிருக்கிறார். 1972ல் இவருடைய பிரளயம் என்ற நாடகத்துக்காகவும் 2010ல் மலையாள இலக்கியத்துக்கான ஒட்டுமொத்தப் பங்களிப்புக்காகவும், 2022ம் ஆண்டில் கேரள அரசால் வழங்கப்படும் உயரிய குடிமக்கள் விருதான கேரளா பிரபா விருதும் இவருக்கு வழங்கப்பட்டுள்ளன.

இவருடைய துணைவியார் லீலா ஓம்சேரி, கல்கியின் பார்த்திபன் கனவு புதினத்தை மலையாளத்தில் மொழிபெயர்த்தவர். மகள் தீப்தி ஓம்சேரி பல்லா முன்னணி இசைக்கலைஞர். மோகினியாட்டக் கலைஞர்.

தில்லியில் வசித்த பேராசிரியர் ஓம்சேரி என்.என்.பிள்ளை அவர்களுடன் அமர்ந்து இந்த நாடகத்தை மொழிபெயர்க்கும் பாக்கியம் எனக்குக் கிட்டியது. 2000ம் ஆண்டின் துவக்கத்தில் சாகித்ய அகாதமி நிகழ்ச்சி ஒன்றில் அவரை சந்தித்தபோது இந்த நாடகத்தைத் தமிழில் மொழிபெயர்த்து மேடையேற்றுவது பற்றிக் கேட்டேன். உடனே அவர் 'நாளை மதியம் என் அலுவலகம் வா... இதுபற்றிப் பேசுவோம்' என்றார். மறுநாள் அவர் சொன்ன நேரத்தில் பாரதிய வித்யா பவன் வளாகத்தில் அவருடைய அறையில் அவரை சந்தித்தேன். மலையாள நாடக விழா ஒன்றில் இந்த 'கள்ளன் கேறிய வீடு' நாடகத்தைப் பார்த்தது குறித்தும் அதனைத் தமிழில் மொழிப்பெயர்த்து மேடையேற்றும் என்னுடைய முனைப்பு குறித்தும் சொன்னேன். உடனடியாக நேரம் ஒதுக்கிக்கொடுத்து வரச்சொன்னார்.

தொடர்ச்சியாகச் சுமார் பதினைந்து நாள்கள், அவருடைய பணி நெருக்கடிக்கு இடையில் அவருடைய அலுவலகத்திலும் வீட்டிலும் உடனமர்ந்து அவர் மலையாளத்தில் படிக்கப் படிக்க தமிழில் மொழிபெயர்த்து அவருக்குப் படித்துக்காட்டுவேன். எனக்குச் சுத்தமாக மலையாளம் படிக்கத்தெரியாது. கடினமான வசனங்களை அவர் ஆங்கிலத்திலும் அவருக்குத் தெரிந்த தமிழிலும் விளக்கி என்னை எழுதவைத்தார். நாடகம் வளர்ந்தது. தில்லித் தமிழ்ச் சங்கத்தின் திருவள்ளுவர் கலையரங்கில் 23-07-2000 அன்று மேடையேறியது. நாடகத்துக்கு ஓம்சேரியும் அவர் மனைவி லீலா ஓம்சேரியும் வந்திருந்தனர். நடிகர்களை மனம் நிறைந்து பாராட்டினார் ஓம்சேரி. பிறகு டெல்லி கேரளா கிளப்பில் மலையாளப் பார்வையாளர்கள் நடுவில் மேடையேறியது. இந்த ஆண்டு நவம்பர் 22ம்தேதி

தன்னுடைய நூறாவது வயதில் மறைந்தார் ஓம்சேரி அவர்கள். அவருடைய நினைவு என்றும் என் நெஞ்சில் இருக்கும்.

இந்த நாடகத்தை யாரும் மேடையேற்றலாம். நடிகர்களுக்கான பயிற்சிக்கும் இந்த நாடகம் பயன்படும். மேடையேற்றம் குறித்து எனக்குத் தெரிவித்தால் மட்டுமே போதுமானது.

பென்னேசன்

4. திருடன் புகுந்த வீடு

கள்ளன் கேறிய வீடு,
மலையாள மூலம்
ஓம்சேரி என்.என்.பிள்ளை
தமிழில் – பென்னேசன்

கதாபாத்திரங்கள்

கிறுக்கன் - *1*

கிறுக்கன் - *2*

கிறுக்கன் - *3*

டிட்டோ *(மோப்ப நாய்)*

போலீஸ் கான்ஸ்டபிள்

போலீஸ் அதிகாரி

கணவர்

மனைவி

(திரை எழுகிறது)

(ஏறக்குறைய காலியான மேடை. தெருவைப் போன்றதொரு தோற்றம் தரும் ஓரிரு அரங்கப் பொருள்களை அமைக்கலாம். ஓரிரு இடங்களில் ஒருவர் உட்காரும் அளவு ஏதாவது பாறை போன்ற வடிவத்தை வைக்கலாம். திரை விலகும்போது மூன்று கிறுக்கன்களும் தனித்தனியாகப் பார்வையாளர்களை வெறித்துப் பார்த்தவாறு விரக்தியுடன் உட்கார்ந்திருக்கிறார்கள்).

கிறுக்கன் 1: *(மேடையில் மற்ற இருவரில் ஒருவனைக் காண்பித்து),* இதோ இவனுடைய வீட்டுலே யாரோ திருடன் புகுந்து கொள்ளையடிச்சப்போ, அந்தத் திருட்டு நாய்க்கு அப்படித்தான் வேணும்னு நான் ரொம்ப சந்தோஷப்பட்டேன்... *(மற்றொருவனைக் காண்பித்து)* அதோ இருக்கானே... தொரை... அவன் வீட்டுலேயும் இப்படித்தான். திருடன் புகுந்து இருக்கிறதையெல்லாம் லவட்டிக்கிட்டு போனப்ப நல்லா வேணும்டா நாயே... அப்படின்னு மனசுலே ரொம்ப சந்தோஷப்பட்டேன். *(வாய்விட்டு உரக்கச் சிரிக்கிறான். எதையோ கொண்டாடுவது போல உல்லாசமாகக் குலுங்கிக் குலுங்கிச் சிரிக்கிறான்.)* அதை ஏன் கேக்கறீங்க? அங்கே என்ன நடந்துச்சுன்னு விசாரிக்க நான் வெளியிலே கூடப்போகலை. அட அவ்வளவு ஏங்க? என் வீட்டைவிட்டு வெளியே காலடிகூட எடுத்து வைக்கலைங்க. அம்புட்டு சந்தோஷம்... *(பின்னணியில் உடுக்கை ஒலி பலமாகக் கேட்கிறது. தோளில் இருக்கும் துண்டை எடுத்து மிகவும் சோகமாக தலையில் போட்டுக் கொள்கிறான்.)* ஆனா, சாமி... என் வீட்டுலே திருடன் புகுந்து இருந்ததை

எல்லாம் கொள்ளையடிச்சிக்கிட்டப் போனப்ப, என்ன நடந்துச்சுன்னு விசாரிக்க ஒரு நாய் வரலைங்க. அட.. எனக்கு ஆறுதலாக நாலு வார்த்தை சொல்லக்கூட எந்தப் பரதேசியும் வரல்லைங்க. என் வீட்டுலே திருடிக்கிட்டுப் போன அந்தத் திருட்டு நாயை நாலு கெட்ட வார்த்தையிலே திட்டக்கூட யாரும் வரலைங்க. தூ... இவன்களெல்லாம் என்ன மனுசனுங்க தெரியலை... *(தலையைக் குனிந்து சோகத்தில் ஆழ்ந்துபோகிறான். இவனைத் தொடர்ந்து கிறுக்கன் 2 உரக்கச் சிரிக்கிறான். கிறுக்கன் 1 பக்கம் கையைக் காண்பித்துச் சிரிக்கிறான்)*

கிறுக்கன்2: இவன் வீட்டுலே திருடன் நுழைஞ்சு இருந்ததையெல்லாம் காலி பண்ணிக்கிட்டுப் போனப்போ மனசுக்குள்ளே எனக்கு ஒரே சந்தோஷம். அளவில்லாத சந்தோஷம். மனம் கொள்ளாத சந்தோஷம். இந்த நாய்க்கு இப்படித்தான் வேணும்னு ரொம்பவுமே சந்தோஷப்பட்டேன். சந்தோஷத்துலே ஒரு கட்டிங் அதிகமாகவே அடிச்சேன். *(குலுங்கிச் சிரிக்கிறான்.)*

கிறுக்கன் 3: *(மேடைப்பேச்சின் தொனியில்)* இதோ இந்தத் தோழர் இருக்கிறாரே... இவருடைய இல்லத்தில் கள்வன் புகுந்து கண்டதையும் கிடைத்ததையும் வாரிச்சுருட்டி எடுத்துச் சென்றபோது அடடா... இது சாலச்சிறந்ததாயிற்றே என்று உள்ளத்தில் பேருவகை கொண்டேன். பெருமகிழ்ச்சி அடைந்தேன். *(கிறுக்கன் 2 எழுந்து கைதட்டியவாறு கிறுக்கன் 3க்குக் கை கொடுக்க வருகிறான். அவனை அலட்சியம் செய்தவாறு)* மிக்க நன்றி. ஏன் இந்த மகிழ்ச்சியென்றால், இவர்களின் இல்லங்களில் என்ன நடந்தது என்று விசாரிக்கக்கூட நான் செல்லவில்லை. ஏன்? என் வீட்டைவிட்டுக் காலை வெளியில்கூட எடுத்து வைக்கவில்லை. *(திடீரென்று சோகமாகி)* ஆனால், என்னுடைய இல்லத்தில் கள்வன் நுழைந்து, அனைத்தையும் கவர்ந்து சென்றபோது, கைபர் கணவாய்

வழியாக வந்த இந்தக் கயவர் கூட்டம், எனக்கு என்ன ஊறு நேர்ந்தது என்று விசாரிக்கக்கூட வரவில்லை. எனக்கு ஆறுதல் தெரிவிக்க இவர்கள் வரவில்லை. ஏன்? அக்கொடுங்கள்வனை ஓரிரு தீய வார்த்தைகளில் ஏசித் தீர்க்ககூட இவர்கள் முன்வரவில்லை. *(கிறுக்கன் 1ம் கிறுக்கன் 2ம் உற்சாகமாக சிரிக்கிறார்கள்)*

(தொடர்ந்து மூவரும் கலவையாக ஒரே நேரத்தில் அதே வசனங்களைச் சொல்கிறார்கள். பார்வையாளர்களுக்கு எதுவும் புரியாதவகையில் ஒரே நேரத்தில் அவரவர் இடத்தில் இருந்துகொண்டே தனித்தனியாகப் பேசுகிறார்கள். மூவருமே சோகமாக இருக்கிறார்கள்.)

(கிறுக்கன் 2 என் வீட்டுலே திருடன் நுழைஞ்சி... என்று கோபமாக ஆரம்பிக்கிறான் கிறுக்கன் 3. அதே கோபத்துடன் கிறுக்கன் 2 அவன் மீது அதையே சொல்லிக்கொண்டு பாய்கிறான். ஏறத்தாழ கைகலப்பு ஏற்படும் நிலை. கிறுக்கன் 1 இருவருக்குமிடையில் குறுக்கிட்டு இருவரையும் விலக்கி வைக்கிறான். பார்வையாளர்களுக்கு மூன்று பேருமே சண்டையிட்டுக்கொள்வது போன்ற தோற்றம் அளிக்கவேண்டும். கிறுக்கன் 1 மற்ற இருவரையும் பலமாக விலக்கிவிட்டு மேடையின் வலப்புறம் நோக்கி ஓடுகிறான்.)

கிறுக்கன் 1: ஏண்டா இப்படி சண்டை போட்டுக்குறீங்க... அங்கே பாருங்க... தூரத்துலே போலீசும் திருடனும் வர்றானுங்கடா.

கிறுக்கன் 2: என்னது?

கிறுக்கன் 1: நேத்து ராத்திரி, திருடு போன அந்த வீட்டுக்குப்போய் துப்பு துலக்கப் போறாங்க போலிருக்கு. ரெண்டு பேரும் சுத்திச் சுத்தி வந்து மோப்பம் புடிச்சு துப்பறியப் போறாங்க.

(கிறுக்கன் 2 மிகவும் ஆர்வமாக மேடையின் வலப்புறம் உற்று நோக்குகிறான்.)

கிறுக்கன் 3: போடா வெண்ணை...

கிறுக்கன் 2: *(வலப்பக்கம் எட்டிப் பார்த்தவாறு)* முன்னாலே போலீஸ் நாயும் பின்னாலே போலீசும் வர்றாங்க.

கிறுக்கன் 1: அதுதாண்டா... போலீசும் திருடனும்.

கிறுக்கன் 3: டேய்... அவனும் அதைத்தாண்டா சொல்றான்.

கிறுக்கன் 2: (அவனை அடிக்கப் பாய்கிறான்...) என்ன சொன்னே...

கிறுக்கன் 1: அதுதாண்டா... போலீசும் திருடனும்.

கிறுக்கன் 3: டேய் இவனுக்கு வெகாளம் புடிச்சிருக்குடா... உதை வாங்கப் போறான். ஏண்டா கண்ணு மயிரு தெரியலையா? முன்னாலே போலீஸ் நாயும் பின்னாலே போலீஸ் மாமாவும் வர்ற மாதிரித்தாண்டா தெரியுது.

கிறுக்கன் 1: நாய்களா... அதைத்தாண்டா சொல்றேன்... முன்னாலே போலீசு. பின்னாலே திருடன்.

கிறுக்கன் 2: (மீண்டும் அவனை அடிக்கப் பாய்கிறான்). அவன் மட்டும் இதைக் கேட்டான்னு வச்சுக்கோ. உள்ளே தள்ளி பெண்டைக் கழட்டிடுவான் ஞாபகம் வச்சுக்கோ...

கிறுக்கன் 3: டேய்... எதையாவது பேசி நேரத்தை வீணாக்காதீங்கடா... அதோ வந்துக்கிட்டே இருக்கான் பாரு. இந்த ஊருலே ரெண்டு பேருக்கு மேலே ஒரே இடத்துலே நின்னு பேசிக்கிட்டு இருந்தா உள்ளே தள்ளி டின்னு கட்டிடுறாங்கப்பா. இதெல்லாம் நமக்கு லாயக்குப்படாது. ரெண்டு பேருக்கு மேலே ஒரே இடத்துலே நிக்கறதுக்கு தடை இருக்கு தெரியுமா உனக்கு?

கிறுக்கன் 1: அப்படீங்கறே?

கிறுக்கன் 3: பின்னே என்ன?

கிறுக்கன் 1: அப்போ நீ இங்கிருந்து ஓடிப்போயிடு. பிரச்சினையே இருக்காது.

கிறுக்கன் 3: போடா வெளக்கெண்ணை. நான் ஓடினா நாய் பின்னாலேயே வந்து இடம் பார்த்துக் கடிச்சுக் குதறிடும்டா. நான் இங்கேயே தனியா நின்னுக்கிறேன். வேணும்னா தலைவரை அப்பாலிக்கா அனுப்பு.

கிறுக்கன் 1: *இது கதையா இருக்கே? உனக்கு பயமா இருந்தா நான் ஓடிப்போகணுமா? யோவ்... எனக்கும் தான்யா பயமா இருக்கு. ஆனா ஒண்ணு செய்யலாம்... (தீவிரமாக யோசிப்பது போன்ற பாவனையில்) ரெண்டு பேருக்கு மேலே ஒரு இடத்துலே நின்னாதானே பிரச்சினை?*

மற்ற இருவரும்: ஆமாம்...

கிறுக்கன் 3: *(கிறுக்கன் 1ஐ காண்பித்து) நீ ஓடிப்போ...*

கிறுக்கன் 1: *ரெண்டு நாய்களும் இங்கே வாங்கடா (அருகில் அழைத்து ஆலோசனை சொல்வது போல நெருங்கி நிற்கிறான்) ரெண்டு பேருக்கு மேலே நின்னா பிரச்சினை.*

இருவரும்: *ஆமாம்...*

கிறுக்கன் 1: *உங்க ரெண்டு பேருலே நீ ஓடிப்போயிடு. பிரச்சினை முடிந்தது (கிறுக்கன் 2ஐ தன் பக்கம் இழுக்கிறான். கிறுக்கன் 3 அவனை தன் பக்கம் இழுக்க முயற்சிக்கிறான். மேடையில் இழுபறி தொடருகிறது. பிறகு மூவரும் தனித்தனியாகக் கைகளை உதறி நிற்கிறார்கள்).*

கிறுக்கன் 2: *(மற்ற இருவரையும் அருகில் அழைத்து) ரெண்டு பேருக்கு மேலே ஒண்ணா இருந்தாத்தானே பிரச்சினை*

இருவரும்: *ஆமாம்...*

கிறுக்கன் 2: *நாம மூணு பேரும் ஏன் தனித்தனியா நிக்கக்கூடாது?*

கிறுக்கன் 3: *சூப்பர்... கைகுடு... (கிறுக்கன் 1 குழம்பி நிற்கிறான்.)*

கிறுக்கன் 2: *எப்படி என் யோசனை?...*

கிறுக்கன் 1: *(கையை உதறி) போடா புடுங்கி... தனித்தனியா நின்னுஎன்ன தவம் பண்றதா?*

கிறுக்கன் 2: *டேய் தனித்தனியா நின்னு நாம ஆகாயத்தையே வெறிச்சுப் பார்த்துக்கிட்டு இருப்போம்.*

கிறுக்கன் 3: *ஆஹா... இது பிரமாதம். ஆகாயத்தை உற்று நோக்கி, நகர்ந்து செல்லும் மேகங்களை உற்று*

நோக்கி, மேகத்துக்கும் மேலே மிக உயரத்தில் பயணிக்கும் கிரகங்களை உற்று நோக்கி அவற்றை...

(மற்ற இருவரும் ஆவேசமாகி அவனை ஏறத்தாழத் தாக்குகிறார்கள். அவனை அப்படியே தரையுடன் குப்புறச்சேர்த்து அமுக்குகிறார்கள்)

கிறுக்கன் 1: நிறுத்துடா மயிரு. சொற்பொழிவு பண்ற நேரமாடா இது? அவன் வந்தா நம்மையெல்லாம் தலைகீழா நிக்க வச்சு வேட்டியை உருவிக்கிட்டுப் போயிடுவான். (மற்ற இருவரைப் பிரித்து விடுகிறான்.) தனித்தனியா நில்லுங்கடா... வானத்தையே வெறிச்சுப் பார்க்கணும்டா... வானத்தை ஆராய்ச்சி பண்ணுவோம்டா.. வெறும் மழை பெய்யுமா? இடியுடன் கூடிய மழை பெய்யுமா?

கிறுக்கன் 2: ஆஹா...

கிறுக்கன் 1: வானம் வறண்டு போகுமா? மீனவர்கள் நடுக்கடலுக்கு மீன்பிடிக்கப் போகலாமா?

கிறுக்கன் 2: பயிர் நடலாமா? அறுவடை செய்யலாமா? நாத்து நடலாமா இல்லை களை பிடுங்கலாமா? (ஒவ்வொரு வார்த்தையையும் நடித்துக் காட்டுகிறான்.)

கிறுக்கன் 3: (அதே பாவனைகளுடன்) அல்லது... அங்கு பணிபுரியும் நம் குலப்பெண்களுக்கு மஞ்சளரைத்துப் பணி புரிவோமா?

கிறுக்கன் 1: மாமனா மச்சானா மானம் கெட்டவனே... தூ... ங்கொம்மாள... உன்னோடு சேர்ந்து நானும் கெட்டுப் போயிட்டேன்டா... ஒவ்வொருத்தனும் ஓரமா... தனித்தனியா நில்லு... நீ மேலே வா... நீ கீழேயே நில்லு.. நான் கொஞ்சம் தள்ளி இங்கே நிக்கறேன். அந்த நாயும் போலீசும் வந்தா நாம எதுவும் பேசப்படாது. யாரும் அசையப்படாது. (மூவரும் சிலை போல ஒவ்வொரு கோணத்தில் தனித்தனியாக வானத்தையே வெறித்துப் பார்த்தவாறு நிற்கிறார்கள். இப்படியே ஓரிரு நிமிடங்கள் கழிகின்றன. நீண்ட விசில் சத்தம்

மேடையின் வலப்புறத்திலிருந்து கேட்கிறது. தொடர்ந்து ஆக்ரோஷமான உடுக்கையொலி. மேடையில் போலீஸ்காரரர் கையில் நீளமான லத்தியை சொருகிக்கொண்டு உள்ளே பிரவேசிக்கிறார். நாய் வேடமணிந்த நடிகன் மண்டியிட்டு முன்னே தரையை முகர்ந்து பார்த்துக்கொண்டே போலீசை வழிநடத்தி வருகிறது. பின்னணியில் திருவிழா மேளம் ஒலிக்கிறது. நாய் தனித்தனியாக நிற்கும் மூவரையும் முகர்ந்து பார்த்து ஓரிடத்தில் உட்காருகிறது.போலீஸ் நாயை சாந்தப்படுத்துவது போலத் தடவிக் கொடுக்கிறார். பின்னர் அதன் சங்கிலியை அவிழ்த்து விடுகிறார். பின்னர் கிறுக்கன் 2 அருகில் சென்று..)

போலீஸ்: டேய் என்னங்கடா, மேலேயே வெறிச்சுப் பார்த்துக் கிட்டு இருக்கீங்க? யாராவது அங்கே அவுத்துப் போட்டு ஆடறாங்களா? (கிறுக்கன் 1 அருகில் சென்று அவனை அசைத்துப் பார்க்கிறார். அவன் அசருவதில்லை. அப்படியே ஆகாயத்தில் வெறித்துப் பார்த்தவாறே இருக்கிறான். அவனை என்னென்னவோ செய்து பார்க்கிறார். அவன் துளியும் நகருவது இல்லை. போலீஸ் பக்கமாகப் பார்ப்பதும் இல்லை. வானத்தையே வெறித்துப் பார்த்தவாறு இருக்கிறான்.) என்னடா சிலுக்கு டான்சா? அப்படிப் பார்க்குறே? (அவன் கண்ணைக் குத்துவது போலக் கையை ஆட்டிப் பார்க்கிறார். அவன் அப்படியே இருக்கிறான்.) டேய்... இமை கொட்டாமப் பார்க்குறானே அப்படி என்னதான் இருக்கும்? (அவரும் அவனைப் போலவே அதே திசையில் உற்றுப் பார்க்கிறார். நாய் மேடையில் அங்கும் இங்கும் முகர்ந்தவாறு அலைந்து கொண்டிருக்கிறது. கிறுக்கன் 2 அருகில் செல்கிறார்.) இவன் ரொம்ப வருத்தத்தோட பார்க்கிறான். என்ன எழவோ? (அவனைப் போலவே மோவாயில் கையை வைத்துக்கொண்டு பார்க்கிறார்.) ஒண்ணும் தெரியலையேடா... (அவனையும் அசைத்துப் பார்க்கிறார். கிறுக்கன் 3 அருகில்

செல்கிறார்.) இவன் ஒருமாதிரி காலை விரிச்சி வைச்சுப் பார்க்கிறான்...(பாக்கெட்டில் இருந்து கண்ணாடியை எடுத்து அணிந்துகொண்டு அவன் பார்க்கும் திசையிலேயே மேலே பார்க்கிறார். அவன் கையிடுக்கில் நுழைந்து பார்க்கிறார். நாயும் அவரைப் போலவே அங்கும் இங்கும் அலைந்து மேலும் கீழும் ஆராய்ந்து பார்க்கிறது. நிற்கும் மூவரின் கால்களை முகர்ந்து பார்க்கிறது. ஒருவனிடம் நின்று காலைத்தூக்கி மூத்திரம் பெய்கிறது.) என்ன இழவோ... மூணு கம்மனாட்டிகளும் சிலை போல நிக்கறாங்க. (மூவரையும் தனித்தனியாக லத்தியால் குத்தி அசைக்கிறார்.) டேய், அங்கே எவளாவது அவுத்துப்போட்டு ஆடினா சொல்லுங்கடா. கிறுக்கன் 3ஐ உலக்கி அசைக்கிறார். அவன் தியானம் கலைந்ததுபோல திடீரென்று அவரைப் பார்த்து)

கிறுக்கன் 3: (போலீசைப் பார்த்து) வணக்கம் சார். (நாயிடம்) வணக்கம் சார். ரெண்டு சாரும் எப்போ சார் வந்தீங்க?

போலீஸ்: (இடுப்பில் கைகளை கம்பீரமாக வைத்தபடி அதிகாரத் தோரணையில்) ஏண்டா... நானும் அப்போ பிடிச்சு பார்த்துக்கிட்டிருக்கேன். வானத்தையே வெறிச்சுப் பார்த்துக்கிட்டிருக்கியே... நீயும் அந்த ரெண்டு பயலுகளும் அப்படி என்னடா பார்த்துக்கிட்டு இருக்கீங்க?

கிறுக்கன் 3: சார்... நாங்க வானிலை ஆய்வு செய்துக்கிட்டு இருக்கோம். சார்.

போலீஸ்: நீங்க என்னடா வானிலை ஆய்வு செய்யறது? அதுக்கு வேறே ஆளுக இருக்காங்க. மழை வரும்னு சொல்லி வராமப் போறதுக்கு அவங்க சொன்னாப் பத்தாதா? நீங்க என்னடா புதுசா?

கிறுக்கன் 3: வான் – நிலை – ஆய்வு – வானிலை ஆய்வு சார்.

போலீஸ்: *நீங்க என்ன ஆராய்ச்சி பண்ணிக் கிழிப்பீங்க ஏண்டா....*

கிறுக்கன் 3: *இதுகூட சாருக்குத் தெரியாதா? (திடீரென்று மேடைப்பேச்சுத் தொனியில்) நாங்கள் வானத்தைப் பார்த்துத்தான் இந்த பூமியின் தட்ப வெப்ப நிலையை ஆய்கிறோம். வானத்தின் நிறம், கார்மேகங்களின் பயணம், வெண்மேகங்களின் வடிவம், இவற்றையெல்லாம் நாங்கள் வானத்தைப் பார்த்துத்தான் தீர்மானம் செய்கிறோம் என்பதைப் பேரன்புடன் தெரிவித்துக்கொள்ளும் அதே வேளையில், வானில் மழை பொழியுமா? அது பூமியை அடையுமா? மண் வறண்டு போகுமா? பருவமழையும் கோடை மழையும் பொய்க்குமா? வேளாண்மை நடைபெறுமா? நாடாளுமன்றம் நடைபெறுமா? கடையடைப்பு நடக்குமா? கலவரம் நடக்குமா என்பதையெல்லாம் நாங்கள் வானத்தைப் பார்த்துத்தான் தீர்மானித்துக் கொண்டிருக்கிறோம். ஏனென்றால் நாங்கள் முக்காலமும் உணர்ந்த ஞானிகள் என்பதைப் பணிவன்புடன் தெரிவித்துக் கொள்ளும் அதேவேளையில்....*

போலீஸ்: *(இடையில் குறுக்கிட்டு குபீரென்று சிரிக்கிறார். நிறுத்தாமல் சிரிக்கிறார். தரையில் நீளமான கம்பை நேராக நிறுத்தி அதன் மீது இரு கைகளையும் ஊன்றிக்கொண்டு ஆடி ஆடிச் சிரிக்கிறார்.) அட அட அட... பரம ஞானிங்கடா... இப்பேற்பட்ட மகாஞானிகளை ஒருசேரப் பார்க்கறது என்னோட பாக்கியம். (திடீரென்று கம்பை அடிப்பது போல நீட்டி) ஏண்டா... எந்த வீட்டுலே திருடலாம், அப்படித் திருடனதை எங்கே பதுக்கி வைக்கலாம் எப்படிப் பதுக்கி வைக்கலாம்னு அங்கே பார்த்துத்தான் தெரிஞ்சுக்குவீங்களோ? (லத்தியால் கிறுக்கன். 3ஐத் தள்ளி விடுகிறார்.) இப்போ நான் கேட்கிற கேள்விக்கு குண்டக்க மண்டக்க எதையாவது புரியாத மாதிரி சொன்னேன்னு வச்சிக்கோ, இந்த லத்தியை பின்னாலேவிட்டு உன் வாய்*

வழியா எடுத்துடுவேன். இங்கே ஒருத்தன் நாயாக் கத்திக்கிட்டு இருக்கான்..(திடீரென்று நாய் பெருங்கோபத்துடன் குலைக்கிறது.) சாரி... சாரி... மன்னிச்சுக்குங்க சார்... கரடியாக் கத்திக்கிட்டு இருக்கான். என்ன மயித்துக்குடா வானத்தைப் பார்த்துக்கிட்டிருக்கீங்க? என்ன மயித்துக்குடா? (கிறுக்கன் 1ன் அருகில் சென்று அவனைக் கம்பால் தள்ளி அசைக்கப்பார்க்கிறார்.)

கிறுக்கன் 3: உறங்கும் புலியை இடறவேண்டாம். ஞானிகளின் மோனத்தைக் கலைக்கவேண்டாம் என்று பணிவன்புடன் வேண்டிக்கொள்ளும் அதே வேளையில், (இடையில் போலீஸ் கிறுக்கன் 3 அருகில் சென்று அவனையும் நெட்டித்தள்ள முயற்சிக்கிறார்.) தவத்தைக் கலைத்தால் வானில் கோளங்களும் கலைந்து....

போலீஸ்: (லத்தியை அவனை நோக்கி ஓங்கியவாறே ஓடுகிறார்.) நீ சொற்பொழிவை நிறுத்தறியா இல்லையா? (கிறுக்கன் 2ன் அருகில் சென்று மோவாயில் பதிந்திருக்கும் அவன் கைகளை கீழே இழுத்துவிட முயற்சிக்கிறார். அது மீண்டும் ஸ்பிரிங் போல அவன் மோவாய்க்கே செல்கிறது. அவன் விடாமல் மேலேயே பார்த்துக் கொண்டிருக்கிறான். போலீஸ் சற்றுப் பின்னால் தள்ளிச்சென்று அவனை நெட்டித்தள்ளுவதற்கு வேகமாக ஓடிவருகிறார். அவன் சடக்கென்று கலைந்து தலைமீது கை வைத்தவாறு தரையில் உட்கார்ந்து விடுகிறான். சமாளித்து நாயைப் பார்த்து)

கிறுக்கன் 2: அந்த சார் எங்கே சார்? (போலீசைப் பார்த்து) கெடுத்துட்டீங்களே சார்.

போலீஸ்: (அவனிடம் தள்ளாடியபடியே வந்து குழப்பத்துடன்) என்ன சார் கெடுத்தேன்?

கிறுக்கன் 2: என்னுடைய வானிலை ஆராய்ச்சியை... வறட்சி... வெள்ளம்... பயிர் நாசம்... பட்டினிச்சாவு...

கிறுக்கன் 3: தொத்து வியாதிகள், நிலநடுக்கம், அமைச்சரவை அமைப்பு நாடாளுமன்ற கலைப்பு....

கிறுக்கன் 2: இப்படி எல்லாத்தையும் கெடுத்துட்டார்யா... சே...

போலீஸ்: (கிறுக்கன் 1 அருகில் சென்று) இன்னும் இந்த ஞானிக்கு முளிப்பு வரலையோ? நீ சாதாரண ஞானி இல்லடா...(நாயைக் காண்பித்து) இந்த ஞானி இப்போ உன் கொட்டையைப் பிடுங்கினாத்தான் நீ முளிப்பே. இல்லையா? (லத்தியால் தள்ளி விடுகிறார். அவன் மேலே உற்றுநோக்குவதை நிறுத்தி மேடையின் முன்பகுதிக்கு வந்து நிற்கிறான்.)

கிறுக்கன் 3: இமாச்சல் கொங்கன், கோவா, லட்சத்தீவு ஆகிய இடங்களில்...

போலீஸ்: அங்கெல்லாம் என்னப்பா?

கிறுக்கன் 3: லேசான இடியுடன் கூடிய மழைபெய்யலாம். இடி இல்லாமலும் மழை பெய்யலாம். வெய்யில் அடிக்கலாம். அடிக்காமலும் போகலாம்.

போலீஸ்: இப்போ நான் உன்னை அடிக்கலாம். அடிக்காமலும் போகலாம்.

கிறுக்கன் 1: (பின்வாங்கியபடி, நாயைப் பார்த்து) வாங்க சார்... வணக்கம் சார்... (போலீசைப் பார்த்து) வணக்கம் சார்.

போலீஸ்: சாமி சமாதி கலைந்து முழிச்சிட்டீங்களா? (மற்ற இருவரும் போலீஸ் பின்னால் வந்து நிற்கின்றனர். கிறுக்கன் 1–க்கும் போலீசுக்கும் இடையில் நாய் நிற்கிறது)

போலீஸ்: உன் பெயரென்னடா?

கிறுக்கன் 1: சார். தப்பெதுவும் பண்ணலையே சார்...

போலீஸ்: (வெடிச்சிரிப்பு சிரிக்கிறார். தயங்கியபடி கிறுக்கன் 1ம் சிரிக்கிறான். போலீஸ் சடாரென்று சிரிப்பை நிறுத்தி முறைக்க அவனும் பயத்துடன் சிரிப்பதை நிறுத்துகிறான். இப்படியே நான்கைந்து முறை நடக்கிறது.) ஏண்டா தப்பு செய்தாத்தான் பெயரைச் சொல்வீங்களோ? கிறுக்குப் பயலே.

கிறுக்கன் 1: *(போலீசுக்கு நெருக்கமாகச் சென்று அவர் தோளில் கை போட முயற்சித்தவாறே)* பெரிய ஆளு சார் நீங்க. நான் சொல்றதுக்கு முந்தியே பெயரைச் சொல்லிட்டீங்களே சார்.

போலீஸ்: என்னது? உன் பெயர் கிறுக்கனா?

கிறுக்கன் 3: ஆம். எங்கள் மூவருக்கும் ஒரே பெயர். அவன் முதல் கிறுக்கன். இவன் இடைக்கிறுக்கன். யாம் கடைக்கிறுக்கன்.

போலீஸ்: டேய்...முதலு *(என்று சொல்லியவாறே மேடையில் வலது மூலையில் உள்ள இருக்கையில் அமரச் செல்கிறார். கிறுக்கன் 1 அவரைத் தொடர்ந்து போய் கைகட்டி நிற்கிறான்.)*

போலீஸ்: நேத்து எந்த வீட்டுலே திருடு போச்சு?

கிறுக்கன் 1: என்ன கேட்டீங்க? திருட்டா? எந்த வீட்டுலேயா?

போலீஸ்: ஆமாம். திருட்டு. நேத்து எந்த வீட்டுலே திருட்டு போச்சு? *(கிறுக்கன் 1 உரக்க சிரித்தபடி மேடை முழுதும் அலைகிறான்.)*

போலீஸ்: டேய்...அடங்குடா... *(மற்ற இருவரும் அவனை அடக்கப் பார்க்கிறார்கள்.)*

கிறுக்கன் 1: டேய் சார் சொல்றது காதுலே விழலையா? எந்த வூட்டுலே திருட்டு போச்சுன்னு கேக்கறாருடா...

(மற்ற இருவரும் அவனுடன் இணைந்து வெடித்துச் சிரிக்கிறார்கள். போலீஸ் அவர்களை மிரட்டி அடக்குகிறார். மூவரும் அமைதியாகிறார்கள்.)

போலீஸ்: இப்படியெல்லாம் சிரிச்சீங்க.... மூணு பேரையும் ஒண்ணாச் சேர்த்து ஒண்ணா பிணைஞ்சு எடுத்துடுவேன் படுவா ராஸ்கோல்களா...

(மீண்டும் சிரிக்கிறார்கள். திடீரென்று நாய் குரைத்தவாறே அவர்களை நோக்கிப் பாய்கிறது. அவர்கள் பயத்துடன் அடங்கிப் போகிறார்கள்.)

போலீஸ்: இனிமே இப்படி சிரிச்சீங்க... இவரைப் பத்தி உங்களுக்குத் தெரியாது... ஒரே கடியிலே... மூணு பேருதயும்.... என்ன புரியுதா?

போலீஸ்: இப்போ சொல்லுங்கடா... எந்த வூட்டுலே திருடு போச்சு?

(மூவரும் மீண்டும் மீண்டும் 'எந்த வீட்டுலே... எந்த வீட்டுலே' என்று கேட்டவாறு குலுங்கிச் சிரிக்கிறார்கள். போலீஸ் நாயைக் கூப்பிடுகிறார்.)

போலீஸ்: டீட்டோ... டீட்டோ...(நாய் தலையை ஆட்டிக்கொண்டே எதிர்மூலையில் சுருண்டு படுத்துக் கொள்கிறது.)

போலீஸ்: அவருக்கு மூடு சரியில்லை. இன்னொரு முறை சிரிச்சீங்க நடக்கற கதையே வேறே... சொல்லுடா எதுக்கு சிரிச்சீங்க?

கிறுக்கன் 2: சார். நான் சிரிக்கலை. இவன்தான் சிரிச்சான். பாருங்க இன்னும் சிரிச்சிக்கிட்டுத்தான் இருக்கான்.

(போலீஸ் அவர்களை அடிப்பது போலத் துரத்திச் செல்கிறார்.)

கிறுக்கன் 1: டென்சனாகாதீங்க சார்... என்ன கேட்டீங்க?

போலீஸ்: காதுலே என்ன மயிரா அடைச்சிருக்கு? நேத்து ராத்திரி எந்த வீட்டுலே திருடு போச்சு? (அமைதி) எந்த வீட்டுலே நேத்து ராத்திரி கள்ளன் புகுந்து கொள்ளையடிச்சான்? ஒரு வரியிலே சுருக்கமா சொல்லு. எந்த வீட்டுலே திருடு போச்சு?

கிறுக்கன் 2: சார் நீங்களே சொல்லுங்க... இந்த ஊருலே திருடு போகாத வீடு ஏதாவது இருக்கா?

கிறுக்கன் 1: கரெக்டு

கிறுக்கன் 2: இல்லை கள்ளன் நுழையாத வீடு ஏதாவது இருக்கா?

கிறுக்கன் 1: கரெக்டு

கிறுக்கன் 2: ஏன் சார் எங்க வீட்டுலேகூட திருடன் ஒரு தடவையோ ரெண்டு தடவையோ நுழைஞ்சிருக்கான். திருடு போயிருக்கு. இது என்ன பெரிய விஷயமா சார்?

கிறுக்கன் 3: ஏன் சார்... போன மாசம் உங்க வீட்டுலேகூட திருடன் வந்துட்டுப் போனான்னு சொன்னாங்களே...

(போலீஸ் லத்தியை தரையில் தட்டி அவனை மிரட்டுவது போல ஜாடை செய்கிறார்.)

போலீஸ்: கிறுக்கனுங்களா... விளையாடறீங்களா? நேத்து ராத்திரி ஏதோ வீட்டுலே திருடு போயிடுச்சாம். விலாசம் எழுதின பேப்பரை வீட்டுலே எங்கேயோ மறந்து வச்சுட்டு வந்துட்டேன்.

கிறுக்கன் 3: முந்தா நாள் ராத்திரி ஒரு வீட்டுலே திருடு போனப்ப சார் இந்த நாயை அழைச்சிக்கிட்டு வரலையா? அப்போ மழை பெய்துகிட்டு இருந்ததே சார்.

போலீஸ்: (அவனை மிரட்டும் தொனியில்) என்ன சொன்னே?

கிறுக்கன் 3: முந்தாநாள் இந்த நாய் எந்த வீட்டுக்கு வந்ததோ அந்த வீட்டுக்குப் பக்கத்து வீட்டுக்கு எதிர் வீடு சார்.

போலீஸ்: (லத்தியை ஓங்கியவாறு) என்ன சொன்னே?

கிறுக்கன் 2: (அவனிடம் ஓடி வந்து நாயை சுட்டிக் காட்டியவாறு) மடையா... கூமுட்டை.... நான் சொல்லலை.. இதுதாண்டா போலீசு. (கண்டிப்பான குரலில்) நாய்னு சொல்லக்கூடாது. போலீஸ்னு சொல்லணும். டிபார்ட்மெண்ட்டுலே இருக்காருல்லே. அவரும் போலீஸ்தான்.

கிறுக்கன் 3: சரி. சரி. போலீஸ் நாய்.

போலீஸ்: டேய்... நாயார்னு சொல்லணும். ஏன்னா நம்ம ஊருலே பெரிய மனுஷங்க... மந்திரிங்க பேருக்குப் பின்னாலே ஆர் சேர்த்துக்கறது இல்லையா? அந்த ஆர்...இந்த ஆர்... அந்த ஊரார்... இந்த ஊரார்... அப்படி. இவருக்கு எங்க டிப்பார்ட்மெண்ட்டுலே சப் இன்ஸ்பெக்டர்

ராங்க். அதனாலே நாயார். அது ஸ்டேட் லெவல்லே. நாய்ஜி-ன்னா அது சென்டரு.

(மூவரும்) ஓஹோ... நாயார்... நாய்ஜி... சரிதான்.

கிறுக்கன் 1: சார், நீங்க நாயாருக்கு சல்யூட்லாம் அடிப்பீங்களா? எங்கே? ஒருமுறை அடிச்சுக்காமிங்க. *(போலீஸ் லத்தியைத் தூக்கிக்கொண்டு அவனை அடிக்க விரைகிறார்.)* என்ன சார் நீங்க. போலீஸ் டிபார்ட்மெண்டுலே உயரதிகாரிகளைப் பார்த்தா இப்படி கையை விறைப்பாக்கி காலை உதைச்சு சல்யூட் அடிக்கிறது பிரமாதமா இருக்கும் இல்லையா சார்... இந்த நாயை...

கிறுக்கன் 2: டேய் நாயே... எத்தினி வாட்டி சொல்றதுடா... நாய் இல்லடா... நாயார்... எங்கே சொல்லு...

கிறுக்கன் 1: நாயார்... அது சப்-இன்ஸ்பெக்டர்னா...

கிறுக்கன் 2: அது என்னடா? அவுருன்னு சொல்லுடா...

கிறுக்கன் 1: *(அழுவது போன்ற குரலில்)* மதிப்பிற்கும் மரியாதைக்கும் உரிய நாயார்... நாய் சார்... மானனீய நாய்ஜி... ஸ்ரீமான் நாய்காரு... போதுமாடா நாயே... அவரு சப்-இன்ஸ்பெக்டர்னு சொல்றதாலே இந்த சார் அந்த சாருக்கு சலாம் அடிப்பாரான்னு கேட்டேன்டா...

கிறுக்கன் 2: ஐயய்யோ... சலாம் இல்லடா... சல்யூட்... இதோ இப்படி.... *(அடித்துக் காட்டுகிறான்.)*

கிறுக்கன் 1: ஓஹோ... *(அவனும் அப்படியே அடித்துக் காட்டுகிறான்.)*

போலீஸ்: *(கெஞ்சும் குரலில்)* டேய்... அது இதுன்னு கதை பண்ணாதீங்கடா...அந்தத் திருடு போன வீடு எங்கடா இருக்கு?

கிறுக்கன் 3: *(மேடைப்பேச்சுத் தொனியில்)* இந்த இடத்தில் நான் ஒன்றை உறுதியாகவும் உண்மையாகவும் கூறக்கடமைப்பட்டுள்ளேன். அதே நேரத்தில்

அடக்கத்துடன் நான் தெரிவித்துக்கொள்ள விழைவது என்னவென்றால், இந்த ஊரில் எல்லா வீடுகளிலும் கள்வன் புகுந்து களவுத் தொழில் புரிந்திருக்கும் இந்த வேளையில், எந்த இல்லத்திலே கள்வன் நுழைந்தான், களவு புரிந்தான் என்று கேட்பதை விடுத்து எந்த இல்லத்திலே கள்வன் நுழையவில்லை என்பதைக் கேட்டுத் தெரிந்துகொள்வதும் அவ்வளவு சுலபமான காரியமில்லை என்று சொல்லத்தோன்றும் அதே வேளையில்...

போலீஸ்: *(லத்தியை ஓங்கியவாறு)* என்ன மயித்துக்கு பிரசங்கம் படவா ராஸ்கோல்.

கிறுக்கன் 1: *(குறுக்கிட்டு)* சார் அவன் செய்யறது பிரசங்கம் இல்ல சார். உங்களுக்குத் தகவல் சொல்றான். அதாவது, எல்லார்கிட்டேயும்... ஏன் பொண்டாட்டி கிட்டேகூட இப்படித்தான் பேசுவான்.

போலீஸ்: *அப்படியா?*

கிறுக்கன் 1: எப்பவும் அப்படி இல்லை. சொல்ல வந்தது மறந்துடுச்சுன்னா சாதாரணமா பேசுவான். தேர்தல்லே தோத்துப் போயிட்டான் சார். அதனாலதான் இப்படி.

போலீஸ்: ஜனங்க சரியாகத்தான் தோக்கடிச்சிருக்காங்க. இல்லேன்னா பேசியே பாதி ஜனங்களைக் காலி பண்ணியிருப்பானில்லை. இன்னொரு முறை இப்படிப் பேசினான்னா வகுந்துடுவேன்...

கிறுக்கன் 3: *(விரல்களை ஆட்டி எச்சரிப்பது போல)* மொழி என்பது ஒருவன் உயிர். அவன் உரிமை. அவன் இனத்தின் மானம். என் மொழி ஒரு காவலரைச் சென்று அடையவில்லை என்றால் அந்த மொழியை மேலும் மெருகூட்டும் வேளை வந்திருக்கிறது என்று சொல்லும் அதே வேளையில்...

போலீஸ்: ஒண்ணு இவனை மாதிரி இருக்கறவனுங்க தேர்தல்லே நிக்கறாங்க. இல்லன்னா பத்திரிகை

நடத்தறாங்க. இல்லைன்னா நாடகம் போடறாங்க. நான் கேக்கறதுக்கு ஏதாவது பதில் சொல்லரானா பாரேன்.

கிறுக்கன் 1: சார். அவனை விடுங்க சார். டென்ஷனாகாதீங்க. மேட்டருக்கு வாங்க சார். நீங்க இப்போ திருட்டு போன வீட்டுக்கு இந்த நாயாரை அழைச்சுக்கிட்டுப் போவீங்க இல்ல சார்?

போலீஸ்: ஆமாம்.

கிறுக்கன் 1: இந்த நாயாரும் திருடு போன வீட்டுக்கு உள்ளேயும் வெளியேயும் வந்து சுத்திச் சுத்தி மோப்பம் பிடிச்சு, இந்த தண்டால் பஸ்கி கஸ்ரத் எல்லாம் பண்ணுவாரு இல்லை. அதையும் மீறி கண்டுபிடிக்க முடியறது இல்லையே சார்.

போலீஸ்: டேய்... நாயார் ஒரு வீட்டுக்கு வந்து மோப்பம் பிடிச்சா மட்டும் அந்தக் கேஸ் க்ளியராயிடுமா? ஆகாது. நாயார் என்ன பண்றாரு? திருடு போன வீட்டுக்கு வந்து அந்தத் திருடனோட வாசனையையும் திருட்டுப் போன பொருட்களோட வாசனையையும் நல்லா முகர்ந்து பார்க்குறாரு. நல்லா முகர்ந்து பார்த்து நல்லா ஸ்ட்ராங்கா மனசுலே வச்சிக்கிறாரு. இதனாலே மட்டும் கேஸ் கிளியராயிடுமா? ஆகாது. அந்தத் திருடனையும் பிடிச்சி திருட்டுப் போன சாமான்களையும் கைப்பற்றினாத்தானே அந்த கேஸ் கிளியராகும்? சரி. திருடனை எப்படிப் பிடிக்கிறது? திருட்டுப் போன சாமான்களை எப்படிடா கைப்பத்த முடியும்?

கிறுக்கன் 2: டேய்... சார் சொல்றதுதான்டா கரெக்டு.

கிறுக்கன் 1: எப்படி?

கிறுக்கன் 2: ஒரு நல்ல கைதேர்ந்த திருடன் மாட்டிக்காம இருக்கறதுக்கு எக்கச்சக்கமா பயிற்சி எடுத்துக்குவான்.

கிறுக்கன் 1: சரிதான்.

கிறுக்கன் 2: ஆமாம். அந்தத் திருடன் ஒரு முழு வாசனை சோப்புக்கட்டியையும் கரைச்சி உடம்புலே

தேய்ச்சிக் குளிச்சான்னு வச்சிக்கோ. அப்போ நாயார் எப்படிடா மோப்பம் பிடிப்பாரு?

கிறுக்கன் 1: இதுவும் சரிதான். *(போலீசிடம்)* ஏன் சார்... அப்போ பயிற்சியே இல்லாத அரைகுறை திருடனைத்தான் இந்த நாய் பிடிக்குமா? *(கிறுக்கன் 2 முறைக்கிறான்)* சரி. நாயார் பிடிப்பாரா?

கிறுக்கன் 2: திருடப்போறவன் இந்த நாளைக்கு இந்த நேரத்துக்கு நான் திருடப்போறேன்னு ஒரு போஸ்ட் கார்டுலே எழுதிப் போடுவான். அந்த வீட்டுலே நாயார் போய் மோப்பம் பிடிச்சு அவனைப் பிடிப்பாரு. அதுதானே? *(நாய் கோபத்துடன் அவனைப் பார்த்துக் குரைக்கிறது. இருவரும் பயந்தவாறு அதைப் பார்த்துக் கையெடுத்துக் கும்பிடுகின்றனர்.)*

போலீஸ்: *(கோபத்துடன்)* டேய்... திருட்டுப் பயலே... அவரு இங்கே டியூடி பார்க்கறதுக்கு முந்தி கிருஷ்ணகிரியிலே டியூடி ர்த்திருக்காருடா... அவருக்கு தமிழ், தெலுங்கு, உருது மூணு பாஷை தெரியும். ஏதாவது குண்டக்க மண்டக்கப் பேசி உடம்பைக் கெடுத்துக்காதே.

கிறுக்கன் 2: *(நாய் முன்பு மண்டியிட்டுக் கும்பிடுகிறான்.)* ஐயா... நான் ஏதாவது தப்பா சொல்லியிருந்தா மன்னிச்சுக்குங்க.

கிறுக்கன் 3: நல்லா மன்னிப்பு கேட்டுக்கப்பா. இவரு மெட்ராசுக்கு சினிமா சான்ஸ் கேட்டுப் போயிருக்காரு. சினிமாலே சான்ஸ் கிடைக்கலேன்னாலும் மெட்ராஸ் பாஷையை சூப்பரா கத்துக்கிட்டாரு இல்லயா சார்?

போலீஸ்: டேய்... சும்மா ஏதாவது பஜனை பண்ணிக்கிட்டு இருக்காதீங்கடா. அந்தத் திருடு போன வீடு எங்கேன்னு சொல்லித் தொலைங்கடா.

கிறுக்கன் 3: அக்களவு போன இல்லம் எங்கே இருக்கிறது என்று கேட்டால் இங்கிருந்து வடக்கே நகர்ந்து பின் கிழக்கே ஏகி பின் இடப்புறமாகச்

சென்று அதற்கு வலப்புறத்தில் உள்ள மூன்று இல்லங்களில் நடுவில் இருக்கும் இல்லமாக இருக்கும் என்று அனுமானிக்கிறேன். ஏற்கெனவே ஒரு மூத்த காவல் அதிகாரி அவ்வில்லத்துக்கு ஏகி அங்கு புலனாய்வு செய்து வருகிறார் என்பதைத் தெரிவித்துக் கொள்ளும் அதே வேளையில்...

போலீஸ்: *(அவனை அடிக்கப் பாய்ந்து)* டேய்... நாயே... *(மற்றவர்களிடம்)* இவன் என்ன சொல்றான்னே புரியலை. கொஞ்சம் நல்ல தமிழ்லே மொழிபெயர்த்து யாராவது சொல்லுங்கடா.

கிறுக்கன் 2: அதாவது சார், அதாவது இங்கிருந்து சோத்துக்கைப் பக்கம் ரெண்டு மைல்தூரம் போய் அப்படியே லெப்ட்லே ஒடிச்சிக்கினு அப்படியே வர்ற மூணு வீட்லே நடுசென்டரா இருக்கிற வீட்லேதான் சார் திருடு போயிருக்குன்னு அவன்சொல்றான்.

போலீஸ்: சென்டர்...?

கிறுக்கன் 2: ஆமா சார். அங்கே ஆல்ரெடி ஒரு சீனியர் போலீஸ் ஆபீசர் வந்து என்குயரி பண்றாரு சார்.

போலீஸ்: சீனியர் ஆபீசரா? உனக்கு யார் சொன்னா?

கிறுக்கன் 1: அதுதான் பார்த்தாலே பெரிசு பெரிசா ஸ்டார் எல்லாம் குத்திக்கிட்டு இருந்தார் சார்.

போலீஸ்: பெரிய ஆபீசரே வந்திருக்கார்னா அங்கே எக்கச்சக்கமா திருடு போயிருக்குன்னுதான் அர்த்தம்.

கிறுக்கன் 2: ஆமாம் சார். பாவம் அந்த வீட்டுக்காரர் தன் பொண்ணோட கல்யாணத்துக்கு வச்சிருந்த பண்டம் பாத்திரம் நகை நட்டு எல்லாத்தையும் அடிச்சிக்கிட்டுப் போயிட்டான் சார்.

போலீஸ்: ரொம்ப மோசம். ரொம்ப மோசம்.

கிறுக்கன் 2: சார் உங்க கிட்டே ஒண்ணு கேக்கணுமே.

போலீஸ்: சரி. கேளு.

கிறுக்கன் 2: ரெண்டு வருசத்துக்கு முன்னாலே எங்க வீட்டுலேயும் ஒருமுறை திருடு போச்சு சார்.

போலீஸ்: சரி.

கிறுக்கன் 2: அப்போ இந்த நாயார் சார் வந்து அங்கே இங்கே அப்படி இப்படின்னு மோப்பம் பிடிச்சுட்டு விறுவிறுன்னு பஸ் ஸ்டேண்ட் வரைக்கும் ஓடினாரு சார். போய் கொஞ்ச நேரத்துலேயே எங்க வீட்டுக்குத் திரும்பி வந்துட்டாரு சார்.

போலீஸ்: உன் வீட்டுலேர்ந்து பஸ் ஸ்டேண்ட் வரைக்கும் ஓடிப்போய் திரும்ப உன் வீட்டுக்கே ஓடிவந்துருக்காருன்னா என்னடா அர்த்தம்?

கிறுக்கன் 2: இல்லை சார். நான் நினைச்சேன். அவரு அங்கேருந்து பஸ் ஸ்டேண்டுக்குப் போய் அங்கிருந்து ஒரு பஸ் புடிச்சு ஸ்டேஷனுக்கு போக நினைச்சிருக்கலாம். அங்கே பஸ் கிடைக்கலேங்கறாதாலே திரும்ப இங்கேயே வந்துட்டாருன்னு நினைச்சேன் சார்.

போலீஸ்: நீ ஒண்ணுடா. உங்க வீட்டுக்கு வந்த திருடன் உங்க வீட்டுலே இருக்கற பொருளையெல்லாம் திருடிக்கிட்டு பஸ் ஸ்டேண்ட் வரைக்கும் போயிருப்பான். அங்கேருந்து ஒரு பஸ்ஸையோ ஆட்டோவையோ பிடிச்சிப் போயிருப்பான் ரொம்ப தூரமா.

கிறுக்கன் 2: ஓஹோ

போலீஸ்: நாய்ஜி பஸ் ஸ்டேண்ட் வரைக்கும் ஓடிப்போயிட்டு திரும்பி வந்திருக்காருன்னு அதுக்கு இதுதான்டா அர்த்தம்.

கிறுக்கன் 1: ஓஹோ... அப்போ திருடன் திருடிட்டு பஸ்லேயோ ஆட்டோலயோ கார்லேயோ லாரியிலோ ஏரோப்ளேன்லேயோ தப்பிச்சுப் போயிருக்கணும். இல்லேன்னா அவன் மாட்டியிருப்பானே. ஆனா அவன் எங்கே போனான்னு தெரிஞ்சிக்கறதுலே நமக்கு என்ன சார் பிரயோசனம்? (போலீசிடம்) சார் என் வீட்டுலேயும் ஒருமுறை திருடு போச்சு சார்.

இந்த நாயார் வந்து வீடெல்லாம் மோப்பம் பிடிச்சு அப்புறம் பஸ் ஸ்டேண்ட் வரைக்கும் ஏன் சார் போகலை?

கிறுக்கன் 3: உன் வீட்டுலே திருடு போனது மூணு வருசத்துக்கு முந்தி இல்லடா? நம்ம நாய்ஜி அதுக்கு அப்புறம்தானே பஸ் ஸ்டேண்ட் வரைக்கும் ஓடிப்போகறதுக்கு டிரெயினிங் எடுத்தாரு? இப்போ என் வீட்டுலே திருடு போயி மூணு மாசம்தான் ஆகுது. நாய்ஜி பஸ் ஸ்டாண்ட் வரைக்கும் ஓடிப்போனாரு. அப்போ என் வீட்டுப் பொருள் எல்லாம் திரும்பக் கிடைக்க வாய்ப்பு இருக்குன்னு நினைக்கிறேன். (போலீசிடம்) நீங்க என்ன சார் நினைக்கிறீங்க?

போலீஸ்: இருக்கு. கண்டிப்பாக இருக்கு. காத்துக்கிட்டு இரு. ஆனா ஒண்ணு. நாங்க துப்புத்துலக்கி திருடனையெல்லாம் கண்டுபிடிச்சி அந்தச் சாமான்லாம் கைப்பத்திட்டோம்னு வச்சிக்கோ. நீ வந்து சரி பார்த்து ரசீது போட்டு வாங்கிட்டுப் போகணும். இல்லன்னா அந்தச் சாமான்களையெல்லாம் நாங்க மீட்டு உனக்குத் திருப்பிக் கொடுக்க வர்றோம்னு வச்சிக்கோ. அப்போ அதை சரிபார்த்து வாங்க நீ வீட்டுலே இருக்கணும்.

கிறுக்கன் 3: ஆஹா... இது என்னமோ நீங்க எனக்கு அல்வா குடுக்கற மாதிரி இல்ல சார் தெரியுது?

கிறுக்கன் 2: ஏண்டா இது உனக்குப் புரியலையா? சார் திருடனைப் பிடிச்சு, திருடு போன பொருட்களையெல்லாம் பிடிச்சு அதை அப்படியே உங்க வீட்டுக்குக் கொண்டு வந்து குடுப்பாரு. அதுக்காக நீ ஆயுசு பூரா உன் வீட்டுலேயே காத்துக்கிட்டு இருக்கணும். ஆனா ஒரு விஷயம். ஐயா வரும்போது மட்டும் நீ வீட்டுலே இல்லைன்னு வச்சிக்கோ. அப்புறம் அது பெரிய பிரச்சினை ஆயிடும்.

போலீஸ்: டேய் பெரிய ஆபீசரையெல்லாம் பாத்து சரிசெய்து வச்சிக்கிட்டேன்னு வச்சிக்கோ. உன் கேஸ் கிளியர் ஆகாதா? எல்லாத்துலேயும் ஒரு

நம்பிக்கை வைக்கணும்டா. சரி. நீ டிரைவரை வண்டியைத் தயார் பண்ணச் சொல்லு. நான் சாரை ஒண்ணுக்குப் போக வச்சு கூட்டிக்கிட்டு வர்றேன்.

கிறுக்கன் 2: அவரை நாங்க பண்ண வைக்கிறோம் சார். (நாயை மறைவிடத்துக்குக் கூட்டிச் சென்று துண்டால் மறைத்துக்கொள்கிறான். எல்லாம் முடித்துவிட்டு நாய் போலீசிடம் போகிறது.)

போலீஸ்: சபாஷ். இன்னொரு முறை வந்தா திருட்டு போன வீட்டுலே போய்க்கலாம் என்ன?

கிறுக்கன் 1: நாங்களும் ஜீப்லே வரலாமா சார்?

போலீஸ்: சீ... மூணு கிறுக்குக் கம்மனாட்டிகளும் கால்நடையா வந்து சேருங்க. (மூவரும் வரிசையாக நின்று சல்யூட் அடிக்கிறார்கள்.)

கிறுக்கன் 1: போலீசும் திருடனும் முன்னாடி போகட்டும். நாம பின்னாடி போவோம். (மேடையின் வலப்புறமாக மூவரும் வெளியேறுகிறார்கள்.)

காட்சி 1 நிறைவு

காட்சி 2

(வீடு போன்ற செட். அங்கங்கு பொருட்கள் கன்னாபின்னாவென்று கலைந்து விழுந்திருக்கின்றன. பெஞ்சு ஒன்றின் மீது கணவன் தலையில் துண்டைப்போட்டு உட்கார்ந்திருக்கிறார். அவருக்குப் பக்கத்தில் தரையில் உட்கார்ந்து மனைவி தலையைப் பிடித்துக்கொண்டு உரக்க அழுது கொண்டிருக்கிறாள். கிறுக்கன் 2 உள்ளிருந்து கணவருக்குத் தண்ணீர் கொண்டு வந்து தருகிறான்).

மனைவி: ஐயய்யோ... எல்லாம் போச்சே... கடவுளே... ஐயய்யோ... (கதறுகிறாள். கணவர் ஆறுதல்படுத்துகிறார். மேடையின் இடப்புற மூலையில் போலீஸ் உயரதிகாரி கையில் கிளிப் அட்டையில் செருகி வைத்துள்ள காகிதங்களை சரி பார்க்கிறார். பக்கத்தில் கிறுக்கன் 1ம் கிறுக்கன் 2ம் கவலையுடன் நின்றிருக்கிறார்கள். போலீஸ் அதிகாரி அட்டையை எடுத்துக்கொண்டு தம்பதியிடம் செல்கிறார். கீழே இறைந்துள்ள பொருட்களை ஒவ்வொன்றாக எடுத்துப் பார்க்கிறார். வீடு முழுவதும் எதையோ தேடுகிறார். பொருட்களை ஒவ்எவொன்றாக எண்ணுகிறார். தீவிரமாக ஆய்வு செய்கிறார். மூன்று கிறுக்கன்களும் அவர் பின்புறமாக அவர் போகுமிடமெல்லாம்

போகிறார்கள். அவர் நின்று திரும்பிப் பார்த்தால் வேறு பக்கமாக முகத்தைத் திருப்பிக் கொள்கிறார்கள். அவரைப் பார்த்ததும் தம்பதியர் எழுந்து நிற்கின்றனர். மனைவி சத்தம் போட்டு அழுகிறாள். கணவர் அவளை ஆறுதல் படுத்துகிறார்.)

அதிகாரி: (கிறுக்கன் 2டிடம்) ஆமாம். நீங்க எல்லாம் யாரு?

கிறுக்கன் 2: என்ன சார் இது. போனமுறை கூடப் பார்த்தோமே.

அதிகாரி: போன முறையா?

கிறுக்கன் 3: ஆமாம் சார். இந்த ஊருலே எங்கே திருடு போனாலும் நாங்க அங்கே இருப்போமே. போலீஸ் வர்றதுக்கு முன்பே நாங்க போய்க் காத்திருப்போம். போலீசுக்கு டீ வாங்கிட்டு வர்றது இப்படி ஏதாவது உதவி செய்வோமே சார். திருடு போன வீட்டுக்கு வர்ற போலீஸ்காரங்க எல்லாம் எங்களுக்கு ரொம்பவே அத்துப்படி சார்.

கிறுக்கன் 2: ஆமாம் சார். முன்னெல்லாம் யார் வீட்டுலேயாவது திருடு போனா நாங்க என்னென்னு கேட்கமாட்டோம். இப்போ நாங்க திருந்திட்டோமில்ல.

கிறுக்கன் 3: போனமுறை திருடு போச்சே. அது ஒரு போலீஸ் அதிகாரி வீடு சார். எங்களுக்கு இதெல்லாம் அத்துபடி ஆயிடுச்சு சார்.

கிறுக்கன் 2: இங்கே ஏதாவது சடங்கு அல்லது நடைமுறை விட்டுப்போச்சுன்னு வெச்சிக்குங்களேன். போலீசுக்கு நாங்கதான் ஞாபகப்படுத்துவோம்.

அதிகாரி சரி சரி. போய் ஒரு ஓரமாக நில்லுங்க.

கணவர்: (தயங்கியபடியே போலீஸ் அதிகாரி அருகில் வந்து) சார்...தப்பா நினைச்சுக்கப்படாது. அந்தப் பேப்பர்லே நீங்க என்னவெல்லாம் எழுதியிருக்கீங்கன்னு படிச்சுக் காட்டணும். ஏதாவது விட்டுப்போயிருந்தா...

அதிகாரி: *சரி. படிக்கிறேன். கவனமா கேட்டுக்கணும். கையெழுத்துப் போட்டுட்டா அப்புறம் திருத்தவும் முடியாது. மாத்தவும் முடியாது. என்ன படிக்கட்டுமா? (கணவனும் மனைவியும் கைகூப்பியபடி தலையாட்டுகின்றனர்.)*

அதிகாரி: ஒரு டிரங்கு பெட்டி. அதுலே வச்சிருந்த மொத்த ரொக்கம் இருபத்து இரண்டாயிரத்து இருநூற்று ஐம்பது ரூபாய். என்ன சரியா?

மனைவி: ஐயோ... ராப்பகலா உழைச்சு கஷ்டப்பட்டு சேர்த்து வச்சிருந்தோமே. அதைத் திருடிக்கிட்டுப்போன அந்த நாசமாகப் போனவன் கையை பாம்பு பிடுங்கணும். *(சத்தம் போட்டு அழுகிறாள்.)*

அதிகாரி: தங்க வளையல் – *6*, தங்க மோதிரம் – *2*, தங்க நெக்லேஸ் – *1*, தங்கச் செயின் – *1*. எல்லாம் சேர்த்து *17* பவுன்.

மனைவி: அவன் தலையிலே இடி விழட்டும். ஐயோ... *(அழுதுகொண்டே தரையில் உட்காருகிறாள். அவளை கணவர் சமாதானப்படுத்துகிறார்.)* என் பொண்ணுக்கு எப்படி நான் கல்யாணம் பண்ணுவேன்?

அதிகாரி: வெள்ளிப் பாத்திரம், எவர்சில்வர் பாத்திரம் ஏதாவதுபோட்டு வச்சிருந்தா...

மனைவி: அவன் கேடுகெட்டு நாசமாகத்தான் போகணும்.

அதிகாரி: புடவை – *6*, பிளவுஸ் – *4*, ப்ரேசியர் – *12*.

கிறுக்கன் 3: *சார்...அவங்க சொன்னதெல்லாம் எழுதிட்டீங்களா?*

அதிகாரி: *என்னய்யா? (அவனை மிரட்டுவது போல)* பாம்பு கடிக்கறதையும் தலையிலே இடி விழறதையும் நாசமாகப் போறதையுமா?

கிறுக்கன் 2: அந்த டிரங்குப் பெட்டியோட சாவியைப் போட்டு வச்சிருந்த செல்லப்பெட்டியோட சாவி...

அதிகாரி: சும்மா போய்யா... போய் வேலையைப் பாரு. அங்கே போய் நின்னுக்கோ

கணவர்: சார்... பத்து சென்ட் நிலத்தோட பத்திரம் அந்தச் செல்லப்பெட்டியிலேதான் சார் வச்சிருந்தேன். அது இருக்கா பாருங்க.

அதிகாரி: *(காகிதத்தில் தேடுகிறார்.)* பத்து சென்ட் பிளாட்டோட பத்திரமா? செல்லப்பெட்டியா? அப்படி எதுவும் இல்லையே?

மனைவி: *(அழுதுகொண்டே)* பட்டினி கிடந்து அரை வயித்துக்கும் கால் வயித்துக்கும் சாப்பிட்டு மீதியிலே சேமிச்சு வாங்கின இடம்யா. படுபாவி அவன் போற காலத்துலே தண்ணி இல்லாம தவிச்சு சாகணும். தண்ணி இல்லாம சாகணும். *(உரக்க அழுகிறாள்)*

அதிகாரி: சரி... சரி... செல்லப்பெட்டி உண்டு. போதுமா? ரேடியோ உண்டு. பிளாஸ்க் உண்டு. போதுமா?

கிறுக்கன் 3: சார்... அதுக்குள்ளே வச்சிருந்த சாவி...

அதிகாரி: அதெல்லாம் இல்லை... மூடிக்கிட்டுப் போய்யா.

(கிறுக்கன் 1 ஆரவாரத்துடன் எல்லோரையும் விலக்கி விடுறான்.) யோவ்... எல்லோரும் நகருங்க... நாயார் வந்துட்டார்... வழிவிடுங்க... மசமசன்னு நிக்காதீங்க. இனிமேதான் ஆட்டமே இருக்கு...சார்... வாங்க சார்.. ப்ளீஸ்... சார் வாங்க... *(உடன் போலீஸ் அதிகாரி நாற்காலியில் அமர்ந்திருக்கிறார். அவருக்கு இருபுறமும் மற்றவர்கள் நிற்கிறார்கள். போலீஸ் வந்து சல்யூட் அடிக்கிறார். போலீசையும் நாயையும் பார்த்த பிறகு மனைவியின் அழுகை அதிகரிக்கிறது.)*

அதிகாரி: என்னய்யா... விசாரணை எல்லாம் ஒழுங்கா போயிக்கிட்டு இருக்கா

போலீஸ்: *(சல்யூட் விறைப்பாக அடித்தவாறே)* எஸ் சார்.

அதிகாரி: நேத்திக்கு எந்த கேஸ் விசாரிச்சே.

போலீஸ்: சார்... நேத்து காலையிலே அந்தத் திருட்டுபோன கான்ட்ராக்டர் வீட்டுக்குப் போயிருந்தேன் சார். அங்கே எக்கச்சக்கமா திருட்டு போயிருக்கு

சார்.

அதிகாரி: *அப்புறம் என்ன ஆச்சு*

போலீஸ்: *சார்... நம்ம டிட்டோ அங்கே எல்லா இடத்துலேயும் மோப்பம் பிடிச்சி அப்படியே பஸ்–ஸ்டேண்ட் வரைக்கும் ஓடிப்போய் அப்படியே திரும்பி வந்துட்டாரு சார்.*

அதிகாரி: *ஆமாம். அந்தக் கோயில்லே திருட்டுப் போச்சே. அது என்னய்யா ஆச்சு?*

போலீஸ்: *(விறைப்பாக சல்யூட் அடித்து) உத்தரவு சார் (மற்ற மூவரும் சிரிக்கிறார்கள்.)*

அதிகாரி: *என்னய்யா ஆச்சு? (மற்ற மூவரைப் பார்த்து முறைக்கிறார்.)*

போலீஸ்: *சார் நம்ம டிட்டோ கோவிலுக்குள்ளே போய் கர்ப்பகிரகம் எல்லாம் முகர்ந்து பார்த்து அப்புறம் சாமியெல்லாம் முகர்ந்து பார்த்து அப்படியே திரும்பி வந்து திருடங்க வந்த வழியாக ஓடிப்போய் கோபுரத்தைத் தாண்டி ஓடிப்போனார் சார். ஓடிப்போய் ஓடிப்போய் ஓடிப்போய்.... அவரு வீட்டுலே போய் நின்னுச்சு சார்.*

அதிகாரி: *இதெல்லாம் பார்த்தா திருட வந்தவனுங்க பெரிய கில்லாடியாக இருப்பானுங்க போலிருக்கே.*

போலீஸ்காரர்: *ஆமாம் சார்.*

அதிகாரி: *இப்படியெல்லாம் செய்தா போலீசோட சந்தேகம் அந்தப் பூசாரி மேலே விழும்னு நினைக்கிறாங்க. இந்த நாயும் (கிறுக்கன் 2 'நாயார்' என்று திருத்துகிறான்) அதிகாரி அவனை முறைக்கிறார். இந்த நாயும் (கிறுக்கன் 1 'நாய்ஜி' என்று திருத்துகிறான். அதிகாரி அவனை அடிக்கப் பாய்வது போலக் கோபப்படுகிறார். இதுவும் அவங்க ரூட்லே அவங்களை தொடர்ந்து போயிருக்கு. என்ன சொல்றே?*

போலீஸ்: *(சல்யூட் அடித்து)* ரொம்ப சரி சார்.

அதிகாரி: அப்ப இந்த நாயும் திருடனும் ஒரே ரூட்லே யோசிச்சு இருக்காங்க. ஆனா நம்மளை மாதிரி புத்திசாலியான ஆட்கள் இதைப் பத்தி என்ன நினைப்பாங்க.

போலீஸ்: *(சல்யூட் அடித்து)* ரைட் சார்.

அதிகாரி: இப்ப நாயும் திருடனும் யோசித்த ரூட்ல விசாரணை போகக்கூடாது. என்ன சரியா?

போலீஸ்காரர்: ரொம்ப சரி சார்.

அதிகாரி: அப்போ என்குயரி எந்த மாதிரி இருக்கணும்?

போலீஸ்: அந்தப் பூசாரி சொன்ன மாதிரி இருக்கணும் சார்.

அதிகாரி: சீ... பூசாரி சொன்ன மாதிரியா?

போலீஸ்காரர்: மன்னிக்கணும் சார். அந்த நாய் சொல்ற மாதிரி, அதாவது நீங்க சொன்ன மாதிரி இருக்கணும்.

அதிகாரி: எல்லாம் சரி. இந்தத் திருட்டுக்கான விசாரணையை ஆரம்பி.

போலீஸ்: *(விரைப்பாக சல்யூட் அடிக்கிறார்.)* எஸ் சார். *(மேடையை சுற்றிச் சென்று டிட்டோவை அவிழ்த்து விடுகிறார்).* ரெடி ஒன்... டூ... த்ரீ... ஆக்ஷன்... *(எடக்கை ஒலி கேட்கிறது. தவில் உள்ளிட்ட வேறு வேறு தாளக்கருவிகள் ஒலிக்கின்றன. டிட்டோ பல்வேறு உடற்பயிற்சிகள் செய்து தன்னைத் தயார்படுத்திக் கொள்கிறது. அதன் உடற்பயிற்சி ஒரு நடனத்தை ஒத்திருக்கிறது. கராத்தே பயிற்சி போலவும் காட்சியளிக்கிறது. மேடையெங்கும் சுழன்று சுழன்று ஆக்ரோஷத்துடன் தாளத்துக்கேற்ப ஆடுகிறது. மூன்று பேரும், கணவன் மனைவியும் மிகவும் அச்சத்துடன் அதன் நடனத்தைப் பார்க்கிறார்கள். பிறகு நான்கு கால்களில் வந்து ஒவ்வொருவராக முகர்ந்து பார்க்கிறது. திடீரென்று அதிகாரி மீது ஆக்ரோஷத்துடன் பாய்கிறது. அவரை கடித்துக் குதறுகிறது.*

அனைவரும் பதறுகின்றனர். செய்வதறியாது திகைக்கின்றனர். அதிகாரி கடிபட்டு மயங்கி பெஞ்சு ஒன்றின் மீது சாய்ந்து விழுகிறார். நாய் நன்கு சோதித்து அதிகாரியின் கால்சட்டை பாக்கெட்டிலிருந்து செல்லப்பெட்டியின் சாவியை எடுத்து அனைவருக்கும் காட்டுகிறது)

கணவர்: அய்யய்யோ... என் செல்லப்பெட்டியோட சாவி...

மனைவி: அய்யய்யோ... ஆமாம்... நம்ம சாவிதான். கடவுளே... என்ன கொடுமை இது? திருடனே போலீசா போனா நாம எல்லாம் எங்கே போறது? இப்படி இருக்கும்னு நாம எப்போதாவது நினைச்சுப் பார்த்தோமா? அய்யய்யோ இப்ப என்னங்க பண்றது? (கணவர் திகைத்து நிற்கிறார்.)

கணவர்: சாவி கிடைச்சாச்சு... சாவி கிடைச்சா போதுமா? பெட்டிக்கு எங்கே போறது? பெட்டி என்ன ஆச்சு?

மனைவி: நாய் கடிச்சு இந்த ஆள் செத்து கித்து தொலைச்சான்னா அதோட எல்லாம் போச்சு. இந்தச் சாவியை மட்டும் வச்சிக்கிட்டு என்ன நாக்கை வழிக்கிறது? படுபாவி... தண்ணி இல்லாம சாகணும். கேடு கெட்டு நாசமாக போகணும். தலையிலே இடி விழணும். இவனைப் பாம்பு பிடுங்கணும். செத்து ஒழியணும்... (தரையில் உட்கார்ந்து தலையில் அடித்துக்கொண்டு அழுகிறாள்.)

கணவர்: முதல்லே பெட்டியைக் கண்டுபிடி. அப்புறம் மொத்தமா சாபம் குடுத்துக்கலாம்...(சாவியை அவள் கையிலிருந்து வாங்கிக் கொள்கிறார்.)

கிறுக்கன் 2: (போலீஸ்காரரிடம்) நீ ஏன்யா பிரமை பிடிச்ச மாதிரி உட்கார்ந்திருக்கே? நாயார் கிழிச்சிடுவார்னு பயமா இருக்கா? (போலீஸ் பதட்டத்துடன் நாயை இழுத்துக்கொண்டு ஓடிவிடுகிறான்.)

கிறுக்கன் 3: (மேடைப்பிரசங்கத் தொனியில்) நம் நீண்ட சரித்திரமும் பாரம்பரியமும் எங்கே சென்றது?

வேலியே பயிரை மேய்வது போலவும் பூசாரியே இறைவனின் படையலைத் திருடித் தின்னும் ஒரு புதிய சகாப்தம் பொங்கி எழுந்து புறப்பட்டிருக்கும் இந்த வேளையில் நாம் இப்போது நேர்மையும் நீதியும்...

கிறுக்கன் 1: *(வெறி கொண்டது போல அவனைப் பார்த்துக் கத்துகிறான்.)* டேய்... பரதேசி நாயே... இப்படிப் போட்டுத்தள்ற நேரமாடா இது? மேற்கொண்டு என்ன பண்றதுன்னு யோசிக்கணும்டா.

கிறுக்கன் 2: இந்த ஆளை எப்படிடா இப்போ எழுப்பறது?

கிறுக்கன் 1: அதுவாடா இப்போ முக்கியம்?

(கிறுக்கன் 2ம் 3ம் போலீஸ் அதிகாரியை உலுக்கி எழுப்ப முயற்சிக்கிறார்கள்.) ஐயா... ஐயா... சார்... சார்... யோவ்... டேய் எந்திரிடா வெண்ணே... *(இன்ஸ்பெக்டர் எழுவதில்லை. மனைவி தனியாகச் சென்று சாவியைத் திருப்பித் திருப்பிப் பார்க்கிறாள்.)*

மனைவி: *(எல்லோரையும் கூப்பிட்டு)* ஒரு நிமிஷம்... ஒரு நிமிஷம்... இங்கே பாருங்க... உங்க கண்ணுக்குத் தெரியலை? மெல்லிசா... ரொம்ப மெல்லிசா ஒரு கயிறு இந்த சாவியிலிருந்து கிளம்பிப் போகுது பாருங்க... நல்லாப் பாருங்க... *(அந்த மாயக்கயிற்றை நீளமாகத் தடவிப் பார்க்கிறாள். கையில் அது தட்டுப்பட்டது போன்று ஆச்சரியத்துடன் பாவனை செய்கிறாள்.)*

கணவர்: அட... ஆமாம்... நீ சொன்ன மாதிரியே மெல்லிசா... ரொம்ப மெல்லிசா ஒரு கயிறு. ஆனா பாரேன்... மெல்லிசா இருந்தாலும் இரும்புக்கம்பி மாதிரி எத்தனை வலுவாக இருக்கு? *(எல்லோரும் ஆச்சரியத்துடன் பார்க்கின்றனர்.*

கிறுக்கன் 1: *(கண்ணுக்குப் புலப்படாத அந்த மாயக்கயிற்றைத் தொட்டு உணருவதைப் போலவும் அதன் போக்கைத் தேடிச்செல்வது போன்ற பாவனையுடன் முன்னோக்கி நகர்ந்துகொண்டே)* அட ஆமாம்... இந்தக் கயிறு போய்க்கிட்டே இருக்கே...

கிறுக்கன் 2: கடைசியா எங்கேதான் போகுதுன்னு பார்த்துடுவோம்.

கிறுக்கன் 3: மெதுவா... மெதுவா... அறுந்து போகாம பாத்துக்கோ...

கிறுக்கன் 2: அட... இரும்புக்கம்பி மாதிரி இருக்குடா... (அப்படியே வலதுபுற மேடை வழியாக அந்த மாயக்கயிற்றைத் தொடர்ந்து வெளியேறுகிறான்.)

கிறுக்கன் 3: சே... மெல்லிசா இருந்தாலும் என்ன உறுதியா இருக்கு?

கிறுக்கன் 2: (உள்ளிருந்து வேகமாக ஓடி வருகிறான்.) டேய்... அது அந்த (சிறிது இடைவெளிவிட்டு) மந்திரி வீட்டு வழியாப் போகுதுடா.

கிறுக்கன் 1: என்னடா இது போயிக்கிட்டே இருக்கு....

கிறுக்கன் 2: அடேயப்பா!

கிறுக்கன் 3: டேய்... அந்தக் கயிறு எம்.பிங்க வீட்டு வழியா போகுதுடா...

கிறுக்கன் 1: அந்த அதிகாரி... அதாம்பா... அவரு...

கிறுக்கன் 2: எம்.எல்.ஏ. சின்ன வீடு வழியாகப் போகுதுடா...

(மனைவி அழுதுகொண்டே இருக்கிறாள். கணவர் மிகவும் துக்கமாக இருக்கிறார்.)

மனைவி: எங்கே வேணும்னாலும் போகட்டும். எங்க சாமான்லாம் கிடைச்சதா இல்லையா?

(மூவரும் அவளைக் கண்டுகொள்வதில்லை. அந்த நூலைப் பிடித்துக்கொண்டிருப்பது போல அபிநயிக்கிறார்கள்.) அடேங்கப்பா...எங்கெங்கோ போகுதுடா.... டேய்...அவரு வீட்டுக்குக்கூடப் போயிருக்குடா...

கிறுக்கன் 3: டேய்... இங்கே..

கிறுக்கன் 1: அங்கேயா? அப்போ அந்தக் கயிறோட மறுமுனையிலேதான் திருட்டுப்போன அந்தப் பெட்டி இருக்கணும்.

கிறுக்கன் 2: எல்லாம் சரி. இந்த ஆளை எப்படி எழுப்பறது இப்போ?

கிறுக்கன் 1: என்ன வேணும்னாலும் ஆயிட்டுப்போகுது. வாங்கடா, எழுப்பலாம். (போலீஸ் அதிகாரி அருகில் சென்று அவனை உலுப்பி எழுப்புகின்றனர்.) ஏய்... பெரிசு... ஹல்லோ... மிஸ்டர்... ஏய் வெண்ணெ எழுந்திருடா.

மனைவி: அய்யோ... நாய் கடிச்சி இவன்செத்து கித்து தொலைஞ்சிருந்தா என்ன பண்றது? ஐயோ முருகா இவனை உயிரோட எழுப்பிவிட்டா நான் வந்து மொட்டை போட்டுக்கிறேன் சாமி.

கணவன்: நீ மொட்டை போட்டுக்கிட்டா யாரு உன்னைப் பார்க்கிறது? எனக்கென்னமோ அவன் சாகலை, உயிரோடதான் இருக்கான்னு தோணுது.

கிறுக்கன் 3: நாய்ஜி ரொம்ப அபாயமான இடத்துலே கடிச்சி வச்சிருக்காரு போலிருக்கு.

கிறுக்கன் 2: இன்னென்னடா? இவனுங்க பண்ணுற அட்டூழியத்துக்கு அவரு எத்தனை நாள்தான் பொறுத்துக்கிட்டு இருப்பாரு? இத்தனை வருஷத்துக் கோபத்தை இன்னிக்குத்தான் மொத்தமா காண்பிச்சிருக்காரு.

கிறுக்கன் 1: டேய் நாயாருக்கு இந்தியன் படத்துலே வர்ற கமல்ஹாசன் மாதிரி வர்மக்கலையெல்லாம் தெரிஞ்சிருக்குடா...

(போலீஸ்காரரர் உள்ளே நாயுடன் திரும்பி வருகிறார்)

போலீஸ்: டேய் முதலு... இங்கே வா?

கிறுக்கன் 1: *(அருகில் சென்று மிரட்டல் தொனியில் கேட்கிறான்.)* என்னய்யா? *(கிறுக்கன் 2ம் சேர்ந்துகொள்கிறான். அவர்கள் காதில் அவர் ஏதோ ரகசியம் போலச் சொல்கிறார். அவர்களும் சுவாரசியாகக் கேட்கிறார்கள்.)*

கிறுக்கன் 1: அப்படீங்கறீரு? சரி ரைட். பண்ணிடுவோம்.

(மூவரும் மீண்டும் போலீஸ் அதிகாரியிடம் சென்று அவரை எழுப்ப முயன்று தோல்வியடைகிறார்கள். கிறுக்கன் 1 தனியாக விலகி வந்து)

கிறுக்கன் 1: விட்டிரு, இந்த ஆளை எழுப்ப என்கிட்டே ஒரு மந்திரம் இருக்கு. ஆனா அது ரகசியமானது. அதை இப்போ நான் பண்ணேன்னு வச்சிக்கோ. இந்த ஆள் படக்குன்னு எழுந்து உட்கார்ந்துவாரு. எழுந்து நிற்பாரு. நடப்பாரு. பொணம் மாதிரி விரைப்பா இந்த மாயக்கயிறு வழியா நடந்து நடந்து... நடந்து... அப்படியே... அந்தத் திருட்டுப்போன இடத்துக்குப் போயிடுவாரு... ஆனா நான் சொல்ற மாதிரி நீங்க எல்லாம் செய்தாகணும்... புரியுதா? செய்வீர்களா? செய்வீர்களா?

(மனைவியும் கணவனும் உரக்கக் கத்துகிறார்கள்.) நிச்சயம் செய்வோம்.

கிறுக்கன் 1: அப்படின்னா... சில்லறைக்காசா... அதாவது ஒரு ரூபாய்... ஐம்பது பைசா இப்படி சில்லரைக்காசா என்கிட்டே குடுங்க.

கணவன் திருடன் விட்டு வச்சிருக்கானான்னு பார்க்கணும். (கணவனும் மனைவியும் தேடிக்கண்டுபிடித்துக் கொடுக்கிறார்கள்.)

கிறுக்கன் 2: ஒன்பது ரூபாய் நோட்டா இருந்தா பரவாயில்லையா?

கிறுக்கன் 1: பத்தாது. எனக்கு சில்லறைக் காசாகத்தான் வேணும்.

கிறுக்கன் 3: பத்திரமாகத் திருப்பிக் குடுத்துடுவே இல்லை?

கிறுக்கன் 1: அல்ப நாயே திருப்பிக் குடுத்துடுவேன். ஆனா ஒண்ணு. எவ்வளவு போட்டியோ அவ்வளவுதான் நேர்மையா திருப்பி எடுக்கணும். அதுக்கு மேலே எடுக்கிறது நியாயமில்லே. தருமமில்லே. புரிந்ததா? சரி. எல்லாம் சாமியைக் கும்பிட்டுக்கங்க. (எல்லோரும் கும்பிடுகின்றனர்.) இப்போ நான் அந்த மாஜிக் செய்றேன். அந்த மாஜிக்கை நான் செய்த உடனே சார் கனவுலே நடக்கற மாதிரி மாயக்கயிறு வழியா நடந்து நடந்து திருட்டுப்போன அந்தப் பெட்டி இருக்கிற இடம் வரைக்கும் போவாரு. அந்த ஆளு எழுந்திருச்ச உடனே நீ அந்த ஆளுகிட்டே சாவியைக் குடுத்துடணும்.

மனைவி: இந்தப் படுபாவி இருக்கிற சாவியையும் எடுத்துக்கிட்டு ஓடிட்டான்னா?

கிறுக்கன் 3: அது எப்படி ஓடமுடியும்? ஓடினா நம்ம நாய்ஜி சும்மா விடுவாரா? இடம் பார்த்துக் கவ்விட மாட்டாரு?

கிறுக்கன் 1: புரிஞ்சதா? இப்போ நான் அந்த மேஜிக்கை செய்யறேன்.

(அவன் எல்லோரையும் வழிவிடச் சொல்லி அதிகாரியின் பக்கம் செல்கிறான். சில்லறையை அவன் முகத்தின் முன்பு குலுக்குகிறான். அதிகாரி கனவிலிருந்து எழுவதுபோல எழுகிறான். கனவில் நடப்பது போல மெல்ல மெல்ல விரைப்பாக காசு குலுக்கும் ஒலியைப் பின்தொடருகிறான். மனைவி அதிகாரி கையில் சாவியைக் கொடுக்கிறாள். காசு குலுக்குவதை நிறுத்தினால் அதிகாரி விழுவது போலச் சாய்கிறான். கிறுக்கன் *1* குலுக்கிக்கொண்டே அவனை வழிநடத்திச் செல்கிறான். மேடையிலிருந்து அனைவரும் வெளியேறுகின்றனர். மேடையின் நடுவில் போலீஸ்காரர் மெல்ல புகையிலையைத் தேய்த்து வாயில் போட்டுக்கொண்டு மேடையின் இடப்புறம் வழியாக வெளியேறுகிறார். ஓரிரு நிமிடங்களுக்குப் பிறகு வலப்புறத்திலிருந்து மூன்று கிறுக்கன்களும் உள்ளே 'வெற்றி... வெற்றி... நமது முயற்சிக்கு வெற்றி' என்று கூவிக்கொண்டே பிரவேசிக்கிறார்கள்.)

கிறுக்கன் 1: நகையெல்லாம் கிடைச்சுதா?

கிறுக்கன் 2: நகை மட்டுமாடா கிடைச்சுது? பணமும் சேர்ந்து கிடைச்சுது.

கிறுக்கன் 1: இந்த வூட்டுலே திருடுபோனது மட்டுமா கிடைச்சுது? இந்த ஊருலே எத்தனை வீட்டுலே திருடு போச்சோ அத்தனையும் இல்லை கிடைச்சது?

கிறுக்கன் 3: டேய் அந்த மாயக்கயிறு எங்கெல்லாம் போய் முடிஞ்சதுன்னு தெரியுமா? அவன், இவன், அவள் இவள்னு இல்லாம எல்லா பெரிய ஆட்கள் வீடுகள்லேயும் போய் முடிஞ்சது.

கிறுக்கன் 1: *76* இன்ச்சு இடுப்பு சுற்றளவுள்ள வைர ஒட்டியாணம்.

கிறுக்கன் 2: எட்டு கோடி ரூபாய் மதிப்புள்ள கைக்கடிகாரம்.

கிறுக்கன் 3: இலவச வேட்டி சட்டை, சால்வைகள்... அங்கவஸ்திரங்கள்.

கிறுக்கன் 1: ரெண்டு லட்சம் ஜோடி செருப்பு.

கிறுக்கன் 2: பட்டுப்புடவை ரெண்டாயிரம்.

கிறுக்கன் 3: கொஞ்சப் பணமா? குறைஞ்ச பணமா? அடேங்கப்பா...சாமி!

கிறுக்கன் 1: டேய்... பெட்டி பெட்டியா பணம்டா. அதுலே ஒரே சரக்கு வாசனை.

கிறுக்கன் 3: நீ வேறே... சில கட்டுகள்லே ஆயுதங்களோட வாடையும் அடிச்சதே.

கிறுக்கன் 1: நாமெல்லாம் வச்சிருந்த நம்பிக்கைகள்... எதிர்பார்ப்புகள்...

கிறுக்கன் 2: காந்தியிசம்... அண்ணாயிசம்... அந்த இசம் இந்த இசம் இன்னும் என்னென்னவோ. ரசம்..

கிறுக்கன் 3: ஆனா ஒரு விசேஷம் என்னன்னா ஒவ்வொரு அயிட்டத்துலேயும் ஒரு கயிறு. அந்தக் கயிறோட மறுமுனை அந்தப் பெரிய மனுசங்க பாக்கெட்லே.

கிறுக்கன் 1: டேய் நாம இப்படிப் பண்ணா என்ன? நாமளும் நிறைய பொருளைத் திருட்டுக் குடுத்திருக்கோமே. போய்ப் பார்ப்போம். யாரு கண்டா? நம்ம பொருட்களும் அங்கே கிடைச்சாலும் கிடைக்கலாம்.

கிறுக்கன் 3: ஆமாண்டா. வாங்க போகலாம். கிளம்புடா...

(கணவனும் மனைவியும் உள்ளே பிரவேசிக்கிறார்கள். கணவனின் தலையில் பெரிய டிரங்கு பெட்டி. மனைவின் தலையிலும் இடுப்பிலும் டேப் ரிகார்டர், செல்லப்பெட்டி, சூட்கேஸ் போன்ற சாமான்கள்.)

கிறுக்கன் 2: வாங்க அதிருஷ்ட தம்பதிகளா...(அவர்கள் தலையில் இருப்பதை மூவரும் ஒவ்வொன்றாக இறக்கி வைக்கிறார்கள்.)

கணவர்: (இரு கைகளையும் கூப்பியபடி) உங்களுக்குத்தாம்பா நன்றி சொல்லணும்.

கிறுக்கன் 2: எங்களுக்கு ஏங்க நன்றி சொல்லணும்?

(இவர்கள் பேசிக்கொண்டிருக்கும் போதே நாயை அழைத்துக் கொண்டு மேடையில் மீண்டும் பிரவேசிக்கிறார் போலீஸ்காரர். நாய் நடுமேடையில் உள்ள பெஞ்சின் மீது ஏறி நின்று விரைப்பாக சல்யூட் அடிக்கிறது. கணவனும் மனைவியும் நாயை சாஷ்டாங்கமாக விழுந்து நமஸ்கரிக்கிறார்கள். மூன்று கிறுக்கன்களும் விறைப்பாக நாய்க்கு போலீஸ் சல்யூட் அடிக்கிறார்கள். பின்னணியில் உடுக்கை ஆக்ரோஷமாக ஒலிக்கிறது. தொடர்ந்து திருவிழா மேளம்)

(நாடகம் நிறைவு.)

www.ingramcontent.com/pod-product-compliance
Lightning Source LLC
LaVergne TN
LVHW090319051026
849518LV00005B/1820